अभिप्राय

या नवीन सुधारून वाढवलेल्या आवृत्तीत ॲलेक्स पॅटाकोस आणि इलेन डनडन या दोघांनी व्हिक्टर फ्रँकलच्या समृद्ध वारशास सन्मानित तर केले आहेच, शिवाय त्याचबरोबर त्यांनी अर्थपूर्ण आयुष्याच्या शोधात असणाऱ्या नवीन पिढीपर्यंत वारसा पोहोचविण्याचे कामदेखील केले आहे. जेव्हा आपण आपल्या आयुष्यात अर्थपूर्णतेस मध्यवर्ती स्थान देतो, तेव्हा आपण स्वतःचे अंतःसामर्थ्य पूर्णपणे विकसित करू शकतो हे ॲलेक्स पॅटाकोस व इलेन डनडन यांनी व्यावहारिक प्रमाणे देऊन दर्शविले आहे.

आरियाना हफिग्टन, हफिग्टन पोस्टची संस्थापिका व
'थ्राइव्ह ग्लोबल संस्थे'ची सर्वोच्च व्यवस्थापिका

'स्वतःची वाढ कशी करावी या विषयाबाबत तुम्ही एकच पुस्तक वाचणार असाल हे पुस्तक वाचा. तुम्हाला पश्चात्ताप होणार नाही.'

अलेक्झांडर बेथयनी, पीएच.डी.,
डायरेक्टर व्हिक्टर फ्रँकल इन्स्टिट्यूट, व्हिएन्ना ऑस्ट्रिया

'अर्थाचा शोध आपल्या सर्वांगीण आरोग्याशी कसा निगडित आहे हे दर्शविणारा मैलाचा दगड म्हणजेच हे पुस्तक. हे पुस्तक सर्वांगीण आरोग्याचा विकास करण्यासाठी उत्तम औषध आहे.'

केनेथ आर पेलेटियर, पीएच.डी., एम.डी.,
क्लिनिकल प्रोफेसर ऑफ मेडिसिन अँड प्रोफेसर ऑफ पब्लिक हेल्थ, युनिव्हर्सिटी ऑफ रिझोना अँड युनिव्हर्सिटी ऑफ कॅलिफोर्निया, सॅनफ्रान्सिस्को स्कूल ऑफ मेडिसिन

'अर्थपूर्ण जीवन जगण्याची वाट दर्शविणारे हे पुस्तक. आयुष्यात अर्थ शोधणाऱ्यास या पुस्तकात महत्त्वपूर्ण माहिती व प्रेरणा मिळेल. अर्थपूर्ण जीवनाची निवड व त्याची जोपासना करायची, हे आजच्या काळातील महत्त्वाचे व्यक्तिगत तसेच सामाजिक उद्दिष्ट आहे.'

मरिता जे. वेसली, ट्रेण्ड ग्रुप एक्सपर्ट अँड ट्रेण्ड ग्रुप मॅनेजर
हॉलमार्क कार्डस इन्कॉर्पोरेटेड

‘हे पुस्तक म्हणजे एक हिरा आहे; एक नवीन ढाचा आहे. या पुस्तकाने ॲलेक्स पॅटाकोस आणि इलेन डनडन यांनी लोगोथेरपीचा नकाशाच बदलून टाकला आहे. लोगोथेरपीस त्यांनी मेडिकल जगातून बाहेर काढून औद्योगिक जगात आणून सोडले आहे. आपले गुरू व्हिक्टर फ्रँकल यांच्या क्रांतिकारक कल्पना आणि मर्मज्ञ दृष्टी यांचा उपयोग करून व्यावसायिक जीवन अर्थपूर्ण कसे होऊ शकते हे लेखकांनी दर्शविले आहे. लोगोथेरपी नावाची उपचार पद्धती आणि जीवनात रोज करावे लागणारे परिश्रम यांची कुशलतेने सांगड घालून लेखकांनी हे पुस्तक परिणामकारक बनवले आहे. मी या पुस्तकाची मनापासून शिफारस करतो.’

स्टीव्हन जे. कॉसटेलो, संस्थापक व दिग्दर्शक
व्हिक्टर फ्रँकल इन्स्टिट्यूट ऑफ आयर्लंड

‘रोजच्या रंगहीन व्यावसायिक जगात आपल्या कार्यामागील अर्थ पुसून जाण्याची शक्यता असते. अर्थ निर्माण करण्याची कृती ही एकदा करून विसरून जाण्याची गोष्ट नसते. जीवन सतत सळसळते ठेवण्यासाठी व त्यासाठी लागणारे अर्थपूर्ण तत्त्वज्ञान व्यवहारात आणण्यासाठी करायची पद्धत या दोन्हींची माहिती पुरवणारे हे एकमेव पुस्तक आहे.’

पीटर बी. वाईल, पीएच.डी.,
प्रोफेसर ऑफ मॅनेजमेंट, अँटिओक युनिव्हर्सिटी अँड
ऑथर ऑफ मॅनेजमेंट ॲज ए परफॉर्मिंग आर्ट

‘अद्‌भुत! हे पुस्तक शांतपणे आणि प्रामाणिकपणे वाचले तर तुमच्या विचारात आणि तुमच्या दृष्टिकोनात बदल होण्याची दाट शक्यता आहे; अनेक तऱ्हेने उलथापालथ घडवून आणणारे हे पुस्तक आपल्याला व्यावसायिक आणि वैयक्तिक आयुष्यात अर्थ शोधण्यास प्रवृत्त करते.’

पिंग फु, लेखक बेंड नॉट ब्रेक : ए लाइफ इन टू वर्ल्डस,
संस्थापक आणि सर्वोच्च व्यवस्थापक,
जीओ मॅजिक इन्कॉर्पोरेटेड

‘ॲलेक्स पॅटाकोस मार्ग दाखवताना अनमान करत नाही. तो मार्ग तुम्हाला खात्रीलायक आणि सहज गम्य वाटतो. मार्ग दाखवताना ॲलेक्स

पॅटाकोस तुम्हाला त्याच्या अनुभवांचा पडताळा देत असतो. इतरांची अधिकृत वृत्ते, अवतरणे, किस्से, सिद्ध झालेले ज्ञान या साऱ्यांची पखरण करत असतो; त्यात बुद्धिचातुर्य आणि व्यवहारज्ञान यांची सरमिसळ असते. हे सर्व करताना लिखाण अतिशय वाचनीय होईल, याची खबरदारीही तो घेत असतो.'

फ्रान्ज जे वेस्ली, पीएच.डी.,
डायरेक्टर व्हिक्टर फ्रँकल इन्स्टिट्यूट, ऑस्ट्रिया

'नाझी छळछावणीत लोगोथेरपी ही उपचार पद्धती कसाला लागली. त्याचमुळे अत्यंत जाचक आणि अटळ दुःखातही अर्थ कसा शोधता येतो हे पाहता येते. व्हिक्टर फ्रँकलनी अतीव दुःखातच नव्हे तर आपल्या रोजच्या जीवनातदेखील अर्थ शोधण्याचे महत्त्व सांगितले आहे. ॲलेक्स पॅटाकोसने ते का आणि कसे शोधायचे हे दाखवले.'

हेडन क्लिंगबर्ग ज्युनियर; पीएच.डी., लेखक,
'व्हेन लाइफ कॉल्स आउट टु अस'
अँड वर्क ऑफ व्हिक्टर अँड एली फ्रँकल

'आपल्या वैयक्तिक आणि व्यावसायिक जीवनात मूल्ये सजीव व्हायला हवी असतील तर 'प्रिझनर्स ऑफ अवर थॉट्स' हे पुस्तक वाचा. त्याची तुम्हाला मदत होईल. हे असं पुस्तक आहे की, ज्याच्या प्रती तुम्हाला आपले सहकारी व कुटुंबीयांना पुनःपुन्हा वाचण्यासाठी द्याव्याशा वाटतील.'

ॲन ऱ्होड्स प्रेसिडेंट पीपल्स इन्कॉर्पोरेटेड अँड
फॉर्मर एक्झिक्युटिव्ह व्हॉइस प्रेसिडेंट, पीपल, जेटब्ल्यू एअरवेज

'व्हिक्टर फ्रँकलची जडत्वापलीकडे जाऊन पाहण्याची किमया माणसाच्या स्थितिस्थापकत्वाच्या क्षमतेची सत्यता पटवते. ॲलेक्स पॅटाकोस त्या क्षमतेस पुनर्जीवित करतो. हे पुस्तक वाचणे ही निकड आहे. आयुष्यातील सखोल अर्थ शोधण्याची निकड!'

जेफरी के झेड. पीएच.डी.,
संस्थापक आणि डायरेक्टर,
द मिल्टन एच एरिक्सन फाउंडेशन

‘हल्लीच्या धकाधकीच्या आणि सतत बदलणाऱ्या जीवनात जगायला धमक लागते. हे पुस्तक आपल्याला स्वतःच्या मूल्यांशी, स्वतःशी आणि जीवनातल्या अर्थाशी निगडित करते. सुखमय जीवन जगायला आणि स्वतःचे स्थितिस्थापकत्व वाढवायला मदत करते. आपले वैयक्तिक आणि व्यावसायिक आयुष्य सुखी करायला वाचलेच पाहिजे असे हे पुस्तक म्हणजे जणू एक औषधच आहे.’

लिसा शिलिंग. आरएन, एमपीएच,
व्हाइस प्रेसिडेंट हेल्थकेअर परफॉर्मन्स इम्प्रूव्हमेंट,
कायझर पर्मनंते

‘एकाच वेळी अत्यंत गहन तसेच सहज हाताळता येईल, असे हे असाधारण पुस्तक म्हणजे शृंगापत्तीतून बाहेर येण्याचा मार्ग दाखवणारी मेख आहे. हे पुस्तक हृदयाला भिडून साद घालते. मी त्याची मनापासून शिफारस करतो.’

जेफरी मिशल्व्ह पीएच.डी.,
ट्रान्सफॉर्मेशनल युनिव्हर्सिटी ऑफ फिलॉसॉफिकल रिसर्च
व लेखक द रूट्स ऑफ कॉन्शसनेस

‘ज्यांना यशस्वी आयुष्य जगायचे आहे, त्या सर्वांनी अवश्य वाचावे असे हे पुस्तक जगात कुठेही आणि कोणतेही काम करणाऱ्या व्यक्तीस भावून जावे. अॅलेक्स पॅटाकोसची ही संकल्पना माझ्या मनाची तार छेडते. जगातील जेवढे जास्त लोक सुखी होतील तेवढी जागतिक शांतता प्रस्थापित होण्यास मदत होईल, असे माझा शीख धर्म मला सांगतो.’

प्रिझनर्स ऑफ अवर थॉट्स हे पुस्तक त्यांना शांतिप्रद मार्गावर नेण्यास मदत करेल.’

करुणा सिंग, प्रोग्राम मॅनेजर,
ऑफिस ऑफ पब्लिक अफेअर यू. एस. काउन्स्लेट
जनरल कोलकता, इंडिया

‘प्रिझनर्स ऑफ अवर थॉट्स हे पुस्तक अतिशय प्रेरणादायक आणि डोळे नि मन दोन्हींची दारे उघडणारे आहे. आपले जीवन आणि व्यवसाय दोन्हींची क्षितिजे मनोहरपणे विस्तारणारे आहे; त्यात मार्गदर्शकता व

सुजाणता तुडुंब भरलेली आहे.'

डॉ. हेन्रिक अँकर, को-फाउंडर,
'मॅनेजमेंट सेंटर झुग, स्वित्झर्लंड,
अँड प्रेसिडेंट सोसायटी ऑफ लोगोथेरपी
अँड एक्स्टेन्शनशियल ॲनालिसिस.

'मुख्य व्यवस्थापक असो वा साधारण कामगार, दोघांनाही हे पुस्तक माहितीपूर्ण व प्रेरणादायक वाटावे.'

पॉल डी. पी. वाँग. पीएच.डी., प्रेसिडेंट इंटरनॅशनल
नेटवर्क ऑफ पर्सनल मीनिंग अँड को-एडिटर ऑफ ह्यूमन
क्वेस्ट फॉर मीनिंग : सायकॉलॉजिकल रिसर्च अँड
क्लिनिकल ॲप्लिकेशन.

'खूप खूप वेळ वाट पाहावी लागली. शेवटी व्हिक्टर फ्रँकलचे तत्त्वज्ञान आणि पद्धती मुक्त होऊन, उपयुक्त स्वरूपात सर्वांच्या आनंदासाठी आणि व्यवसायात वापरासाठी उपलब्ध झाल्या.'

डॉ. पॅटी हवांगा कोइट्झर.
व्हिक्टर फ्रँकल फाउंडेशन, साउथ आफ्रिका.

'सर्वोत्कृष्ट! आल्हाददायक, मर्मज्ञ, प्रेरणादायक व सुंदर! प्रिझनर्स ऑफ अवर थॉट्स या पुस्तकात या सर्व गुणांचे एकत्रीकरण करून लेखकांनी मध्यवर्ती सूत्राचा एक धागा विणला आहे. ते सूत्र म्हणजे, स्वतःशी प्रामाणिक राहा. स्वतःची खरी ओळख जाणा. सर्व शिक्षकांनी, पाल्यांनी आणि विद्यार्थ्यांनी वाचावे असे चारित्र्याचे आणि प्रेमाने गुंफलेल्या धाग्यांचे महत्त्व स्पष्ट करणारे हे पुस्तक प्रत्येकाने अवश्य वाचावे.'

डॉ. मार्क इसलि, प्रिन्सिपाल,
काउंटी अल्टरनेटिव्ह स्कूल अलाबामा.

'आयुष्यात व्यवहारातील आणि व्यवसायातील अर्थ शोधणाऱ्यांसाठी व्हिक्टर फ्रँकलने कथन केलेल्या मार्मिक तत्त्वांचे व्यवहारात पालन कसे करावे हे दर्शविणारे हे पुस्तक अतिशय कलात्मकतेने लिहिले आहे.'

डी. हॉक, फाउंडर अँड सीईओ, एमेरिट्स, व्हीआयएसए.

‘आयुष्य नुसते होऊन जाऊ देऊ नका. व्हिक्टर फ्रँकलची तत्त्वे आचरणात कशी आणावीत आणि जीवन अधिक अर्थपूर्ण कसे करावे ते तुम्हाला ॲलेक्स पॅटाकोस दाखवीत आहेत. अगदी पोस्टमनपासून ते मोठ्या कंपनीच्या सर्वोच्च अधिकाऱ्यापर्यंत सर्वांना आत्मशोध घेण्यास मदत करणारे हे पुस्तक सर्वांगीण जीवनात उपयुक्त ठरेल.’

जीन स्पेन्स, प्रेसिडेंट, ग्लोबल टेक्नॉलॉजी अँड क्वालिटी क्राफ्ट फूड्स

‘हे उत्कृष्ट पुस्तक वाचा आणि त्यातील ज्ञानाचा व्यवहारात उपयोग करा, असे मी आवर्जून प्रतिपादन करेन. रोजच्या धकाधकीत तुमच्या छुप्या अंतरंगात दडवून ठेवलेल्या गुणांना व कार्यांना बाहेर काढा. मानवजातीस उपयुक्त काय आहे ते शोधा.’

रॉबर्ट थॉमसन, लेफ्टनंट कर्नल, यूएस. आर्मी

‘प्रिझनर्स ऑफ अवर थॉट्स’ हे पुस्तक पाठ्यपुस्तक म्हणून वापरा. तुमच्या कर्मचाऱ्यांसाठी आणि स्वतःसाठी या पुस्तकाची प्रत विकत घ्या.’

एरिक बरगड; असोसिएट व्हाइस प्रेसिडेंट फॉर अल्युमनाय, कॉन्स्टिट्यूअंट्स अँड एम्प्लॉयर असोसिएशन रिलेशन्स पार्क युनिव्हर्सिटी अँड पास्ट प्रेसिडेंट, अमेरिकन सोसायटी फॉर पब्लिक ॲडमिनिस्ट्रेशन.

‘आयुष्यातील विचार आणि व्यावहारिकता यातील तफावतींमुळे निर्माण होणारे चिंता व घोर मिटविण्यासाठी आणि अर्थपूर्ण आयुष्य जगण्यासाठी ॲलेक्स पॅटाकोस यांनी व्यावहारिक उदाहरणे देत मार्ग दाखविला आहे. प्रिझनर्स ऑफ अवर थॉट्स वाचा, आरशात बघा आणि असमाधान, असंतोष व दुःखास कारणीभूत होणाऱ्या स्वतःला ओळखा.’

व्हॅन शॅफर, एम.डी., स्पोकेन, वॉशिंग्टन

'प्रत्येक विचारवंतास ॲलेक्स पॅटाकोसचे हे पुस्तक फलदायी ठरेल. आयुष्याच्या मार्गावरील आव्हानांशी झुंज देत चालताना आपण करत असलेली निवड आणि त्याचे परिणाम समजण्यास मदत करणारे हे पुस्तक आयुष्यातील अर्थाच्या शोधासाठी अत्यंत मौल्यवान ठरेल.'

रॉबर्ट अग्रनॉफ, पीएच.डी.,
प्रोफेसर एमेरिट्स स्कूल ऑफ पब्लिक अँड एन्व्हायरनमेंटल अफेअर्स इंडियाना युनिव्हर्सिटी ब्लूमिंग्टन.

'प्रिझनर्स ऑफ अवर थॉट्स' पुस्तक अवश्य वाचावे असे. 'अतिशय साध्या, सरळ भाषेत लिहिलेले हे पुस्तक आयुष्यातील अर्थाचा शोध घेण्यास मदत करते. ॲलेक्स पॅटाकोस जेव्हा व्हिक्टर फ्रँकलच्या ज्ञानाच्या स्रोताचे वर्णन करतात, तेव्हा ते आपल्यातील अर्थपूर्णतेस स्पर्शून जाते. माझे आणि अनेकांचे आयुष्य अधिक समृद्ध करण्यास हे पुस्तक अतिशय परिणामकारक ठरले आहे.'

मायकल इ. स्कॅग्स, एक्झिक्युटिव्ह डायरेक्टर,
नेवाडा कमिशन ऑन इकॉनॉमिक डिपार्टमेंट.

'जीवनात व्हिक्टर फ्रँकलचे कार्य उपयोगात आणण्यासाठी ॲलेक्स पॅटाकोसनी कुशल काम केले आहे. वैयक्तिक व सामाजिक जीवन समृद्ध करण्यासाठी करत असलेल्या वाटचालीस मदत करणारे, सामर्थ्यवान संदेश ॲलेक्स पॅटाकोसनी जागोजागी विखुरले आहेत. कठीण प्रसंगाला तोंड देताना मदत करणारे अधिक सुंदर दुसरे पुस्तक माझ्या पाहण्यात नाही. नेतृत्व करू पाहणाऱ्या प्रत्येकाने वाचावे असे हे पुस्तक आहे.'

डॉ. मिच ओवेन. ॲग्रिकल्चर अँड लाइफ सायन्स,
नॉर्थ कॅरोलायना स्टेट युनिव्हर्सिटी.

जीवनाविषयीच्या मूलभूत प्रश्नांचा खल

लोकसत्ता, ८ जुलै २०१३

व्यासंग व्याढवणाऱ्या साहित्यकृती

सांजवार्ता, सोमवार, २६ जुलै २०१०

सुप्रसिद्ध मनोवैज्ञानिक डॉ. व्हिक्टर फ्रँकल यांच्या तत्त्वांवर 'प्रिझनर्स ऑफ अवर थॉट्स' हे पुस्तक आधारित आहे. ॲलेक्स पॅटाकोस लिखित या पुस्तकाचा अनुवाद डॉ. विजया बापट यांनी केला आहे.

लोकमत, रविवार, १ ऑगस्ट २०१०

ॲलेक्स पॅटाकोस लिखित 'प्रिझनर्स ऑफ अवर थॉट्स'मधून स्वप्नासाठी पळण्याच्या हव्यासाचे नेमके परिणाम दिसतात. व्यावसायिक आणि वैयक्तिक जीवनात संपन्न मार्गाची दिशा दाखवणारे हे पुस्तक आहे.

तरुण भारत, मंगळवार, २७ जुलै २०१०

व्हिक्टर फ्रँकल यांच्या तत्त्वांवर आधारित व्यावसायिक आणि वैयक्तिक आयुष्यात दिशा दाखविणाऱ्या या पुस्तकाचा हल्लीच्या काळातही समृद्ध, अर्थपूर्ण जीवन जगायला उपयोग होऊ शकतो. ॲलेक्स पॅटाकोस यांनी इंग्रजीतून लिहिलेल्या या पुस्तकाचा डॉ. विजया बापट यांनी मराठी अनुवाद केला आहे.

सकाळ, पुणे, ३१ ऑक्टोबर २०१०

आपल्या स्नेहीजनांना पुस्तके भेट द्या

प्रिझनर्स ऑफ अवर थॉट्स

शृंखला आपुल्याच जीवी

वैयक्तिक आणि व्यावसायिक जीवन अर्थपूर्ण करण्यासाठी
व्हिक्टर फ्रँकलची तत्त्वे कार्यरत

ॲलेक्स पॅटाकोस
आणि
इलेन डनडन

अनुवाद
डॉ. विजया बापट

मेहता पब्लिशिंग हाऊस

- *या पुस्तकातील लेखकाची मते, घटना, वर्णने ही त्या लेखकाची असून त्याच्याशी प्रकाशक सहमत असतीलच असे नाही.*

Prisoners of Our Thoughts by Alex Pattakos and Elaine Dundon
Copyright © 2004 Alex Pattakos Ph.D.
First published by Berrett-Koehler Publishers, Inc., San Francisco, CA, USA.
Translated into Marathi language by Dr. Vijaya Bapat

प्रिझनर्स ऑफ अवर थॉट्स / मार्गदर्शनपर

अनुवाद : डॉ. विजया बापट
Email : author@mehtapublishinghouse.com

मराठी अनुवादाचे व प्रकाशनाचे हक्क मेहता पब्लिशिंग हाऊस, पुणे.

प्रकाशक : सुनील अनिल मेहता, मेहता पब्लिशिंग हाऊस,
१९४१, सदाशिव पेठ, माडीवाले कॉलनी, पुणे ४११०३०.

मुद्रक : ट्रिनिटी ॲकॅडमी फॉर कॉर्पोरेट ट्रेनिंग लिमिटेड

मुखपृष्ठ : फाल्गुन ग्राफिक्स

प्रकाशनकाल : ऑक्टोबर, २००९ / जानेवारी, २०११ /
सुधारित आवृत्ती : जून, २०१९

किंमत : ₹ २४०

P Book ISBN 9788184980738
E Book ISBN 9789387789715
E Books available on : amazonkindle Apple Books Google Play Books

---

व्हिक्टर फ्रँकल, एम.डी., पीएच.डी. (१९०५-१९९७),

आणि

डॉ. स्टीव्हन आर. कोव्ही (१९३२-२०१२)

ज्यांचे जीवन आणि वारसा सतत अंधाराला उजळत राहील,
तसेच आयुष्यातील अर्थ शोधणाऱ्या जगातील सर्व व्यक्तींना

जगविख्यात मनोवैज्ञानिक व तत्त्वज्ञानी व्हिक्टर फ्रँकल यांच्या तत्त्वप्रणाली व उपचार पद्धतींची अंमलबजावणी, स्वतःच्या वैयक्तिक आणि व्यावसायिक जीवनात अर्थ आणण्यास शिकणे, सर्वांगीण आयुष्य विकसित करणे आणि स्वतःतील संभाव्यता पूर्णत्वास नेणे.

मूलभूत तत्त्वे

१. दृष्टिकोन निवडण्याच्या आपल्या स्वातंत्र्याची अंमलबजावणी करा. प्रत्येक परिस्थितीत, मग ती कितीही हलाखीची का असेना किंवा वाटेना, स्वतःचा दृष्टिकोन निवडण्याचे आपले स्वातंत्र्य अबाधित असते.

२. अर्थपूर्ण जीवन जगण्याची आपली तळमळ साकार करा. केवळ तुम्हीच तुमच्या आयुष्यातील मूल्ये व उद्देश प्रत्यक्षात आणू शकता. ती साकार करण्याचा निर्धार करा.

३. आयुष्याच्या प्रत्येक क्षणातील अर्थ ओळखा. आलेल्या कुठल्याही क्षणातील अर्थ ओळखून तो आपल्या जीवनपटलाच्या पोतात गुंफायची जबाबदारी घेऊन केवळ तुम्हीच स्वतःच्या जीवनाचे उत्तरदायी होऊ शकता.

४. स्वतःच्या पायावर धोंडा पाडून घेऊ नका. कुठल्याही हेतूवर वा फलितावर फाजील लक्ष केंद्रित करून इच्छित फलप्राप्तीविरुद्ध कार्य करू नका.

५. स्वतःकडे अलिप्ततेने पाहा. स्वतःकडे अलिप्ततेने, विनोदबुद्धीने पाहण्याची क्षमता केवळ मानवाकडे आहे.

६. लक्ष परिवर्तन. अडचणीच्या व कठीण काळातील समस्यांवरून आपले लक्ष परावर्तित करून, ते इतर ठिकाणी केंद्रित करून ताणतणाव सहन करण्याची तसेच अडचणीस तोंड देण्याची आणि बदल घडवून आणण्याची आपली क्षमता वाढवा.

७. स्वतःव्यतिरिक्त इतरांकडे बघण्यास शिका. व्यावसायिक जीवनात आपले लक्ष स्वतःव्यतिरिक्त इतर ठिकाणी केंद्रित करून मानवी मनांचे चैतन्य वाढवा.

प्रस्तावना

व्हिक्टर फ्रँकल सप्टेंबर १९९७ मध्ये स्वर्गवासी झाले, त्याच्या काही दिवस अगोदर प्रकृती अस्वास्थ्यामुळे त्यांना दवाखान्यात ठेवल्याची माहिती मला मिळाली होती. त्यांच्याशी बोलून त्यांच्याबद्दल वाटणारी कृतज्ञता व्यक्त करण्यास मी आतुर होतो. जीवनभराच्या त्यांच्या कार्याबद्दल मला नितांत आदर वाटतो. माझ्यासह लक्षावधी लोकांना त्यांनी प्रभावित केले आहे, माझ्या कामावर त्यांच्या कार्याचा खोल ठसा उमटलेला आहे, हे सारं मला त्यांना सांगायचं होतं. त्यांची दृष्टी गेली आहे आणि त्यांची पत्नी त्यांना दवाखान्यात रोज तासन्तास काहीतरी वाचून दाखवते हे मला कळले होते. त्यांना भेटल्यानंतर आणि त्यांचा आवाज ऐकून मला काय वाटले ते माझ्या कायम स्मरणात राहील. माझे कृतज्ञतेचे व प्रेमाचे बोल त्यांनी अत्यंत कनवाळूपणे आणि सहज सुंदरतेने ऐकून घेतले. आपण एखाद्या उदात्त आत्म्याशी बोलत आहोत, असे मला वाटत होते. बराच वेळ शांतपणे माझे बोलणे ऐकून घेतल्यानंतर ते मला म्हणाले, ''तू माझ्याशी असं बोलतो आहेस की, जणू काही मी आत्ताच मरायला टेकलो आहे. अरे, मला अजून दोन महत्त्वाचे प्रकल्प पूर्ण करायचे आहेत.'' अगदी व्हिक्टर फ्रँकलना साजेसे यथार्थ बोल होते ते. आपल्या लोगोथेरपीच्या तत्त्वांचे जणू ते पालन करीत होते.

शेवटपर्यंत योगदान करत राहण्याची त्यांची निष्ठा पाहून मला त्यांनी त्यांच्या कॅनडामधील मॉन्ट्रियल गावातील प्रसिद्ध डॉक्टर हॅन्स सिलींबरोबर केलेल्या कामाची आठवण झाली. डॉक्टर सिली यांचा मानसिक ताणतणाव या विषयावर केलेल्या संशोधन व लेखनासाठी नावलौकिक होता. सिलींची शिकवण होती की, जेव्हा आपण अर्थपूर्ण कामाच्या प्रकल्पात गुंतलेलो असतो, तेव्हा आपली रोगप्रतिबंधक शक्ती बळावते आणि आपल्या शरीराला वृद्धत्वाकडे नेणारी शक्ती मंदावते. असे काम करत असताना होणारा ताण हा दबाव निर्माण करणारा ताण नसतो. तो, ज्याला डॉक्टर सिलींनी संतुलनाचा ताण (युस्ट्रेस) असं नाव दिलंय. अप्रामाणिक

निरर्थक आयुष्य जगल्यामुळे निर्माण होणारा ताण मनावर दबाव निर्माण करतो. माझी खात्री आहे की, फ्रँकल आणि सिली हे समान वृत्तीचे मित्र एकमेकांवर प्रभाव पाडत होते. एकमेकांस पूरक बनवून अर्थपूर्ण जगण्याचा शोध घेण्याच्या शारीरिक व मानसिक उपयुक्ततेची माहिती शिकवायचे काम करत होते.

जेव्हा डॉक्टर ॲलेक्स पॅटाकोस यांनी मला त्यांच्या, 'प्रिझनर्स ऑफ अवर थॉट्स' नावाच्या पुस्तकाला प्रस्तावना लिहिण्याची विनंती करून सन्मानित केले आणि डॉक्टर व्हिक्टर फ्रँकलनी आपल्याला हे पुस्तक लिहायला सुचवलं असं सांगितलं, तेव्हा आपल्याला खूप प्रतिष्ठा मिळाली आहे असं मला वाटलं. मी तसे करण्यास उद्युक्त झालो. विशेषतः जेव्हा माझे व्यवस्थापन व नेतृत्व या विषयांतील विविध संस्थांबरोबर केलेले काम आणि पॅटाकोसच्या सुंदर पुस्तकाचा गाभा असलेले, व्हिक्टर फ्रँकलचे व्यवसायातील तत्त्वे या विषयावरील काम या दोन्हींचा सुरेख मेळ बसतोय असं त्यांना वाटल्याचं मला समजलं, तेव्हा प्रस्तावना लिहिण्याची माझी इच्छा अधिकच बळावली. पत्रातील 'स्वतःच्या मृत्यूच्या वर्षभर आधी त्यांच्या अभ्यासिकेत बसलो असताना माझे दंड धरत ते मला म्हणाले की, ॲलेक्स, वाचकाला तुझ्या पुस्तकाची खूप गरज आहे,' हा मजकूर वाचून या पुस्तकाचे महत्त्व अधिकच जाणवले.

१९६० च्या दशकात, 'मॅन्स सर्च फॉर मीनिंग' आणि 'द डॉक्टर अँड द सोल' ही दोन पुस्तके वाचून मी किती हेलावून गेलो होतो! त्या पुस्तकांनी मला किती प्रेरित केलं होतं हे मी कधीच विसरू शकणार नाही. ही दोन पुस्तके आणि फ्रँकलचे इतर लिखाण व भाषणे यांनी निवड करण्याची आपली शक्ती, स्वतःबद्दल जाणीव असण्याची अनुपम मानवी देणगी, आपले सार, अर्थासाठी चालणारी आपली धडपड या बाबतच्या माझ्या धारणांना आणि माझ्या आत्म्याच्या तत्त्वप्रणालीला पुष्टी दिली होती. हवाई बेटावर लेखनकार्यासाठी सुट्टीवर असताना एकदा मी चिंतनशील भावावस्थेत तेथील महाविद्यालयाच्या ग्रंथालयात पुस्तकांच्या चवडीमधून भ्रमंती करत होतो. सहजच एक पुस्तक हातामध्ये धरले आणि त्यातील तीन ओळी वाचताच मी अक्षरशः लटपटलो. पुन्हा एकदा व्हिक्टर फ्रँकलच्या शिकवणीला दुजोरा मिळाला.

‘उद्दीपक आणि प्रतिसाद यांमध्ये एक जागा असते,
त्या जागेत राहते आपले स्वातंत्र्य आणि आपली शक्ती;
प्रतिसादाची निवड करण्याची.
आपल्या प्रतिसादात असतो आपला विकास नि आपलं सुख.’

त्या वेळी त्या ओळींच्या लेखकाचे नाव मी टिपून घेतले नाही; त्यामुळे मला त्या लेखकाला नीटपणे श्रेय देता आले नाही. नंतर पुन्हा एकदा हवाईला गेलो असताना मी त्या ओळींचे मूळ शोधायचा प्रयत्नही केला; पण तेव्हा ग्रंथालयाची इमारतच अस्तित्वात नव्हती.

‘आपल्या आयुष्यात काहीतरी घटना, कृती घडते. त्या उद्दीपक कृतीस आपण प्रतिसाद देतो आणि प्रतिक्रिया घडते. त्या मधल्या जागेत असते आपल्या प्रतिक्रियेची निवड करण्याचे आपले स्वातंत्र्य. आपल्या प्रतिक्रियेचा आपल्या आयुष्यावर परिणाम होतो. ‘या साऱ्यात सुंदर चित्र रेखाटले आहे ते’ आपण आपल्या निर्णयाने परिस्थितीचे गुलाम न बनता आपल्या आयुष्यात वळण देऊ शकतो या वस्तुस्थितीचे. ‘व्हिक्टर फ्रँकल सातत्याने शिकवत असलेल्या तीन मूल्यांचे चित्र इथे स्पष्ट होताना दिसते. सर्जनशीलतेचे मूल्य, अनुभवाचे मूल्य आणि दृष्टिकोनाचे मूल्य, समोरच्या परिस्थितीला कसे तोंड द्यायचे ते ठरवायची शक्ती आपल्यात असते (आणि जेणेकरून) आपल्या परिस्थितीला वळण द्यायची शक्ती आपल्यात असते. तसं करायची आपली जबाबदारीही असते. जर आपण त्या मधल्या जागेत, तिथे वसत असलेल्या आपल्या स्वातंत्र्याकडे आणि जबाबदारीकडे दुर्लक्ष केले तर आपल्या आयुष्याचे सार, आपला वारसा विफल होईल.

एकदा मी एका लष्करी छावणीतून बाहेर पडत होतो. त्या छावणीत काही दिवस मी ‘मूल्यांवर आधारित नेतृत्व’ हा विषय शिकवत होतो. तेथील मुख्य अधिकाऱ्याचा (तो कर्नल होता.) निरोप घेत असताना मी त्याला एक प्रश्न विचारला. तुमच्या नोकरीचे हे तिसावे वर्ष आहे, या वर्षाअखेर तुम्ही सेवानिवृत्त होणार आहात. तुमची लष्करी कारकीर्द यशस्वी ठरलेली आहे. तो साचा तसाच चालू ठेवून..., अनेक वर्षांच्या समर्पित वृत्तीने केलेल्या कारकिर्दीबरोबर मिळणारे सारे मानमरातब, कौतुक यांचा स्वीकार करत तुम्ही सहज निवृत्त होऊ शकता.

मग या लष्करी संस्कृतीत, 'मूल्यांवर आधारित नेतृत्व' यासारखा विषय शिकवून आमूलाग्र बदल घडवून आणणे हे प्रवाहाविरुद्ध पोहण्याइतके कठीण आहे हे माहीत असूनसुद्धा हा अभ्यासक्रम इथे उपलब्ध करून बदल घडवून आणण्याचा खटाटोप तुम्ही का हाती घेतलात? यावर त्यांनी दिलेले त्याचे उत्तर अविस्मरणीय होते. ते जणू माझ्या हृदयावर कोरले गेले आहे. तो अधिकारी म्हणाला, ''माझे वडील नुकतेच वारले. आपल्या मृत्यूची वेळ जवळ आली आहे हे ओळखून त्यांनी मला व माझ्या आईला आपल्या बिछान्याजवळ बोलावले. मला आपल्या जवळ यायची खूण केली. त्यांना मला काहीतरी सांगायचे होते. माझी आई जवळच उभी राहिली. तिच्या डोळ्यांतून अश्रुधारा वाहत होत्या. माझे वडील म्हणाले, मला वचन दे की, तू माझ्यासारखे जीवन जगणार नाहीस म्हणून. मी तुझ्यावर आणि तुझ्या आईवर अन्याय केला. माझ्या असण्याने जगात काहीही फरक पडला नाही. तू माझ्यासारखे जीवन जगू नकोस.''

तो लष्करी कमांडर म्हणाला, 'स्टीव्हन, त्यासाठी मी हा बदल घडवून आणण्याचा खटाटोप करतो आहे. मला माझ्या तुकडीला कामगिरीच्या व योगदानाच्या एका वरच्या पातळीवर घेऊन जायचे आहे. माझ्या जगण्याला काहीतरी अर्थ द्यायचा आहे. आयुष्यात प्रथमच मी माझ्या मागून येणारी व्यक्ती माझ्यापेक्षा अधिक यशस्वी व्हावी, अशी प्रार्थना करतो आहे. आतापर्यंत मी स्वतः सर्वांत यशस्वी ठरावे अशी आशा करायचो; परंतु आता तसे नाही. ही तत्त्वे आमच्या संस्थेचा अविभाज्य घटक व्हायला हवी आहेत. तसे केल्याने जिच्यात टिकाव धरायची शक्ती असेल अशी संस्कृती निर्माण होईल. हे काम सोपे नाही याची मला जाणीव आहे. हे काम पूर्ण करण्यासाठी कदाचित मी आणखी काही वर्षे नोकरी करण्याची सवलत मागेन. माझ्या वडिलांनी मला दिलेल्या सर्वांत मोठ्या वारशाचा मान मला ठेवायचा आहे. तो आपण जगात आल्यासारखे काही चांगलं करून जावं या इच्छेचा वारसा आहे.''

या कर्नलकडून आपण शिकतो की, धैर्य म्हणजे भीतीचा अभाव नव्हे तर त्याहून अधिक महत्त्वाचं असं काहीतरी आहे याची जाणीव. आपले एक-तृतीयांश आयुष्य व्यवसायासाठी तयारी करण्यात अथवा तो करण्यात जाते. नोकरी बहुधा संस्थेत केली जाते. आपली सेवानिवृत्तीदेखील एखाद्या संस्थेत, कुटुंबात अथवा

समाजात केलेल्या अर्थपूर्ण प्रकल्पांनी भरलेली अशी असावी. केलेले कार्य व केलेले प्रेम या दोन गोष्टींत आपल्या मर्त्य आयुष्याचे सार आहे.

सुप्रसिद्ध मानवतावादी मानसोपचारतज्ज्ञ अब्राहम मॅस्लॉव्ह आपल्या आयुष्याच्या अखेरीस याच निष्कर्षाप्रत आला. त्याचा हा निष्कर्ष फ्रँकलच्या 'अर्थाची तळमळ' या तत्त्वास पुष्टी देणारा होता. आपले गरजांवर आधारित श्रेणी रचनेचे तत्त्व (हायरारकी ऑफ नीड्स) हे नावाप्रमाणेच गरजांवर फारच जास्त भर देणारे होते आणि स्वतःचा उद्धार करणे ही सर्वांत उच्च श्रेणीची गरज नाही असं मला वाटू लागलं. आयुष्याच्या अखेरीस त्याचा निष्कर्ष असा होता की, स्वतःपलीकडे, स्वतःच्या पार जाता येणे ही मानवी आत्म्याची सर्वांत मोठी गरज आहे. त्याचे हे म्हणणे व्हिक्टर फ्रँकलच्या म्हणण्यास दुजोरा देणारे होते. मॅस्लॉव्हची बायको आणि संशोधनातील त्याचा सहकारी या दोघांनी मिळून मॅस्लॉव्हच्या अखेरच्या दिवसांतील त्याच्या या विचारांची, 'द फरदर रिचेस ऑफ ह्यूमन नेचर' नावाच्या पुस्तकात नोंद केली आहे.

संस्थांबरोबर आणि कामगार जगातील लोकांबरोबर केलेले माझे काम, वैयक्तिक तसेच संस्थेचे कार्यविधान (मिशन स्टेटमेंट) तयार करण्यावर भर देते. मला असे जाणवते, जेव्हा व्यक्ती एकमेकांबरोबर मोकळेपणाने बोलतात, एकविचाराने काम करतात आणि जेव्हा त्यांना त्यांच्या उद्योगधंद्यातील अथवा व्यवसायातील वस्तुस्थितीची व संस्कृतीची ओळख करून दिलेली असते, तेव्हा ते सामूहिक जाणिवेचा, सदसद्विवेकबुद्धीचा स्रोत धुंडू शकतात. खराखुरा वारसा जपण्यासाठी आवश्यक असलेली मूल्यांची भर घालण्याची निकड त्यांना जाणवते आणि असे झाल्यावर तो वारसा प्रत्यक्षात आणण्यासाठी ते मूल्यमार्गदर्शिका निर्माण करू शकतात. साध्य व साधन ही एकमेकांपासून वेगळी करता येत नाहीत. खरे पाहिले तर साध्य हे साधनातच वसलेले असते. अयोग्य मार्गाने सुयोग्य साध्य साधता येत नाही.

शिकवत असताना मला असं आढळून आलं की, सर्वांत आनंददायी, सर्वांत खळबळजनक, प्रेरणादायक अशा एका कल्पनेचा जर कोणी विशेष गांभीर्याने विचार केला असेल तर तो 'निवड करण्यातील शक्ती' या कल्पनेचा. 'आपले भविष्य वर्तविण्याचा सर्वांत खात्रीलायक मार्ग म्हणजे ते भविष्य स्वहस्ते घडवणे

हा आहे' ही ती कल्पना. म्हणजेच वैयक्तिक स्वातंत्र्याची कल्पना, व्हिक्टर फ्रँकलचा, 'आयुष्य मला काय करायला साद घालत आहे' हा प्रश्न विचारायला शिकवण्याची कल्पना. हे स्वातंत्र्य म्हणजे, 'कशापासून' मिळवलेले स्वातंत्र्य नसून 'कशासाठी' तरी वापरलेले स्वातंत्र्य असते. बाहेरून आत डोकावणारा नसून 'आतून बाहेर' डोकावून पाहणारा असा हा दृष्टिकोन आहे.

ही जाणीव, ही वैचारिकता जेव्हा लोकांच्या मनाचा पगडा घेते आणि त्यानंतर त्यांनी आपल्या सदसद्विवेकबुद्धीस निष्ठावंत राहत प्रश्न विचारले तर ते निर्माण करत असणारी मूल्यदर्शिका हमखास हेतुपूर्ण आणि स्वतःपलीकडे बघणारी अशी असेल. ते स्वतःच्या आयुष्याहून अधिक विशाल असलेल्या मूल्यांची भर घालत, इतरांच्या आयुष्यास योगदान देणाऱ्या अशा अर्थाकडे बघत असतील. नाझी जर्मनीतील छळछावणीत व्हिक्टर फ्रँकल यांनी असेच कार्य केले. असे झाल्यास त्या व्यक्ती दुष्टचक्र मोडतात, नवे चक्र तयार करतात; सकारात्मक चैतन्य निर्माण होते अन् त्या संक्रमक व्यक्ती बनतात. भूतकाळातील अविचारी पद्धती व दृष्टिकोन बदलू शकणाऱ्या अशा व्यक्ती.

आपण जे पाहतो आणि करतो त्याच्या परिसीमा
आपण जे पाहत नाही, त्याने सीमित होतात.
आणि आपण अवलोकन करीत नाही म्हणून
आपण लक्षात घ्यायला विसरतो.
बदलण्यासाठी
आपण करू शकतो असे थोडे असते
जोपर्यंत आपल्या लक्षात येत नाही
दुर्लक्षित केल्याने कशी
आपल्या आचार नि विचारांची घडण बनते.

आर. डी. लेंग

अशा प्रकारच्या विचारांनी आणि डॉक्टर पॅटाकोसनी 'असणे' या महत्त्वाच्या पुस्तकात वर्णन केलेल्या सात अत्युत्तम तत्त्वांनी एक प्रकारच्या नवीन महानतेची,

दिव्यतेची निर्मिती केली जाते की, जेथे चारित्र्य व योगदान, जाणीव व प्रेम, निवड नि अर्थ साऱ्यांनाच एकमेकांबरोबर आनंद घेत काम करता येते. ही असते प्रमुख दर्जाची महानता. दुय्यम दर्जाच्या मोठेपणाची तुलना करता तेथे (दुय्यम दर्जाच्या मोठेपणात) व्यावहारिकदृष्ट्या यशस्वी; पण जीवनात असमाधानी लोक राहात असल्याचे आढळून येईल.

जाता जाता, या पुस्तकातून नक्की काय शिकायचे ते समजावण्यासाठी मी दोन सूचना करू इच्छितो. पहिली सूचना अशी की, तुमच्या बरोबर राहणाऱ्या व काम करणाऱ्यांतील ज्यांना ज्यांना या पुस्तकात लिहिलेल्या विषयाची आवड असेल अशा साऱ्यांना, एक-एक करून ही सात तत्त्वे शिकवा. त्याबद्दल माहिती द्या. दुसरे म्हणजे आचरणात आणा. एखादी गोष्ट शिकणे, तिचा वापर करणे हे शिकल्यासारखेच आहे. एखाद्या गोष्टीची माहिती असणे; पण ती गोष्ट न करणे हे माहिती नसल्यासारखेच आहे. जर आपण ही सात तत्त्वे बौद्धिक पातळीवर शिकलो, ती तोंडपाठ म्हणून दाखवली; परंतु ती आचरणात आणली नाहीत आणि कुणाला शिकवली नाहीत तर आपण उजेडाचे गुणधर्म, डोळ्यांची जडणघडण, पाहणे म्हणजे काय इत्यादीची केवळ बौद्धिक सैद्धान्तिक आधारावर जाणून घेतलेली माहिती देणाऱ्या एखाद्या जन्मांधासारखे ठरू.

हे पुस्तक वाचत असताना मी तुम्हाला आपल्या दृष्टिकोनाची निवड करण्याच्या स्वातंत्र्याचा अनुभव घेण्याचे, अर्थाची तळमळ वापरण्याचे, आयुष्य क्षणांत अर्थ शोधण्याचे, स्वतःच्या पायावर धोंडा न पाडून घेण्याचे, स्वतःकडे अलिप्ततेने बघण्याचे, आपले लक्ष परावर्तित करण्याचे आणि स्वतःव्यतिरिक्त इतरांकडे बघायला शिकण्याचे आवाहन करतो.

या पुस्तकातील मजकूर आणि ही तत्त्वे क्रमाक्रमाने शिका असे मी म्हणेन. म्हणजे प्रथम पहिले तत्त्व वाचून, आत्मसात करून आणि त्याचा वापर करून असे शिका. त्यानंतर दुसरे तत्त्व हाती घ्या आणि असे करत संपूर्ण मजकूर आत्मसात करा. कदाचित तुम्हाला प्रथम संपूर्ण पुस्तक अथपासून इतिपर्यंत वाचून त्याचा आढावा घ्यावा आणि नंतर आपल्या अनुभवांतून वरीलप्रमाणे पुस्तक क्रमाक्रमाने वाचावे असेही वाटेल.

तुम्ही बदल घडवून आणणारे उत्प्रेरक अशी संक्रमक व्यक्ती बनाल. वाईट

पद्धतीचे चक्र थांबवून नवे चक्र सुरू कराल. पूर्वी कधीही न अनुभवलेला जीवनातील अर्थ तुम्ही अनुभवाल. माझ्या स्वतःच्या अनुभवांमुळे आणि विविध क्षेत्रांत काम करणाऱ्या अनेक संस्थांबरोबर आणि व्यक्तींबरोबर केलेल्या व्यावसायिक कामामुळे मला ते चांगले माहीत आहे.

माझ्या आजोबांनी मला शिकवल्याप्रमाणे तसेच व्हिक्टर फ्रँकलच्या शिकवणीप्रमाणे आयुष्य हा एक यज्ञ आहे. केवळ व्यवसायातील प्रगतिपट नाही.

स्टीव्हन कोव्ही

मनोगत

व्हिक्टर फ्रँकल (१९०५-१९९७) हे ऑस्ट्रेलिया देशातील व्हिएन्ना शहरात राहणारे नावाजलेले मनोवैज्ञानिक होते. ते जन्माने ज्यू असल्यामुळे दुसऱ्या महायुद्धाच्या काळात त्यांना आणि त्यांच्या कुटुंबीयांना छळछावणीत डांबण्यात आले. तेथे त्यांचा अन्वनित छळ झाला. कुटुंबातील त्यांची तरुण गर्भवती पत्नी, आई, वडील, भाऊ, भावजय यांच्यासह अनेक प्रिय व्यक्ती दगावल्या. एवढ्या मोठ्या आघातानंतर ते पुन्हा उठून उभे राहिले, हीच मुळी अत्यंत कौतुकाची व आदराची गोष्ट आहे. व्हिक्टर फ्रँकल हे फक्त स्वतः उठून उभे राहिले नाहीत, इतर अनेक लोकांसारखे युद्धानंतर छावणीतून, सुटका झाल्यावर युरोपबाहेरही गेले नाहीत तर, त्या वादळात सापडलेल्या इतरांवर मनोवैज्ञानिक या नात्याने उपचार करीत राहिले. इतरांना त्यांच्या जखमांवर मलमपट्टी करणारा मदतीचा हात फ्रँकलनी दिला. इतरांना बरे करता करता त्यांच्या स्वतःच्या जखमांवरही खपली बसायला लागली. तिचा व्रण राहिला तरी त्या व्रणाला कुरवाळत न बसता त्यांनी आपले लक्ष साऱ्यांचे आयुष्य अधिक समृद्ध, सुखकर कसे करता येईल यावर केंद्रित केले. छावणीतल्या अनुभवांवर आधारित मानसोपचाराची लोगोथेरपी नावाची पद्धत त्यांनी शोधून काढली. त्याचबरोबर त्या वेळी प्रचलित असलेल्या मानसशास्त्रांच्या तत्त्वांना नवी दिशा दाखवत त्याला मानवतेचे अस्तर लावले. केवळ मनाचा भूतकाळातील तळाचा शोध घेण्यात मग्न न राहता, त्यात बुड्या न मारता फ्रँकलने मनाच्या संभाव्य उंचीकडे नजर फिरवली व ती गाठायचा मार्ग दाखवला.

व्हिक्टर फ्रँकल लिखित, 'मेन्स सर्च फॉर मीनिंग' हे पुस्तक माझ्या वाचण्यात आले. त्याने मनाचा ठाव घेतला. मी त्यांच्या जीवनाचा व कार्याचा अभ्यास केला; दुर्दैवाने ते आता हयात नाहीत म्हणून त्यांच्या संस्थेत जाऊन त्यांच्या मुलीची व जावयाची भेट घेतली आणि पुस्तकाच्या अनुवादासाठी त्यांची परवानगी मागितली. त्यांनी मोठ्या औदार्याने, कुठलीही खळखळ न करता, कसलीही अट न घालता

परवानगी दिली. पुस्तकाचा अनुवाद करून मी ते प्रकाशनासाठी भारतात पाठवले.

हे सारे करत असताना संगणकावर एक संदेश आला. पाठविणाऱ्याचे नाव होते ॲलेक्स पॅटाकोस. Viktor frankl बद्दल मला अत्यंत आदर आहे. त्यांच्या उपचार पद्धतीवर माझा विश्वास आहे. व्यावसायिक जगात ते विचार आणि ती पद्धती अमलात आणण्याची गरज आहे असे वाटल्याने मी पुस्तकरूपाने तसा प्रयत्न केला आहे. माझ्या पुस्तकाचे नाव आहे, 'प्रिझनर ऑफ अवर थॉट्स' त्याचे भाषांतर करशील का?

या संदेशाला उत्तर देऊन मी पुस्तकाबद्दल अधिक माहिती विचारली. थोड्याच दिवसांत बरोबर एक सुरेखशी चिठ्ठी लिहिलेले पुस्तक माझ्या पत्रपेटीत येऊन पोहोचले. मी ते लगेचच वाचून काढले. व्हिक्टर फ्रँकल त्यांच्यासारखेच युरोपियन संस्कृतीतील विसाव्या शतकात रुजले-वाढले होते. त्यांची शैली व लेखन मला मनोवेधक, व्यासंगपूर्ण, युरोप व मध्यपूर्व देशांतील मागच्या - पुढच्या शतकांतील अनेक तत्त्वज्ञानांचे संदर्भ देत लिहिलेले, किंचित जडत्वाकडे झुकणारे असे वाटले. ॲलेक्स पॅटाकोसने फ्रँकलच्या वाङ्मयाचे सार काढून ते साध्यासुध्या, कधी बोलीभाषा वाटावे अशा भाषेत, हल्लीच्या वाचकास रुचेल, पचेल, समजेल अशा पद्धतीने लिहिलेले वाटले. आजचे संदर्भ देत त्यांनी फ्रँकलची तत्त्वे एकविसाव्या शतकातील व्यावसायिक जीवनाला कशी लागू पडतात, ते सांगून ती अमलात आणण्याच्या पद्धतीचे वर्णन केले होते.

ॲलेक्स पॅटाकोसने या पुस्तकाचा हेतूही सांगितला आहे. ते म्हणतात, 'जे कार्य व्हिक्टर फ्रँकलने मानसोपचाराच्या जगात केलं आहे, ते मला व्यावसायिक जगात करायचं आहे.' वर सांगितल्याप्रमाणे फ्रँकलनी मानसोपचाराच्या शास्त्राला व्यापकता दिली, तिला मानवतावादी बनवलं, नैतिक मूल्यांची महती शिकवली, एकूण उपचार पद्धतीला नवी दिशा दाखवली. जागतिकीकरण आणि त्यामुळे साऱ्यांनाच जाणवत असणारी अस्थिरता, नैतिक मूल्यांची व्यावसायिक जीवनातील आणि पर्यायाने वैयक्तिक जीवनातीलसुद्धा बदलती परिमाणे, त्यातून उद्भवणारी भीती व चिंता आणि तिचे दुष्परिणाम, मार्गदर्शनास उपलब्ध असलेल्या भव्यदिव्य व्यक्तिमत्त्वाचा अभाव हे सारे ॲलेक्स पॅटाकोसना त्यांच्या मानसोपचाराच्या व्यवसायात पाहायला व अनुभवायला मिळत होते. व्हिक्टर फ्रँकलच्या कार्याचा उपयोग

व्यावसायिक जीवन संपन्न करण्यासाठी कसा करता येईल, याबाबतचे विचार त्यांच्या मनात घोळू लागले. कल्पना साकार होऊ लागल्या. त्या घेऊन ते Viktor frankl कडे गेले आणि आपला प्रस्ताव त्यांच्यापुढे मांडला. 'ॲलेक्स समाजाला तुझ्या या पुस्तकाची गरज आहे,' असा आशीर्वाद घेऊन ते परतले.

व्हिक्टर फ्रँकलची शिकवणूक पॅटाकोसनी सात मूलभूत तत्त्वांत मांडली आहे. ती प्रत्यक्षात आणण्यासाठी त्यांनी उदाहरणे दिली आहेत. सरावासाठी स्वाध्याय देऊन व्यवहार उपयोगी मार्गदर्शन केले आहे.

त्यांचा हेतू पूर्ण झाला आहे असे मला वाटले. पुस्तकाचा साधेपणा व त्याच्या मुळाशी असलेले, 'करमुले तू गोविंदः'सारखे मूल्य भावले; त्यांच्या कामाचे महत्त्व पटले आणि मी अनुवाद करण्यास होकार दिला.

देशाची प्रगती मोजण्याच्या आजच्या परिमाणातील एक ठळक उदाहरण म्हणजे देशाने निर्माण केलेल्या उत्पादनाची, अर्थात खिळ्यापासून ते विमानापर्यंतच्या वस्तूंची मोजदाद (याला इंग्रजीत जी.एन.पी., ग्रॉस नॅशनल प्रॉडक्ट असे म्हणतात). तसे करताना त्या वस्तू बनविणाऱ्या माणसांची, त्यांच्या स्थितीची अर्थपूर्ण मोजदाद केलेली दिसत नाही. जन्म-मरणाचे कमी-अधिक बरोबर असलेले आकडे दिसतात तेवढेच! परंतु कोणते राष्ट्र कोणत्या प्रमाणात जगात दिशा दाखवणारे महापुरुष (पुरुष हा शब्द व्यक्ती या अर्थाने वापरलेला आहे.), विविध क्षेत्रांतील वैज्ञानिक (केवळ पदवीधर नव्हे), कवी, लेखक, तत्त्वज्ञानी, विचारवंत निर्माण करत आहे? याकडे लक्ष दिले जात नाही. जणू काही केवळ वस्तू, इमारती व त्यायोगे मिळणारे भौतिक सुख आणि विघातक शस्त्रे (व त्यामुळे वाटणारा शक्तीचा आभास) यांनी राष्ट्रे बनवली, घडवली, टिकविली जातात. ज्यांना माझे हे म्हणणे पटणार नाही त्यांनी इतिहासाचा आढावा घेऊन स्वतःचा निष्कर्ष काढावा. तसे करताना 'अग्रतः चतुरो वेदाः' हा मंत्र विसरला जातो आहे. निदान त्याविषयी चर्चा होताना दिसत नाही. अंतराळात प्रवास करताना जिथे परत फिरायचे आहे त्या पायाखालच्या जमिनीवरचे लक्ष उडत चालले आहे, असा भास होतो.

ॲलेक्स पॅटाकोसनी या पुस्तकात त्या विषयावर लक्ष केंद्रित केले आहे असे जाणवते. व्यावसायिक जगात चांगली व्यक्ती कशी घडवता येईल, चांगल्या वातावरणाची निर्मिती कशी करता येईल, केलेले काम अर्थपूर्ण असल्याचे समाधान

मिळवत व्यावसायिक आणि व्यक्तिगत जीवन समृद्ध कसे करता येईल, सकारात्मक चैतन्य कसे निर्माण करता येईल आणि सर्वांसाठी उपयुक्त अशा जगाची जगाची निर्मिती कशी करता येईल, यावर त्यांनी भर दिलेला दिसतो. विशेष म्हणजे तसे करताना भौतिक सुखाचा बळी द्यावा लागत नाही हे त्यांनी दाखवून दिले. हे घडवून आणण्यासाठी त्यांनी व्हिक्टर फ्रँकलच्या तत्त्वांची बैठक घेतली आहे. त्या तत्त्वांच्या उपयोगाचे मार्ग दाखवले आहेत. अधिकाधिक विकसित, अधिकाधिक आधार देणारे, अधिक चांगले, अधिक उपयुक्त व परिपूर्ण जग निर्माण करायची जबाबदारी जगातल्या प्रत्येक काळातील, प्रत्येक रहिवाशाची आहे तसेच त्या रहिवाशांनी बनविलेल्या संस्थांची आहे. ती कशी पार पडावी, यासाठी हे पुस्तक उपयुक्त ठरावे. व्हिक्टर फ्रँकलनी म्हटल्याप्रमाणे आयुष्यात काय अर्थ आहे असे न विचारता मी आयुष्यात कोणता अर्थ भरणार आहे, असे विचारायला हवे.

या नवीन सुधारून वाढवलेल्या आवृत्तीत इलेन डनडन या ॲलेक्स पॅटाकोसच्या सहचारिणीने स्वतःच्या ज्ञानाची व अनुभवांची आणि मर्मज्ञ दृष्टीची भर घालून पुस्तकास अधिक समृद्ध बनवले आहे. तिने आणखी काही नवीन वाटा दाखवल्या आहेत; त्यामुळे पुस्तकाचा कस अधिकच वाढला आहे. तसेच त्या दोघांनी मिळून या आवृत्तीत मीनिंगॉलॉजी (अर्थाचे शास्त्र; अर्थशास्त्र नव्हे) या महत्त्वपूर्ण कल्पनेची भर घातलेली आहे. व्हिक्टर फ्रँकलच्या तत्त्वांचे अधिक स्पष्टीकरण देऊन, त्याचे सरळीकरण करून आणि त्यातील संकल्पनांचे एकत्रीकरण करून तत्त्वे आचरणात आणण्यासाठी मोलाची भर घातली आहे. व्हिक्टर फ्रँकलचा वारसा पुढे चालू राहील हा विश्वास त्यांनी व्यक्त केला आहे.

कदाचित यावर काहीजण 'यात नवीन असे काय आहे? आमच्या गीतेत, वेदांमध्ये, कथा-पुराणांत, तत्त्वज्ञानात, संतवाङ्मयात हे सगळं आधीच सांगून ठेवलेलं आहे असे म्हणण्याची शक्यता आहे. ते खरंदेखील आहे. इंग्रजीमध्ये, 'देअर इज नथिंग न्यू अंडर द सन' अशी एक म्हण आहे. 'या पृथ्वीतलावर या सूर्याखाली नवे असे काहीच नाही' असा त्याचा अर्थ. ज्ञानदेखील पूर्वी साऱ्यांनी मिळवून ठेवले आहेच. त्यांनी मिळवले आहे; परंतु प्रत्येक व्यक्तीस स्वतःसाठी ते पुनःपुन्हा मिळवावे लागते. वरील आक्षेप घेणाऱ्यांसाठी माझे तेच उत्तर असेल. हे ज्ञान आपल्याला स्वतः नव्याने मिळवावे लागेल. स्वतःला खालील प्रश्न विचारावे

लागतील. आपल्या ग्रंथांत असलेले सारे तत्त्वज्ञान मला खरंच माहीत आहे का? मी ते आत्मसात केले आहे का? त्याप्रमाणे वागता येण्यासाठी काय करायचे ते मला माहीत आहे का? बदलत्या परिस्थितीत त्या तत्त्वांचा कसा उपयोग करायचा ते मला शिकवले गेले आहे का? जर तुमच्या मनातली तत्त्वे आचरणात आणण्यासाठी, व्यक्तिमत्त्व विकसित करण्यासाठी, तुमचे व्यावसायिक जग अर्थपूर्ण करण्यासाठी, अधिक चांगले जग बनवण्यासाठी या पुस्तकाचा थोडा जरी उपयोग झाला तरी मला माझे श्रम सार्थकी लागल्यासारखे वाटेल.

आता थोडे भाषांतराविषयी

ज्यांनी भाषांतर केलं आहे किंवा भाषांतरित साहित्य वाचलं आहे त्यांना माहीत आहे की, चांगलं भाषांतर करणं ही गोष्ट वाटते तितकी सोपी नाही. प्रत्येक भाषेची आपली विशिष्ट ढब, लय असते, विशिष्ट वाक्प्रचार असतात. त्याला ऐतिहासिक संदर्भ असतो, सांस्कृतिक दृष्टिकोन असतो, एक शब्द वापरून त्यातून दुसरे काही सुचवायची रीत असते. म्हणूनच भाषांतर केवळ एकाचे बोलणे दुसऱ्याच्या मुखातून त्याच्या भाषेत येत आहे, असे भासवणारा खेळाडू नसून एका संस्कृतीचे बोल दुसऱ्यास समजावणारा हिकमती नकल्या असावा लागतो. म्हणूनच भाषांतर करायला नुसते दोन किंवा अधिक भाषांचे ज्ञान असून भागत नाही; तर उभय संस्कृतींची, त्यातील वाक्प्रचारांची, भाव व्यक्त करणाऱ्या पद्धतीची जाण असावी लागते. तसे नसल्यास शब्दशः केलेल्या भाषांतरात लेखकाच्या म्हणण्याचा मथितार्थ हरवून जाण्याची शक्यता असते. एक उदाहरण देते– गुजराथीमध्ये बोललेल्या 'माकड' या शब्दाचा 'वानर' असा शब्दशः अर्थ केल्यास मराठी माणसाचा घोटाळा होईल. कारण गुजराथी माणसाला वानर म्हणायचे नसून ढेकूण असे म्हणायचे असते. तसेच 'सीन्स देन ए लॉट ऑफ वॉटर हॅज गॉन अंडर द ब्रिज' या इंग्लिश म्हणीचे 'त्यानंतर पुलाखालून खूप पाणी वाहून गेले आहे' असे शब्दशः भाषांतर केले तर त्याचा मथितार्थ कदाचित मराठी माणसाच्या लक्षात येणार नाही. त्याऐवजी, 'त्या गोष्टीनंतर खूप उन्हाळे-पावसाळे येऊन गेले' किंवा उर्दूत 'बहुत सारे चांद ढल गये' असे म्हटल्यास वाचकांसाठी ते अधिक अर्थवाहक होईल.

मूळ लेखकाशी, त्याच्या ढबीशी अन् शब्दांशीदेखील जास्तीतजास्त प्रामाणिक

राहून त्याला अभिप्रेत असलेला त्या त्या वाक्यातील अर्थ वेगळ्या संस्कृतीतील वाचकांपर्यंत पोहोचवण्याचा प्रयत्न करताना भाषांतराबरोबर रूपांतरदेखील करावे लागते. त्याखेरीज इंग्रजीचे मराठीत किंवा इतर भारतीय भाषांत भाषांतर करताना आपल्या ऐतिहासिक संदर्भांमुळे एक आणखी प्रश्न निर्माण होतो. इंग्रजीमधील अनेक प्रतिशब्द आज भारतीय भाषेत ठाण मांडून बसले आहेत. इतके की, मूळ मराठी शब्द वापरला तर कधीकधी मराठी भाषकांना सहज लक्षात येत नाही किंवा तो रोजच्या वापरात नसल्याने बोजड वाटतो. 'शयनकक्ष' ऐवजी 'बेडरूम' म्हटलेले चटकन कळते, तेव्हा प्रश्न असा पडतो की, शुद्धतेचा अट्टाहास करत अनोळखी, अवजड शब्द वापरावा की सरळ प्रचलित इंग्लिश शब्दांची कास धरावी? विषय तांत्रिक असला तर आणखी एक प्रश्न उद्‌भवतो. बरेचदा मराठीत व इतर भारतीय भाषांत तांत्रिक पर्यायी शब्द नसतात किंवा असले तरी ते माहीत नसतात. कधीकधी असे शब्द बनवणे जास्त योग्य असते. कालांतराने बनवलेले शब्द रूढ होतात; कळू लागतात. संगणक आणि चित्रफीत ही दोन उदाहरणे झाली. कधी शब्द अगदी अपरिचित असेल तर तसे करताना मूळ विषय बाजूला पडतो. अशा परिस्थितीत कधी इंग्लिश शब्द वापरून त्याचे स्पष्टीकरण देणे अधिक उपयोगाचे ठरते. या पुस्तकाचे भाषांतर करताना अनेकदा मला असे कोडे पडले. लेखकाचे म्हणणे जास्तीतजास्त वाचकांना समजण्यासाठी या ठिकाणी कोणता मार्ग सर्वांत सुलभ होईल असा प्रश्न स्वतःला विचारला आणि यथामती त्या त्या मार्गाचा अवलंब केला. कधीकधी अतिपरिचित इंग्लिश शब्द उदाहरणार्थ- पेशंट, तसाच ठेवला. जेथे मराठी रूपांतरित शब्द चपखल बसतील असे वाटले; तेथे मराठी शब्दाचा वापर केला तर कधी मराठी आणि इंग्लिश शब्द देऊन त्याचा अर्थविस्तार करून सांगितला. हेतू हा की, नवीन शब्दाची वाचकाला ओळख व्हावी. कधी अमेरिकन संदर्भामागील कहाणी एक-दोन वाक्यांत स्पष्टीकरणास्तव सांगितली. हेतू हा की, मूळ लेखकाचे म्हणणे कळून घेण्यासाठी वाचकाला कोलांटउड्या माराव्या लागू नयेत. वाचत असलेले शब्द रसाळ वा कुतूहलजनक असे वाटावेत आणि विषय लक्षात यावा. माझा हेतू कितपत साध्य झाला ते वाचकांनी ठरवायचे आहे.

हे भाषांतर प्रत्यक्षात आणण्यास माझ्यावर अनेकांचे ऋण असल्याची मला जाणीव आहे. माझ्या लहानपणी वडील जगाच्या पाठीवरील नाना भाषिक, विविध

धर्मीय, विदेशी लोकांना घरी बोलवायचे, आम्हा मुलांना त्यांच्याशी बोलायला लावायचे; त्यामुळे सहजच कितीतरी नवीन गोष्टी शिकायची संधी मिळायची. वाचायला ते अनेक संस्कृतींतील पुस्तके आणून द्यायचे. त्या काळी अशी पुस्तके मिळवणे हे सहजसाध्य काम नव्हते. 'हे असंही असू शकतं' हा विचार करायची सवय, ते सारे शिकायची हौस, चौकसबुद्धी हा माझ्या वडिलांचा वारसा आहे आणि त्याकरता त्यांचे कधी न फिटू शकणारे ऋण बाळगणे मला आवडते.

आयुष्यात प्रवासाची संधी मिळाली. वेगवेगळ्या प्रांतांतील, देशांतील लोकांनी अनेक वेळा मदतीचा हात दिला, त्यांच्या संस्कृतीची शिकवण दिली. आंतरराष्ट्रीय बुक क्लबमधील लोकांनी वेगवेगळ्या विषयांवरील पुस्तकांवर चर्चा करताना आयुष्याकडे पाहण्याचा व्यापक दृष्टिकोन दिला. तो जमेल तेवढा आत्मसात करायचा मी प्रयत्न केला. पुस्तकांचे भाषांतर करताना त्याचा फायदा मला पदोपदी जाणवला; त्या साऱ्यांची मी ऋणी आहे.

माझी मुले सतत 'असं का?' हा प्रश्न करत असतात. त्यांना शिकवताना मीच जास्त शिकत असते. 'असेच प्रश्न विचारून मला भंडावत राहा' असे मी त्यांना म्हणेन. माझी नात मला गोष्टी वाचत राहण्याचा आग्रह करत आम्हा दोघींचा छंद जपत असते. 'सारिके, अशीच राहा.' माझी धाकटी जुळी नातवंडे ओजस व तेजस. मी त्यांना 'कोल्हा व कावळा' ही इसापनीतीमधील गोष्ट सांगितली आणि त्याचे तात्पर्य खोट्या स्तुतीमागे लागू नये हे सांगितल्यावर ते मला म्हणतात, 'आजी ते बरोबर आहे गं; पण स्वतःच्या अक्कलहुशारीने गोष्टी साध्य करता येतात हेदेखील तात्पर्य आहे ना?' त्यांचे हे विचार ऐकून मी थक्क होते. आमच्या वडिलांचा बुद्धिचातुर्याचा आणि स्वतः विचार करण्याचा वारसा ते टिकवताहेत हे पाहून मला सार्थ अभिमान वाटतो. मुलांनो, असेच डोळे उघडून, मन विस्तारून विचार करत राहा. तुम्ही सारे अधिक चांगले जग बनवत राहाल यात शंका नाही. तुम्ही देत असलेल्या आनंदाच्या देणगीने माझे जग सुंदर होते.

ॲलेक्स पॅटाकोसने वैयक्तिक ओळख नसतानाही माझ्यावर विश्वास ठेवून आपले पुस्तक माझ्या स्वाधीन केले. त्यांच्या अनुभवांची, दृष्टिकोनाची मला ओळख करून दिली; त्यांची मी ऋणी आहे.

मेहता पब्लिशिंग हाऊसचे सुनील मेहता यांनी या पुस्तकाच्या नवीन सुधारित

आवृत्तीच्या प्रकाशनाचे काम अंगावर घेतले. हे पुस्तक मला भाषांतरासाठी दिले. त्याबद्दल मी त्यांची आभारी आहे.

माझे धाकटे मित्र धनेश जोशी आणि लाखेश खुल्लर हे संगणकातील बारकावे समजावत माझे भाषांतराचे काम हलके करण्यास मला मदत करत असतात. धन्यवाद धनेश! आणि धन्यवाद लाखेश!

या साऱ्यांनी दिलेल्या देणग्यांचा पुष्पगुच्छ माझा मार्ग दरवळत ठेवण्याचे काम करतो. तो गुच्छ सदैव बाळगत राहणे मला आवडते.

डॉ. विजया बापट

तिसऱ्या आवृत्तीचे स्वागत

आजचे सतत बदलत जाणारे, गुंतागुंतीचे, अनिश्चिततादर्शक जग माणसाला जीवनात, व्यवसायात आणि समाजात अर्थ शोधण्यास अधिकच प्रवृत्त करत आहे. पहिल्या व दुसऱ्या आवृत्तीत लिहिलेला आयुष्याला होकार देणाऱ्या संदेशाचा विस्तार करणे आवश्यक आहे. त्यासाठी ही तिसरी आवृत्ती. या आवृत्तीतील महत्त्वाचा बदल म्हणजे माझ्या विचारवंत जीवन सहचरीने - इलेन डनडनने - पुस्तकात घातलेली भर. तिचा व्यावसायिक, शोधक, अर्थपूर्ण तत्त्वांचा, जडत्वाच्या पल्याडचा अभ्यास याची अनमोल भर या आवृत्तीस लाभली असल्याने ही आवृत्ती अधिक सखोल व जोशपूर्ण झाली आहे.

इलेन डनडनचा व्हिक्टर फ्रँकलबद्दलचा दृष्टिकोन

मी शैशवात असताना व्हिक्टर फ्रँकलचे, 'मॅन्स सर्च फॉर मीनिंग' हे पुस्तक वाचले. त्यातील नावीन्यपूर्ण, मर्मज्ञ विचार पुनःपुन्हा घोळत राहिले. माझ्या वैयक्तिक आणि व्यावसायिक जीवनात आलेल्या आव्हानात्मक परिस्थितीला कसे तोंड द्यायचे, त्यातील अर्थ कसा शोधायचा याबद्दल मी मार्गदर्शन घेत राहिले. मला समजायला लागले की, मी स्वतःच्या पायात बेड्या घालून घेत आहे. मी स्वतःला सीमित करत आहे. मी माझ्या स्वतःच्या परिस्थितीस आणि स्वतःच्या क्षमतेस सीमित करत आहे; एवढेच नव्हे तर इतरांच्या पायांतदेखील माझ्या विचारांची बेडी अडकवत आहे, त्यांनी कसे वागावे हे ठरवत आहे. नशिबाने माझी ॲलेक्स पॅटाकोसशी गाठभेट झाली. त्याला लोगोथेरपी या उपचार पद्धतीत असणारा रस, जडत्वापलीकडे पाहून केलेली विश्लेषण पद्धती, वैयक्तिक आणि व्यावसायिक जीवनात अर्थ शोधण्याची त्याची वृत्ती हे सारे मी पाहायला शिकले. मग आमची जगभर जोडीने केलेली भ्रमंती सुरू झाली. त्या प्रवासात आयुष्यातील अर्थ शोधत असणाऱ्या अनेकांशी वैचारिक देवाणघेवाण करण्याचा आम्हाला योग आला.

व्हिक्टर फ्रँकलची मर्मदृष्टी त्यांना कशी स्पर्शून गेली, तिने त्यांना आयुष्यातील आव्हानात्मक परिस्थितीत कशी मदत केली ते आम्हाला पाहायला व ऐकायला मिळाले. व्हिक्टर फ्रँकलचा हा असा वारसा पुढे नेण्याचे काम करणे हे मी भाग्याचे समजते. ते काम करताना सुज्ञ व समंजस सहचराबरोबर होणारा माझा प्रवास हे विशेष भाग्य! या सुधारून वाढवलेल्या तिसऱ्या आवृत्तीत आम्ही एका मूळ व अद्ययावत गोष्टीची भर घातली आहे. तशीच स्वाध्याय व उपयोजनाची भर घातली आहे. 'जीवनाच्या गाभ्यातील अर्थ', 'समाजाच्या गाभ्यातील अर्थ' आणि 'व्हिक्टर फ्रँकलचा वारसा पुढे चालू' अशा प्रकरणांचीदेखील भर घातली आहे.

'हे पुस्तक जगा', असे आमचे तुम्हाला सांगणे आहे. हे पुस्तक वाचून झाल्यावर त्यातील तत्त्वांचे मनन करून, उदाहरणांचे हवे तेवढ्या वेळा पठण करत, पुस्तकातील स्वाध्यायाचा सराव करत, आपल्या जीवनात आणि व्यवसायात ती तत्त्वे आचरणात आणून तसे जीवन जगा. तसे केल्यानंतरच हे पुस्तक केवळ तुमच्या ग्रंथालयातील अनेक पुस्तकांपैकी एक न राहता त्याहून व्यापक असे काही होईल. तसे केल्याने हे पुस्तक तुम्हाला तुमच्या जीवनातील आणि व्यवसायातील खरा अर्थ शोधायला सहायक होईल आणि तसे झाले तरच व्हिक्टर फ्रँकलने माझ्या मनावर कोरलेले, 'ॲलेक्स तुझ्या या पुस्तकाची फार गरज आहे', हे बोल त्यांना अभिप्रेत असलेला त्यातील अर्थ साकार करू शकतील.

ॲलेक्स पॅटाकोस, पीएच. डी.
इलेन डनडन, एम.बी.ए.

अनुक्रमणिका

उपोद्‌घात / १

१. आयुष्य आपोआप घडत नाही / ६

२. व्हिक्टर फ्रँकल / १६

३. दृष्टिकोन निवडण्याच्या आपल्या स्वातंत्र्याची अंमलबजावणी करा / २४

४. अर्थमय जीवन जगण्याची आपली इच्छा व तळमळ साकार करा / ४२

५. आयुष्याच्या क्षणाक्षणांतील अर्थ ओळखा / ५८

६. स्वतःच्या पायावर धोंडा पाडून घेऊ नका / ७२

७. स्वतःकडे अलिप्ततेने पाहा / ८६

८. लक्ष परिवर्तन / ९९

९. स्वतःपलीकडे पाहत (मनो) विस्तार करा / १०९

१०. गाभ्मातील अर्थ-जीवन / १२०

११. गाभ्यातील अर्थ : व्यवसाय / १३९

१२. अर्थाचा गाभा : समाज / १५८

१३. व्हिक्टर फ्रँकलचा वारसा पुढे चालू / १७५

उपोद्घात

'प्रिझनर्स ऑफ अवर थॉट्स' हे पुस्तक प्रकाशित झाल्यानंतर थोड्याच काळाने हिंदी महासागराच्या तळाशी प्रचंड भूकंप झाला. ही एक अतिशय भयंकर नैसर्गिक आपत्ती होती. जगभर ती एशियन त्सुनामी म्हणून ओळखली गेली. या त्सुनामीने दोन लाख तीस हजार लोकांचे बळी घेतले. सुमारे पाच लाख लोक निराश्रित झाले. इंडोनेशिया देशातील आचे नावाचा प्रांत त्सुनामीच्या केंद्रापासून सर्वांत जवळ होता. तेथे निर्माण झालेल्या विराट लाटांनी फारच मोठ्या प्रमाणात नाश केला.

योगायोगाने जकार्तातील 'त्सुनामीज ऑर्गनाइजेशन सर्व्हिस' नावाच्या संस्थेतील प्रतिनिधींच्या हाती हे पुस्तक लागले. ती संस्था आचेमधील भूकंपग्रस्तांस मदत करणाऱ्या सेवकांना तयार करण्याचे कार्य करत होती. या आपत्तीस तोंड देताना कोणकोणत्या संकटास सामोरे जावे लागण्याची शक्यता आहे, त्यासाठी कोणते तात्कालिक परिणामकारक ठरणार आहे, काय उपाय योजावे लागतील, सेवकांना कोणत्या प्रकारचे विध्वंस आणि दुःखे पाहावी लागतील या साऱ्यांचे शिक्षण ही संस्था सेवकांना देत होती. पीडितांना लवकरात लवकर मदत करता यावी हा या प्रशिक्षणामागील हेतू होता. तसे करताना स्वतःच्या मनावर कोणत्या प्रतिक्रिया होऊ शकतील, त्यासाठी स्वतःची मानसिक तयारी कशी करावी हादेखील या प्रशिक्षणाचा एक भाग होता.

त्यांनी शैक्षणिक उपक्रम बनवताना 'प्रिझनर्स ऑफ अवर थॉट्स' या पुस्तकाची कास धरली. स्थानिक सरकारी संस्था तसेच युनेस्को किंवा युनिसेफसारख्या विना-फायदा काम करणाऱ्या संस्थादेखील 'प्रिझनर्स ऑफ अवर थॉट्स' या पुस्तकातील सात प्रमुख तत्त्वांचा 'अत्यावश्यक ज्ञान' म्हणून उपयोग करत होत्या. सेवकांचे कौशल्य वाढविण्यासाठी आणि त्यांचा योग्य दृष्टिकोन तयार करण्यासाठी संस्था पुस्तकात लिहिलेल्या तत्त्वांचा उपयोग करत होत्या.

पुस्तकाचा असा हा उपयोग आम्हाला किती समाधानकारक आणि अर्थपूर्ण

वाटला, त्याचे वर्णन करता येणार नाही. पुस्तकातील तत्त्वांचा असा उपयोग होईल याची पुस्तक लिहिताना ॲलेक्स पॅटाकोसनी कल्पनाही केली नव्हती. पुस्तक प्रकाशित झाल्यापासून त्यातील तत्त्वांची उपयोगिता नि संभाव्यता किती व्यापक असू शकते व ती व्यावसायिक आणि वैयक्तिक जीवनाच्या पलीकडेदेखील कशी लागू पडू शकते याचा प्रत्यय आला.

केवळ अनर्थाच्या वेळीच नव्हे, तर 'प्रिझनर्स ऑफ अवर थॉट्स'मधील संदेश आपल्या रोजच्या जीवनातदेखील अतिशय उपयोगी पडतात.

तुम्ही कधी आपल्याला मुळीच न आवडणारी नोकरी केली आहे का? बऱ्यापैकी पैसा किंवा स्थैर्य असल्याचा भास यामुळे नोकरी समाधानकारक वाटत असली तरी त्यामध्ये करत असलेल्या कामात तुम्हाला तृप्ती वाटत नसेल तर? अधिक व्यापक विचार करायचा तर आपण अनुभवत आहोत त्यापेक्षा अधिक काहीतरी आयुष्यात आहे असे तुम्हाला वाटले आहे का? दुर्दैव नेहमी आपल्याच वाट्यास येते, ज्यावर आपला मुळीच दावा नाही अशी आव्हाने तुमच्याच पुढे येऊन उभी ठाकतात असे तुम्हाला कधी वाटले आहे का? या प्रश्नांपैकी कोणत्याही प्रश्नाचे उत्तर होकारार्थी असेल किंवा असे प्रश्न जर तुम्ही यापूर्वी स्वतःला विचारले असतील तर तसे वाटणारे तुम्ही एकटेच नाही, हे तुम्हाला माहीत असायला हवे आणि त्याहून महत्त्वाचे म्हणजे तुम्हाला समजायला हवे. आपण सारे 'माणूस' असल्याकारणाने आपल्या जीवनाबद्दल व व्यवसायाबद्दल असे मूलभूत प्रश्न स्वतः विचारणे हे अगदी नैसर्गिक आहे.

हे पुस्तक 'माणसाचा आयुष्यातील अर्थासाठी केलेला शोध' या विषयावर आहे आणि म्हणूनच ते तुम्हाला डोळ्यांसमोर ठेवून लिहिले आहे. पुस्तकाचा पाया आहे जगप्रसिद्ध मनोवैज्ञानिक व्हिक्टर फ्रँकल यांचे तत्त्वज्ञान आणि त्यांचा आयुष्याकडे बघण्याचा दृष्टिकोन. डॉक्टर फ्रँकल लिखित, 'मॅन्स सर्च फॉर मीनिंग' नावाचे पुस्तक हे प्रचंड खप असलेले आणि अमेरिकेतील लायब्ररी ऑफ काँग्रेसच्या म्हणण्यानुसार अमेरिकेतील सर्वांत परिणामकारक अशा दहा पुस्तकांतील एक, असे गणले जाते. दुसऱ्या महायुद्धाच्या काळात डॉ. फ्रँकल नाझी छळछावणीत कैदेत होते. त्या अमानुष अनुभवांतून सहीसलामत बाहेर पडल्यावर त्यांनी लोगोथेरपी नावाच्या मानवतावादी व अर्थकेंद्रित मानसोपचार पद्धतीची स्थापना केली. त्यांच्या जीवनातील अर्थ शोधण्याशी निगडित असलेल्या कल्पना आणि अनुभव यांनी जगभरातील लोकांना अत्यंत प्रभावित केले. तुमच्या रोजच्या अन् व्यावसायिक जीवनातील अर्थाबाबत तुम्हाला स्वतःला असलेल्या प्रश्नांची उत्तरे शोधण्यासाठी या पुस्तकात मूलभूत संकल्पनेची मांडणी व तिच्या उपयोगासाठी आवश्यक असणारे मार्गदर्शन केलेले आढळते.

व्हिक्टर फ्रँकल छळछावणीतील अमानुष अनुभवांतून सहीसलामत बाहेर पडले. देवाने कोणतेही भोग तुमच्यासमोर ठेवले तरी तुमच्या दृष्टिकोनाची निवड करणे सर्वस्वी तुमच्या हातात असते. छावणीत खूप काही गमावले, बायको, त्यांचे कुटुंबीय, त्यांची अस्मिता, स्वत्व, मुक्तपणे येण्या-जाण्याचे त्यांचे स्वातंत्र्य, त्यांचे आरोग्य, सारे सारे काही गेले. ओळख म्हणून राहिली ती त्यांचा त्यांना दिलेला कैदी नंबर. तरी त्यांच्या भोवताली हे सारे घडत असतानाही स्वतःचा दृष्टिकोन निवडण्याचे आणि परिणामी, आपल्या प्रतिक्रिया निवडण्याचे आपले स्वातंत्र्य त्यांनी अबाधित ठेवले.

कुठल्याही परिस्थितीत स्वतःच्या जीवनातील अर्थ शोधण्यास आपण स्वतः जबाबदार असतो. हे व्हिक्टर फ्रँकल पक्के जाणून होते. त्यांनी स्वतःच्या विचारांच्या शृंखला आपल्या पायांत पडू दिल्या नाहीत. ते परिस्थितीचे गुलाम बनले नाहीत. ते सकर्मक राहून अर्थ शोधत राहण्याचे काम करत राहिले, निष्क्रिय राहून परिस्थितीचे गुलाम बनणे त्यांनी नाकारले.

आलेल्या आपत्तीस सकर्मकपणे तोंड देऊन आयुष्यातील अर्थ शोधण्याची क्षमता आपल्या साऱ्यांमध्ये आहे. शोधाच्या धावपळीत, आयुष्यातील प्रत्येक क्षणात अर्थ असतो, हा ठाम विश्वास व्हिक्टर फ्रँकलला होता. तो अर्थ शोधण्याची जबाबदारी आपल्या प्रत्येकाची आहे. आयुष्यातील अर्थ शोधण्यासाठी दुःखच भोगायला हवे असे नाही.

व्हिक्टर फ्रँकलनी लोगोथेरपी नावाची मानसोपचार पद्धती शोधून काढली ती मानवतावादी व अर्थकेंद्रित आहे. त्यामध्ये अनेक मर्मज्ञ विचार आहेत. आपला दृष्टिकोन शोधण्याचे स्वातंत्र्य यावर त्यांचा भर आहे. आम्ही त्यांच्या अनेक पुस्तकांचे, लेखांचे, भाषणांचे व इतर साहित्याचे परीक्षण करून त्यांच्या साऱ्या लिखाणातील मूलभूत तत्त्वांचे सार येथे मांडले आहे. तुम्हाला तुमच्या जीवनात अर्थ शोधताना त्याची मदत व्हावी. दृष्टिकोन निवडण्याचे आपले स्वातंत्र्य हे त्यातील एक महत्त्वाचे तत्त्व या पुस्तकात मांडले आहे. त्याचबरोबर त्यांच्या संकल्पनांची बैठक तसेच अर्थबाबतचे स्वतःचे प्रश्न मांडून त्याचे परीक्षण करण्यासाठी मार्गदर्शन केले आहे.

साऱ्या पुस्तकभर आमचे ध्येय 'वैयक्तिक आणि व्यावसायिक जीवनात अर्थ भरणे' हे आहे. व्यवसायाची आमची व्याख्या व्यापक असल्याने या पुस्तकातील संदेश व्यापक वाचकवर्गात लागू होतील; तो स्वयंसेवक तसेच वेतन घेऊन काम करणारे, उद्योगधंद्यातील व इतर शाखांत काम करणारे कर्मचारी, सेवानिवृत्त, नोकरीचा शोध सुरू करणारे, संक्रमणाच्या अवस्थेतील कर्मचारी अशा साऱ्या गटांना लागू आहे. व्हिक्टर फ्रँकलची तत्त्वे सर्व गटांना कशी लागू होतात हे या

पुस्तकात स्पष्ट केले असल्यामुळे त्यातला संदेश रोजच्या जीवनातही लागू होतो. म्हणूनच फ्रँकलच्या मूलभूत तत्त्वांची तुम्हाला ओळख करून देण्याव्यतिरिक्त या पुस्तकात अनेक उदाहरणे, कहाण्या, स्वाध्याय आणि उपयुक्त साधने यांची रेलचेल आहे. तुम्हाला आपल्या वैयक्तिक तसेच व्यावहारिक जीवनात अर्थ शोधण्याच्या मार्गावर ती मार्गदर्शक होऊ शकतील.

अॅलेक्स पॅटाकोसच्या दृष्टिकोनातून व्हिक्टर फ्रँकल

व्हिक्टर फ्रँकलचा माझ्या आयुष्यावर आणि व्यवसायावर पन्नास वर्षांपासून परिणाम होत आला आहे. त्यातली अनेक वर्षे मी अस्तित्वाबाबत विश्लेषण, लोगोथेरपी नावाची उपचार पद्धती, अर्थाचा शोध इत्यादी विषयांवरील त्यांनी केलेल्या नावीन्यपूर्ण कार्याचा अभ्यास करण्यात घालवली आहेत. त्यांच्या तत्त्वांचा वापर मी व्यावसायिक जीवनातील विविध क्षेत्रांतील वेगवेगळ्या वातावरणांत व प्रसंगांत केला आहे. मानसोपचारक या नात्याने त्यांच्या कल्पनांमधील सामर्थ्यावरचा, त्यांच्या क्षमतेवरचा माझा विश्वास काळाबरोबर विकसित व वृद्धिंगत होत गेला आहे. वेगवेगळ्या प्रकारच्या संस्थांच्या कोंदणात त्यांच्या तत्त्वातील आणि त्यांच्या दृष्टिकोनाचे विविध पैलू मी वापरून पाहिले. तसेच व्यावसायिक आणि वैयक्तिक जीवनात, अस्तित्वाबाबतच्या प्रश्नात, द्विधा मनःस्थितीत अडकलेल्या अनेक व्यक्तींबरोबर उपचाराचे काम करत असताना या तत्त्वांचा मी वापर केला. या काळात मी स्वतःच्या जीवनप्रवासावर गंभीर चिंतन करत होतो. हे सारे करताना अनेकदा मी स्वतःला व्हिक्टर फ्रँकलच्या सुजाणतेवर अवलंबून राहिलेले, तिचा फायदा घेताना पाहिले आहे. माझ्या स्वतःच्या आयुष्यातील अर्थाशी निगडित असलेल्या आव्हानांचे आणि संधींचे वर्णन तुम्हाला या पुस्तकात सापडेल.

व्हिक्टर फ्रँकल आयुष्यभर 'बोले तैसा चाले...' असे जीवन जगले. त्याचा इथे उल्लेख करणे आवश्यक आहे. अनेकदा तसे करणे हे सोपे काम नाही, हे प्रत्यक्ष अनुभवाने मला माहीत आहे.

शैक्षणिक दुनियेत आपण शिकवतो ते शिकण्यासाठी, असा एक वाक्प्रचार प्रचलित आहे. याचा अर्थ इतरांना शिकवायचा प्रयत्न करेपर्यंत आपल्याला काय माहीत नाही हेच आपल्याला माहीत नसते. पुस्तक लिहिण्याबाबतही असेच उद्गार काढता येतील. काही अंशी पुस्तक लिहिणे हा त्यातला सोपा भाग आहे. आपण लिहिलेले आचरणात आणणे मात्र कर्मकठीण! फ्रँकल दोन्ही गोष्टी करू शकत होते. जीवनभर ते अर्थपूर्णतेने जगले आणि त्यांनी तसेच कार्य केले. मी केवळ त्यांच्या पावलावर पाऊल ठेवत चालण्याचा प्रयत्न करू शकतो आणि फ्रँकलने म्हटल्याप्रमाणे, 'जे पुस्तक लिहिण्याची गरज आहे' ते लिहून कसं जगावं आणि

कार्य करावं याची मला कल्पना आली आहे; ते मी शिकू शकलो आहे आहे अशी आशा करू शकतो.

१९९६ साली मी ऑस्ट्रियातील व्हिएन्ना शहरातील फ्रँकलच्या घरी गेलो होतो. त्यांच्याशी चर्चा करत असताना त्यांची मूलभूत तत्त्वे त्यांचा दृष्टिकोन, व्यावसायिक जगात, व्यापार क्षेत्रात, कामाच्या जागी कशी लागू होतात ते दर्शवणारे पुस्तक लिहिण्याची कल्पना प्रथम त्यांच्यासमोर मांडली. त्यांनी मला प्रोत्साहन दिले. आपल्या मनमोकळ्या व उत्कट शैलीत कामाच्या टेबलाशी बसलेले फ्रँकल पुढे झुकून प्रेमाने माझा दंड धरत म्हणाले, 'अॅलेक्स, तुझ्या या पुस्तकाची फार गरज आहे.' माझ्या मनावर त्यांचे ते बोल किती खोलवर कोरले गेले असतील याची तुम्ही कल्पना करू शकाल; त्या क्षणापासून या पुस्तकाची कल्पना साकार करण्याचा मी निश्चय केला आणि आता तो पूर्ण झाला.

व्हिक्टर फ्रँकलसारख्या आधुनिक जगातील उत्तुंग व्यक्तिमत्त्व असलेल्या विचारवंतांच्या वैचारिक खांद्यावरून मला जग पाहता आले, याबद्दल मी स्वतःला अत्यंत भाग्यवान समजतो.

नाझी छावणीतील अमानुष प्रसंगांतून जात असतानादेखील जगण्यातील अर्थ शोधण्याचे बळ असलेल्या या माणसाने साऱ्यांना मार्गदर्शक होईल असा वारसा मागे ठेवला आहे. 'कितीही मोठी आपत्ती का असेना आयुष्यातील सखोल, संपन्न अर्थ शोधत राहा' या संदेशाचा वारसा.

माझा उद्देश आणि माझी आशा आहे की, 'प्रिझनर्स ऑफ अवर थॉट्स'मधील फ्रँकलच्या जीवन आणि कार्याच्या वारशावर आधारित तत्त्वांचा वारसा कधीही विसरला न जावो.

(१)

आयुष्य आपोआप घडत नाही

अंतिमतः माणसाने त्याच्या आयुष्याचा अर्थ आहे तरी काय, असा प्रश्न विचारू नये. त्याने समजावून घ्यावे की, हा प्रश्न त्याने विचारायचा नसून आयुष्याने त्याला विचारलेला आहे. उत्तर माणसाने द्यायचे आहे आणि ते उत्तर आपली आयुष्यातली जबाबदारी स्वतः पेलूनच देता येणे शक्य आहे.

असे वाटते की, व्हिक्टर फ्रँकलची व माझी साऱ्या आयुष्यभराची ओळख असावी. १९६० च्या दशकाच्या उत्तरार्धात माझा व्हिक्टर फ्रँकलच्या कार्याशी प्रथम परिचय झाला. मी त्यांचे आता चिरंतन झालेले 'मॅन्स सर्च फॉर मीनिंग' हे पुस्तक वाचले. अमेरिकन सैन्यात कार्यरत असताना मला टेक्सासमधील सॅन अँटोनियो नावाच्या गावात असलेल्या 'ब्रुक आर्मी हॉस्पिटल - आता त्याला ब्रुक आर्मी मेडिकल सेंटर असे म्हणतात - मध्ये सोशल वर्कर आणि मानसशास्त्रज्ञ म्हणून काम करण्याचे प्रशिक्षण मिळाले. तिथे मला त्या क्षेत्रातील अत्युत्तम तज्ज्ञांबरोबर काम करण्याची संधी तर मिळालीच; शिवाय त्या प्रशिक्षणाने मनोविज्ञानाच्या साऱ्या तत्त्वप्रणालींचा आणि पद्धतींचा अभ्यास करण्याच्या माझ्या उत्कट इच्छेस इंधन पुरविले. विशेष करून डॉक्टर व्हिक्टर फ्रँकलच्या कार्याने मी प्रभावित झालो. त्यांच्या तत्त्वप्रणालीच्या तारा माझ्या मनाच्या तारांशी जुळल्या. कालांतराने ती तत्त्वे माझ्या वैयक्तिक आणि व्यावसायिक जीवनाचा अविभाज्य घटक होऊन बसली.

हळूहळू डॉक्टर फ्रँकलची शिकवण माझ्या वैयक्तिक, व्यावसायिक जीवनात वापरण्याच्या अनेक संधी मला मिळाल्या. व्हिक्टर फ्रँकलच्या तत्त्वप्रणाली आणि शिकवणीची उपयुक्तता प्रत्यक्षात मी पारखून घेऊ शकलो. त्या काळी मनोविज्ञान शास्त्रात प्रचलित असलेल्या तत्त्वप्रणालीच्या तुलनेत मी फ्रँकलच्या तत्त्वप्रणालीची विश्वसनीयता, सबलता आणि विधिग्राह्यता पारखून पाहिली. तसे करत असताना

अनेकदा स्थितिस्थापकतेच्या माझ्या मर्यादा कसोटीस लागल्या. लवकरच मला त्यांच्या तत्त्वप्रणालीची आणि त्यांच्या कार्यपद्धतीची परिणामकारकता कळून चुकली. या पुस्तकाची कल्पना मनात येण्याआधी बराच काळ मी फ्रँकलप्रणीत लोगोथेरपीचा वापर करीत होतो.

मला माझ्या वैयक्तिक आणि व्यावसायिक जीवनातील, ज्यांचे वर्णन कसोटीचे आणि खळबळजनक अशा शब्दांत करता येईल असे अनेक निर्णायक क्षण आठवत आहेत. अशा वेळी आयुष्याला नवीन वळण येणाऱ्या क्षणात– खरंतर क्षणात होऊन अधिक काळ टिकले होते ते– समोर उभ्या ठाकलेल्या प्रश्नांची उत्तरे शोधण्यासाठी स्वतःच्या मनाचा तळ शोधणे भाग असते; त्या काळात माझ्या मनाचे संतुलन किती बिघडले होते, मी किती गोंधळलो होतो; दिशाहीन झालो होतो ते मला आता आठवत नाही. अनेक वर्षांपूर्वी मानसोपचार आणि 'केअर ऑफ द सोल' (आत्म्याची निगा) नावाच्या प्रसिद्ध पुस्तकाचा लेखक थॉमस मूर याच्याकडून मी शिकलो होतो की, संतुलित क्षणांपेक्षा जेव्हा आपण अत्यंत असंतुलित असतो तेच क्षण आयुष्यातील गहिरे आत्यंतिक भावपूर्ण क्षण असतात; अशा त्या काळात मी व्हिक्टर फ्रँकलचे तत्त्वज्ञान नि त्यांची पद्धत याचा वापर करू लागलो.

विशीत असताना मी विशेषतः असंतुलित झालो होतो. कॉलेजमधून पदवी घेतल्यानंतर व सैन्यातील माझी जबाबदारी पूर्ण केल्यावर मी कायदेतज्ज्ञ व्हायचा विचार करत होतो. माझ्या इंजिनिअर असलेल्या वडिलांचं स्वप्न होतं की, एक दिवस मी वकील बनून त्यांच्या कंपनीत बांधकाम क्षेत्रातील तज्ज्ञ वकील म्हणून त्यांच्याबरोबर काम करेन. वडिलांच्या सूचनेनुसार आणि त्याच्या मदतीने मी न्यू जर्सीमधील एका मोठ्या इंजिनिअरिंग आणि बांधकाम करणाऱ्या कंपनीत करारांचे व्यवस्थापन बघणाऱ्या विभागात नोकरी धरली होती; परंतु मला कंपनीचा कायदेतज्ज्ञ होण्यात रस वाटेना. अमेरिकन सैन्यात असताना व्हिएतनाममध्ये काम करताना आलेल्या अनुभवांमुळे मला कायद्याचा उपयोग सामाजिक धोरणे व सामाजिक बदल यासाठी करावा असे वाटू लागले होते. युद्धानंतरचे माझे हे स्वैर व स्वच्छंदी विचार माझ्या वडिलांच्या आणि माझ्या वरिष्ठांच्या वृत्तीला भावणारे नव्हते. बांधकाम क्षेत्रातील तज्ज्ञ वकील हे स्वप्न माझ्या कल्पनेतील माझ्या व्यवसायापेक्षा फारच वेगळे होते. मोठा उद्योगधंदा करणाऱ्या कंपनीचा वकील होणं याला मी माझ्या जीवनात महत्त्वाचं स्थान दिलेलं नव्हतं. त्या नोकरीत मला पिंजऱ्यात अडकून पडल्यासारखं वाटू लागलं. स्वतःचा बचाव करायचा असेल तर येथून लवकरच बाहेर पडणे आवश्यक आहे असे मला वाटू लागले. मी सुटकेचा मार्ग शोधायला लागलो. तेथून बाहेर पडण्यासाठी योजना करू लागलो. माझे वडील माझ्या आयुष्यातील एक जरब बसवणारी व्यक्ती होती. माझी परिस्थिती आणि छळछावणीतील

परिस्थिती यात जमीन-अस्मानाचा फरक होता हे मी जाणून होतो. तशी तुलना करणे कधीच योग्य ठरले नसते. तरीही व्हिक्टर फ्रँकलच्या कार्याने मला आठवण करून दिली की, या परिस्थितीत माझी प्रतिक्रिया ठरवायची जबाबदारी केवळ माझीच आहे.

सर्वप्रथम आपला दृष्टिकोन सकारात्मक ठेवायला हवा; त्यात स्थितिस्थापकता हवी हे मला कळून चुकले. दुसरे असे की, आलेल्या परिस्थितीने मला व्यवसायाबद्दलच्या माझ्या मूल्यांचे नीट परीक्षण करून घ्यायची आणि आपल्याला कोणत्या प्रकारचे काम करायचे आहे नि कोणते नाही हे ठरवायची संधी दिली. व्हिक्टर फ्रँकलच्या शब्दांत सांगायचे तर जीवनातील अर्थ शोधून तो साकार करायची जिद्द मी बाळगली आणि आपल्या मूल्यात बसेल तेच काम करायचा निर्धार केला.

तिसरे म्हणजे न्यू जर्सीतील कंपनीत काम करत असलेल्या वेळात मी स्वतःची विनोदबुद्धी जागृत ठेवून स्वतःकडे अलिप्ततेने पाहायला शिकणे आणि स्वतःला महत्त्वाच्या वाटत असणाऱ्या गोष्टींवर लक्ष केंद्रित करून, अडचणींपासून दूर करून ते इतरत्र करणे या लोगोथेरपीतील तत्त्वांचा जागरूक राहून अवलंब करायला शिकलो. चौथी, कंपनीतील माझा अनुभव, विशेषतः माझ्यावर सोपवलेली कामगिरी यांनी मला स्वतःला महत्त्वाची वाटणारी मूल्ये ओळखायला आणि त्या मूल्यांचे धागे आपल्या व्यावसायिक आणि इतर जीवनात गुंफायला मदत केली.

अर्थात मला माझी सुस्थिर असलेली नोकरी सोडणे भाग होते. विशेष म्हणजे वडिलांबरोबर करावे लागणारे वादविवाद. आपले जीवन अर्थमय करण्याच्या माझ्या तळमळीचा परिणाम वडिलांपासून दुरावण्यात झाला. मला आपला शिक्षणक्रमदेखील बदलावा लागला. तरीही या परिस्थितीने मला माझा मार्ग चोखाळायची संधी दिली. तशी जोखीम घेणे हे शेवटी लाभदायक ठरू शकते, हा महत्त्वाचा धडादेखील मी शिकलो. या परिस्थितीत आलेला माझा अनुभव मला आयुष्यात इतर वेळीही कठीण प्रसंगांना तोंड द्यायला उपयोगी पडला.

यावरून व्हिक्टर फ्रँकल यांच्या विचारांचा माझ्या जीवनावर आणि व्यवसायावर किती सखोल परिणाम झाला आहे, याची तुम्हाला कल्पना येईल. सुदैवाने मला त्यांची प्रत्यक्षात भेट होण्याचे, त्यांचा सल्ला घेऊ शकण्याचे भाग्य लाभले. खरे सांगायचे तर हे पुस्तक त्यांच्या मार्गदर्शनाचे नि त्यांच्या वैयक्तिक उत्तेजनाचाचेच फळ आहे.

''आपली जनुके आपली नैसर्गिक प्रवृत्ती ठरवते असे म्हणतात. मूल्ये परंपरेने जपली जातात; परंतु अर्थ हा अनुपमेय असतो. तो स्वतः स्वतःला शोधत असतानाच सापडतो.''

मी (इलेन), मलादेखील आयुष्यात अशा काही प्रसंगांना तोंड द्यावे लागले की, ज्यांनी मला असंतुलित केले. काही वेळा परिस्थिती अशी असते की, मी संतुलित होते; परंतु भोवतालचे जग नव्हते. मी बारा वर्षांची असताना जवळच राहणाऱ्या एका बाईच्या मुलाला सांभाळण्याचे काम करत होते. एकदा ती माझ्याकडे वळून बघत मला म्हणाली, "तुझी आई मोठ्या दिव्यातून जात आहे ना?" माझ्या चेहऱ्यावरचा गोंधळलेला भाव तिला दिसला असावा. लगेच ती पुढे म्हणाली, "अरेच्या! बहुधा तुला माहीत नसावं." तिचे म्हणणे बरोबर होते. मला काहीच माहीत नव्हते. माझ्या आईला स्तनांचा कर्करोग झाला होता हे मला माहीत नव्हते. त्या काळी अशा कर्करोगातून बचावणे दुष्कर समजले जाई. हल्ली उपलब्ध असलेल्या अद्ययावत उपचार पद्धती आणि मानसिक आधार देणाऱ्या संस्था तेव्हा अस्तित्वात नव्हत्या. माझ्या आई-बाबांनी हे सारे आपल्या मुलांना न सांगायचे ठरवले असावे. वाईट बातमीपासून मुलांचे संरक्षण करावे असा त्यांचा हेतू असावा. अशा वेळी कसं वागावं हे त्या वेळी त्यांना सुचलं नसेल किंवा त्यांना स्वतःलादेखील स्वतःच्या भीती व इतर भावनांशी सामना करायला वेळ हवा असेल; परंतु या आजाराची बातमी लपवून ठेवण्याचा त्यांचा निर्णय माझ्या मनातील भीती वळवण्यात झाला. मला एकटेपणा भेडसावू लागला. या साऱ्याबद्दल ज्याच्याजवळ बोलता येईल, असे कोणीही आसपास नव्हते.

आम्ही कसेबसे या तुफानी संकटाशी सामना करू शकलो. आईचा आशावादी दृष्टिकोन आणि आपल्या चार मुलांना मार्ग दाखविण्यासाठी आपल्याला जगायला हवं, हा तिचा ध्यास यामुळे असेल; पण ती त्यानंतर चौदा वर्षे जगली. ती व्हिक्टर फ्रँकलची तत्त्वे आचरणात आणत होती. लक्षाचे केंद्र परावर्तित करायला शिकणे (आपले लक्ष आजारावर केंद्रित न करता इतर अधिक महत्त्वाच्या गोष्टींवर - आपल्या मुलांवर केंद्रित करणे), स्वतःकडे अलिप्ततेने पाहणे, विनोदबुद्धी जागृत ठेवणे ही ती तत्त्वे. व्हिक्टर फ्रँकलचे, 'मॅन्स सर्च फॉर मीनिंग' हे पुस्तक तिने वाचले असावे. मला आठवतंय, एक दिवस डोळ्यांत पाणी आणून मी तिला म्हणाले, "आई, मला तू मरायला नको आहेस." तिने माझा हात हातात धरला. हसून ती म्हणाली, "हे बघ जर कोणीही मेला नाही तर पाच लाख वर्षांनी पृथ्वीवर खूप माणसे वाढत जातील आणि जग कसे विचित्र होईल नाही का?" आपल्या कनवाळू पद्धतीने माझी आई मला आयुष्याच्या प्रवाहाचा धडा शिकवत होती. तिची निर्भयता, तिची सुज्ञता यांनी मला खरोखरच आयुष्यातील आव्हानांना कसे तोंड द्यायचे ते शिकवले. कितीही शोकमय परिस्थितीमध्ये आयुष्यातील अर्थ कसा धुंडाळायचा ते शिकवले.

"मला विश्वास आहे की, शेवटी अशी कुठलीही परिस्थिती नाही, ज्यात अर्थाचे बीज दडलेले नाही."

व्हिक्टर फ्रँकलच्या विचारांचा आम्हा दोघांच्या वैयक्तिक आणि व्यावसायिक जीवनावर मोठाच प्रभाव पडला आहे. व्हिक्टर फ्रँकलच्या शिकवणीवर आम्ही केलेले संशोधन, त्यांनी दिलेले उत्तेजन, आपल्या रोजच्या वैयक्तिक आणि व्यावसायिक जीवनात त्यांचे विचार आचरणामध्ये आणण्याचे आम्हा दोघांचे प्रयत्न आणि तसे करताना आम्हाला आलेले अनुभव या साऱ्यांचे फलित म्हणजे हे पुस्तक होय.

पुस्तकाच्या दुसऱ्या प्रकरणात आम्ही व्हिक्टर फ्रँकलचा जीवनपट उलगडण्याचा प्रयत्न केला आहे. दुसऱ्या महायुद्धात हा मानसशास्त्रज्ञ, नाझी राजवटीत छळछावणीत पाठवला गेला. भोवतालचे अमानुष वातावरण बघताना आणि अनुभवतानासुद्धा किंवा कदाचित त्यामुळेच असेल, त्यांना अर्थाचे गमक सापडले; आयुष्यभर केलेल्या त्यांच्या कार्याचे फलित होते ते. त्यांनी शोधून काढलेली लोगोथेरपी नावाची उपचार पद्धती, त्या पद्धतीमुळे आपल्या 'आयुष्यातील अर्थ हाच आपल्या अस्तित्वाचा पाया आहे' हे त्यांना उमगले. व्हिक्टर फ्रँकल नेहमी म्हणत की, आयुष्यातील अर्थ शोधण्यासाठी तुम्ही दुःख भोगलेच पाहिजे असे नाही. त्यांना असे म्हणायचे असेल की, जेव्हा तुम्ही दुःख भोगता, मग ते लहान असो वा मोठे, त्या दुःखातही तुम्ही अर्थ शोधू शकता. तसेच आयुष्यातील चांगल्या सुखाच्या काळातदेखील आपण अर्थ शोधू शकतो. कुठल्याही परिस्थितीत अर्थाची निवड करणे हाच अर्थपूर्ण जीवन जगण्याचा एकमेव मार्ग आहे. गुरू, लेखक, लोगोथेरपी उपचार पद्धतीचा जनक, अशा अनेक नात्यांनी त्यांनी अनेकांच्या जीवनावर सखोल परिणाम केला. आजदेखील त्यांची शिकवण जगभरातील लोकांना वाट दाखवत त्यांच्या जीवनावर परिणाम करीत आहे.

त्यांनी अनेक ग्रंथ, लेख आणि पुस्तके लिहिली; परंतु त्या साऱ्या कामाचा अर्क काढणे हे काम त्यांनी केले नाही. त्यांच्या शिकवणीचे सार आम्ही त्यांच्या सात तत्त्वांत नमूद केले आहे. एकेक करत प्रत्येक तत्त्वाचे समन्वेषण केले आहे ती तत्त्वे अशी :

तत्त्व १ (प्रकरण तीन) : दृष्टिकोन निवडण्याच्या आपल्या स्वातंत्र्याची अंमलबजावणी

कोणत्याही परिस्थितीत आपला दृष्टिकोन निवडण्याचे आपले स्वातंत्र्य अबाधित असते. 'मॅन्स सर्च फॉर मीनिंग' या त्यांच्या पुस्तकातील सुंदर

शब्दांत ते समजावतात :

"माणसाचं सारं काही हिरावून घेतलं जाऊ शकतं; परंतु कुठल्याही परिस्थितीत आपला दृष्टिकोन, आपला मार्ग निवडण्याचं त्याचं स्वातंत्र्य अबाधित असतं."

तत्त्व २ (प्रकरण चार) : अर्थमय जीवन जगण्याची आपली इच्छा व तळमळ साकार करा.

व्हिक्टर फ्रँकलच्या म्हणण्यानुसार लोगोथेरपी शिकवते की, केवळ आपल्या नैसर्गिक गरजा, इच्छा व प्रवृत्तींना तृप्त करणे नव्हे तर जीवनातील अर्थ साकार करणे ही माणसाची प्रमुख तळमळ असते. कुठलेही काम केवळ पैसा व मानमरातब यासाठी न करता जागरूकपणे अर्थपूर्ण जीवन जगण्याचा निर्णय घेतल्याने अर्थमय जीवन जगण्याची आपली तळमळ आपण साकार करू शकतो.

तत्त्व ३ (प्रकरण पाच) : आयुष्याच्या क्षणाक्षणांतील अर्थ ओळखा.

रोजच्या जीवनात, जीवनातील प्रत्येक क्षणात त्यातील अर्थ उलगडत असतो. मूळ धारणा अशी आहे की, क्षणाक्षणांतील अर्थ ओळखत आणि आयुष्यपटलातील प्रत्येक धाग्यामध्ये तो गुंफत, स्वतःच आपल्या आयुष्याचे वस्त्र विणत, आपण त्याचे उत्तरदायी बनत असतो.

तत्त्व ४ (प्रकरण सहा) : स्वतःच्या पायावर धोंडा पाडून घेऊ नका.

कधीकधी एखाद्या गोष्टीची, तिच्या प्राप्तीची अनिवार्य इच्छाच अपेक्षित गोष्ट मिळवण्याच्या आड येते. व्हिक्टर फ्रँकल त्याला आपल्याच पायावर धोंडा पाडून घेणारी इच्छाशक्ती असे म्हणतात. असे केल्याने आपल्याला अगदी विरुद्ध फळ मिळण्याची संभावना असते. हा 'विरोधाभास' असतो. आपण स्वतःच कसे स्वतःच्या आड येतो आहोत याचे परीक्षण करू शकतो व नंतर आपल्या इच्छा पूर्ण होण्याची शक्यता निर्माण होईल, अशी वस्तुस्थिती निर्माण करू शकतो.

तत्त्व ५ (प्रकरण सात) : स्वतःकडे अलिप्तपणे पाहा.

असे अलिप्तपणे पाहण्याची क्षमता केवळ माणसात असते. ही क्षमता

आपल्या लहान-मोठ्या समस्यांकडे अलिप्तपणे पाहत त्यांचे ओझे कमी करण्याच्या कामी येते. या क्षमतेत विनोदबुद्धीचाही समावेश होऊ शकतो. व्हिक्टर फ्रँकल म्हणतात की, कुठल्याही दुसऱ्या प्राण्यात हसवण्याची, स्वतः हसण्याची क्षमता नसते. स्वतःकडे दूरस्थ वृत्तीने पाहत परिस्थितीचे यथार्थ अवलोकन करून आपण मर्मज्ञ दृष्टी मिळवू शकतो.

तत्त्व ६ (प्रकरण आठ) : लक्ष परिवर्तन

नाझी छळछावणीत असताना व्हिक्टर फ्रँकल स्वतः शारीरिक व मानसिक दुःखांपासून स्वतःला वाचवण्यासाठी व संघर्ष टाळण्यासाठी दुःखदायक गोष्टींपासून लक्ष परिवर्तन करून आनंददायी गोष्टींवर लक्ष केंद्रित करायला शिकले. आपणही असेच लक्ष परिवर्तन करून त्रासदायक गोष्टींशी सामना करण्यास शिकू शकतो.

तत्त्व ७ (प्रकरण नऊ) : स्वतःपलीकडे पाहत मनोविस्तार करा.

प्रेम हे आयुष्याचे अंतिम आणि सर्वोत्तम ध्येय असते. प्रेमातूनच आणि प्रेमातच माणसाची शक्ती असते. स्वतःपलीकडे पाहत, इतरांच्या उपयोगी पडत त्यांच्याशी दुवा जोडताना आपल्याला आयुष्यातील सखोल अर्थाचे दर्शन होऊ शकते. स्वतःव्यतिरिक्त इतर कार्यांस वाहून घेतल्यानेच जीवनाच्या अर्थाचा मार्ग सापडतो.

ही सात मध्यवर्ती तत्त्वे व्हिक्टर फ्रँकलचा संदेश देतात. अर्थ शोधण्याच्या आपल्या क्षमतेने आपण आयुष्यातील कुठल्याही समस्येला तोंड देऊ शकतो.

आयुष्य आपोआप घडत नाही. आपण आपल्या आयुष्याचे सारथी असतो. त्याची जबाबदारी आपली स्वतःची असते. व्हिक्टर फ्रँकलने छळछावणीतही अर्थ शोधला. तसेच आपणही सक्रियतेने आयुष्यातील अर्थ शोधू शकतो. परिस्थितीचे बळी न बनता, निष्क्रिय भागीदार न राहता, मुख्यतः स्वतःच्याच विचारांच्या शृंखला पायात न अडकवता; आपण आयुष्य जगू शकतो.

दहाव्या प्रकरणात (अर्थाचा गाभा : जीवन), अकराव्या प्रकरणात (अर्थाचा गाभा : व्यवसाय) आणि बाराव्या प्रकरणात (अर्थाचा गाभा : समाज) आम्ही व्हिक्टर फ्रँकलची शिकवण आमच्या संशोधनातून आकलन झालेली दृष्टी, लिखाण, अनुभव हे सारे वैयक्तिक, व्यावसायिक व सामाजिक जीवनातही अर्थ शोधायला कसे उपयोगी पडू शकतात ते सांगितले आहे.

व्हिक्टर फ्रँकलची शिकवण आणि आमचे संबंधित काम यातून मिळणारा दुसरा महत्त्वाचा संदेश असा की, 'अर्थ हाच आपल्या सर्वांगीण आयुष्याचा पाया असला पाहिजे. जीवनातील अर्थ समजल्याशिवाय आपण सुकाणूशिवाय भरकटत जाणाऱ्या नावेसारखे ना कुणाशी संबंध, ना मार्गदर्शक दिशा, ना कुठला हेतू असे होऊन जीवनप्रवाहात वाहत जाऊ.

आज भोवतालच्या वातावरणात अर्थ हरवत चाललेला दिसतो. ही आणीबाणीची परिस्थिती आहे. अनेकांनी 'आम्हाला काहीतरी हरवले आहे, जीवन एकलकोंडे, एकांगी, हतबल असे वाटू लागले आहे,' असे सांगितले. जीवनातील लाग्याबांध्यांपासून तुटल्यासारखे वाटणे हे वाढले आहे. आपण तंत्रविज्ञान, सांस्कृतिक व सामाजिक वातावरणात होणाऱ्या धावत्या बदलाशी टक्कर देण्यास असमर्थ आहोत, असे ते म्हणतात. सततची सुखामागील धाव, तात्पुरत्या पळवाटा हे केवळ आंतरिक रितेपण वाढवण्यास कारणीभूत होत आहेत. सुखाच्या शोधात राहा असे आपल्याला सांगण्यात येते; पण अनेकांना सुख हे मृगजळासारखे वाटू लागले आहे. नैसर्गिक चढ-उताराच्या, जीवनातील सुख-दुःखाच्या, बऱ्या-वाईट काळाच्या तालाचा विचार केला जात नाही. सुखाच्या मागे धावताना आपण अधिकच निराश होत चाललो आहोत. आपण जगत असलेले आयुष्य, प्रसारमाध्यमांवर दिसत असलेले आयुष्य आणि आपल्या आयुष्याबद्दलच्या अपेक्षा यांतील तफावत वाढत चालली आहे. पैसा, मानमरातब, हुकूमत, सत्ता, प्रतिष्ठा हे आणखी एक मृगजळ. शेवटी कोणी कोणावरही खरोखरची सत्ता गाजवू शकत नाही. हे सारे अधिकच नैराश्य निर्माण करण्यास कारणीभूत होते आहे. सुज्ञ माणूस जाणून असतो की, अंतिमतः केवळ आपण स्वतःच स्वतःवर विजय मिळवू शकतो.

दहाव्या, अकराव्या व बाराव्या प्रकरणांत आम्ही आमचे संशोधन 'मीनिंगॉलॉजी' या नवनिर्मित ज्ञानशाखेच्या शीर्षकाखाली अधोरेखित केले आहे. 'अर्थाचे शास्त्र', (अर्थशास्त्र नव्हे) असा त्याचा स्वैर अनुवाद करता येईल. म्हणजे वैयक्तिक, व्यावसायिक व सामाजिक क्षेत्रांत अर्थ शोधण्याचे शास्त्र.

अनेकजण अर्थ म्हणजे महत्त्व किंवा महत्त्वाचे काही असे समजतात. आम्ही येथे त्यातील अधिक सखोल लोगोथेरपीत अभिप्रेत असणाऱ्या जडत्वापलीकडील अर्थाबद्दल बोलत आहोत. या संदर्भात अर्थाची व्याख्या खालीलप्रमाणे करत आहोत.

जेव्हा आपल्याला काही भावते, महत्त्वाचे वाटते; कारण तेव्हा त्याच्याशी आपल्या मनाच्या तारा जुळतात. अंतर्यामी असलेल्या आपल्या अनुपम 'स्व'शी संवाद साधतात. अर्थाची सखोल व्याख्या आपल्या वैयक्तिक तसेच व्यावसायिक जीवनासही लागू पडते; त्याचप्रमाणे संस्था व समाजासही लागू पडते. याची दुसरी

बाजू पाहणेदेखील फायद्याचे आहे. जे अर्थहीन असते त्याच्या तारा कुठेच जुळत नाहीत. इतर गोष्टींबरोबर हा असा केलेला अभ्यास आपल्याला जीवनातील 'अर्थ' या शब्दाच्या मुळापर्यंत न्यायला मदत करतो.

दहाव्या, अकराव्या आणि बाराव्या प्रकरणांत लिहिलेल्या 'मीनिंगॉलॉजी'च्या अर्थाचे शास्त्र याचा आमच्या संशोधनावर आधारित अजून एक पैलू आम्ही मांडला आहे. तो म्हणजे जीवन आणि व्यवसायात अर्थ शोधण्यास मदत करणारे एक सूत्र.

वरील सात तत्त्वे व्हिक्टर फ्रँकलची लोगोथेरपीची शिकवण आत्मसात करायला मदत करतात. मानव जातीची वैयक्तिक, सामाजिक रूपाने अर्थ शोधण्यासाठी चाललेली धडपड मूर्त स्वरूपात आणण्यासाठी अधिक स्पष्टीकरणाची आणि मार्गदर्शनाची गरज आहे, असे आम्हाला जाणवले. त्यासाठी आमचे संशोधन व अनुभव यांवर आधारित तीन घटकांची आम्ही येथे भर घातली. ते घटक आहेत विस्तार, सरळीकरण आणि एकत्रीकरण.

१. इतरांशी अर्थपूर्ण दुवा साधा.
२. कुठल्याही कार्यात सखोल हेतू असू द्या.
३. जीवनास उत्कटतेने आलिंगन द्या.

शेवटी - तेराव्या प्रकरणात - 'व्हिक्टर फ्रँकलचा वारसा पुढे चालू', आम्ही व्हिक्टर फ्रँकलचा वारसा आणि त्यांची शिकवण जगभर कशी विस्तारित होत आहे ते अधोरेखित केले आहे.

त्यांनी निर्मिलेल्या लोगोथेरपी उपचार पद्धतीचे आणि अस्तित्वाविषयीच्या त्यांच्या विश्लेषणाचे सार यांची बीजे नवनवीन जागी रुजत आहेत, वाढत आहेत ते दाखविले आहे. हे प्रकरण व्हिक्टर फ्रँकलची स्मृती अमर आहे, त्यांचे सुविचार कालातीत आहेत हे दर्शवते. मानवजातीवर सतत होत असलेला व्हिक्टर फ्रँकलचा प्रभाव महत्त्वपूर्ण आहे.

या तिसऱ्या आवृत्तीत प्रत्येक प्रकरणाच्या शेवटी आम्ही एका भागाची भर घातली आहे. त्याला आम्ही, 'विचारांती' असे नाव दिले. त्यात अर्थ क्षण, अर्थ प्रश्न आणि अर्थास होकार या स्वाध्यायाचा समावेश केला आहे. उद्देश असा की, प्रत्येक प्रकरणात उल्लेख केलेली तत्त्वे वैयक्तिक आणि व्यावसायिक जीवनात आचरणात आणण्यासाठी तुम्हाला मदत करणे हा आहे.

अर्थक्षण

तुमच्या वैयक्तिक व सामाजिक जीवनात आलेल्या, जिच्याबद्दल तुमच्या मनात नकारात्मक भावना आहेत अशा एखाद्या व्यक्तीबद्दल आणि प्रसंगाबद्दल सविस्तर वर्णन लिहा.

आता त्या प्रसंगाचे वर्णन त्या व्यक्तीच्या दृष्टिकोनातून लिहा. या दोन वर्णनांत काय फरक आहे?

तुम्ही स्वतःकडे, आपल्या आवाक्याबाहेर असलेल्या परिस्थितीकडे 'बळी' या भूमिकेतून पाहता का?

जे काही झाले त्यात तुमची अंशतः अथवा पूर्णतः जबाबदारी होती का?

या नकारात्मक प्रसंगापासून तुम्ही काय बोध घेऊ शकता?

? अर्थ प्रश्न

* तुम्ही तुमच्या पायांत तुमच्या विचारांच्या बेड्या घातल्या आहेत का?
* तुम्ही तुमचे सहकारी, कुटुंबीय, मित्र यांना तुमच्या विचारांच्या बेड्या घालता का?
* आपल्या व्यवसायात आणि जीवनात तुम्ही अधिक सखोल अर्थ कसा आणू शकाल?

अर्थाला होकार

माझ्या जीवनात मी अधिक जबाबदार राहीन.

माझ्या जीवनात मी क्रियाशील राहीन.

माझ्या जीवनात अर्थ आणण्यासाठी मी माझी क्षमता पणाला लावेन, कारण मला माहीत आहे की, माझे आयुष्य आपोआप घडत नाही.

२

व्हिक्टर फ्रँकल

कुणी मला चांगले वागवलेले मी कधी विसरत नाही आणि माझ्याशी केलेल्या कुणाच्या वाईट कृतीचा मी सल बाळगत नाही.

व्हिक्टर फ्रँकल यांचा जन्म ऑस्ट्रिया देशातील व्हिएन्ना या गावी १६ मार्च १९०५ रोजी झाला. त्याच दिवशी युरोपातील सुप्रसिद्ध संगीतकार बेथोव्हन यांचा मृत्यू झाला. आपल्या आत्मचरित्रात व्हिक्टर फ्रँकल या योगायोगाची तत्परतेने नोंद करतात आणि त्याच बरोबर त्यावर त्यांच्या एका शाळासोबत्याने केलेली 'दुर्घटना कधी एकट्याने येत नाही' ही कोटी सांगून स्वतःची विनोदबुद्धी प्रकट करतात.

व्हिक्टर फ्रँकलच्या वडिलांना गरिबीमुळे वैद्यकीय शिक्षण पूर्ण करता आले नाही. ते समाजसेवक म्हणून काम करायचे. शिस्तबद्ध तर्कनिष्ठता आणि सामाजिक न्याय ही तत्त्वे लहानग्या व्हिक्टरच्या मनात रुजविण्याचे काम त्यांनी केले. पस्तीस वर्षे ते लहान मुलांचे रक्षण आणि युवकांचा विकास करणाऱ्या संस्थेमध्ये काम करत होते. आपल्या आईशी व्हिक्टर फ्रँकलचे दृढ भावनिक नाते होते. तिने व्हिक्टरला माणसामाणसांतील भावनिक नात्यांची ओळख करून दिली. वडिलांची बुद्धिनिष्ठता आणि आईची भावपूर्णता या दोन्हींचा सखोल परिणाम व्हिक्टर फ्रँकलच्या कार्यावर पदोपदी झालेला आढळून येतो.

व्हिक्टर फ्रँकल हे तीन मुलांतील दुसरे भावंड होते. लहानपणापासून परिपूर्णता हा त्यांचा स्वभावधर्म बनून राहिला होता. कधीकधी आपल्या अपरिपूर्णतेवर रागावून ते स्वतःशीच दिवसेंदिवस बोलत नसत. त्यांच्या आश्चर्यचकित करणाऱ्या अकाली प्रौढ जिज्ञासेचा परिणाम त्यांनी त्या वेळी प्रसिद्ध असणाऱ्या सिग्मंड फ्राइड नावाच्या

मानसशास्त्रज्ञाशी पत्रव्यवहार करण्यात झाला. हायस्कूलमधील त्यांची सगळी वर्षे हा पत्रव्यवहार चालू राहिला. जर्मन गुप्तहेरांनी फ्रँकलला छावणीत नेल्यावर नष्ट केलेल्या त्यांच्या कागदपत्रांत यांचाही नाश झाला.

वयाच्या सोळाव्या वर्षीच व्हिक्टर फ्रँकलने आपले पहिले जाहीर भाषण केले. 'जीवनातील अर्थ' हा त्या भाषणाचा विषय होता. पुढे दोन वर्षांनी त्यांनी आपल्या हायस्कूलच्या पदवीदान समारंभाच्या वेळी 'तत्त्वज्ञानातील विचारामागील मानसशास्त्र' हा लेख लिहिला. जणू काही लहान व्हिक्टर फ्रँकल कुठल्या तरी अज्ञात पातळीवर पुढे वाढून ठेवलेल्या दुर्घटनेची तयारी करत होता. त्यानंतर छळछावणी आणि संपूर्ण विनाश करणारा होलोकास्ट यातून वाचलेल्या, निराश झालेल्या हवालदिल लोकांना पुन्हा आशा देण्याचे काम करायची तयारी करत होता.

सिग्मंड फ्राइड यांच्या सांगण्यावरून १९२४ साली व्हिक्टर फ्रँकलने आपला पहिला लेख 'इंटरनॅशनल जर्नल ऑफ सायन्स'मध्ये प्रकाशित केला, तेव्हा वयाच्या एकोणविसाव्या वर्षीच त्यांनी आपल्या दोन मूलभूत कल्पना विकसित केल्या होत्या. आपल्या आयुष्याला आपणच उत्तर द्यायचे असते, आपणच त्यात अर्थ भरायचा असतो, आपल्या अस्तित्वाबद्दल आपणच संपूर्णपणे जबाबदार असतो ही एक कल्पना आणि आयुष्याचे अंतिम प्रयोजन काय आहे हे शोधून काढणं आपल्या आकलनापलीकडचं असतं आणि ते आवश्यकही आहे. त्याचा मागोवा घेताना आयुष्यावर श्रद्धा ठेवणे आवश्यक आहे ही दुसरी कल्पना.

व्हिक्टर फ्रँकलची स्वतः 'अर्थाचा शोध' घ्यायची सुरुवात आधीच झाली होती. माणसाचा आत्मा, त्याचे चैतन्य त्याला अनुपम बनवते अशी व्हिक्टर फ्रँकलची खात्री झाली होती. त्या काळी मान्यवर समजले जाणारे अनेक तत्त्वज्ञानी आणि मनोवैज्ञानिक आत्मा, चैतन्य वगैरे कल्पना मानत नव्हते. या कल्पना मान्य न करणे म्हणजे माणसाला नगण्य समजणे असे व्हिक्टरला वाटे. लहान वयात व्यक्त केलेल्या त्याच्या या कल्पना छावणीतील अकल्पनीय अनुभवांतून जात असताना केलेल्या निरीक्षणाला पायाभूत ठरल्या. तेथील आव्हानाला तोंड देताना त्या तावूनसुलाखून निघाल्या. त्यांना अधिक बळकटी आली.

१९२४ साली व्हिक्टर फ्रँकलने वैद्यकीय शास्त्राच्या अभ्यासाला सुरुवात केली. लवकरच त्यांना व्यावसायिक क्षेत्रात वाढती मान्यता मिळू लागली. या मान्यतेचे निदर्शक होते त्यांचा 'आल्फ्रेड ॲडलर' नावाच्या मान्यवर मानसशास्त्रज्ञाशी असलेला संबंध. ॲडलरनी त्यांना दुसरा लेख लिहायला आमंत्रित केले. तो लेख 'इंटरनॅशनल जर्नल ऑफ इंडिव्हिज्युअल सायकॉलॉजी'मध्ये प्रकाशित झाला, त्या वेळी फ्रँकल अवघे वीस वर्षांचे होते.

लोगोथेरपी

त्यानंतर एक वर्षाने जर्मनीमध्ये सभेत भाषण देताना फ्रँकलनी 'लोगोथेरपी' या शब्दाचा प्रथम वापर केला. त्यांनी त्यांच्या मानवतावादी उपचार पद्धतीस जाणूनबुजून हे नाव दिले. ही उपचार पद्धती व्हिएन्ना मानसोपचार तत्त्वप्रणालीमधील तिसरी उपचार पद्धती विचारसरणी म्हणून ओळखली जाऊ लागली. त्याआधी फ्राइड उपचार पद्धती ही प्रथम विचारसरणी आणि ॲडलरनिर्मित उपचार पद्धती ही दुसरी विचारसरणी म्हणून ओळखल्या गेल्या होत्या. लोगोथेरपी उपचार पद्धतीने आपल्या अस्तित्वाच्या मुळाशी असलेला अर्थ जाणून घेणे या विचारसरणीचा पाया घातला.

ग्रीकमधील मूळ शब्द असलेल्या 'लोगोस' या शब्दाचा स्वैर अनुवाद 'अर्थ' असा होतो. अर्थावर आधारित उपचार पद्धती असे त्यांना म्हणायचे होते. त्यांच्या विचारांचा तो वैशिष्ट्यपूर्ण नमुना होता. हा शब्द आपण एखाद्या कंपनीची अथवा उत्पादनाची चटकन ओळख व्हावी म्हणून व्यापारचिन्ह, 'लोगो' हा शब्द वापरतो, त्या अर्थी वापरलेला नाही; त्यामुळे सध्याच्या प्रचलित अर्थाने एखाद्या उत्पादनामागील खोल अर्थ सांगता येणे शक्य असले तरी व्हिक्टर फ्रँकल विक्री, वितरण वगैरेंशी निगडित असलेल्या प्रतीकाबद्दल बोलत नव्हते हे नक्की!

सखोल जाऊन तपास केल्यास logos या शब्दाची निरनिराळी भाषांतरे त्यामागील वैचारिक व आध्यात्मिक भावना दर्शवतात. हेरॅक्लिटस नावाच्या ग्रीक तत्त्वज्ञानाने इसवी सनपूर्व ५०० वर्षी लोगोस या शब्दाचा वापर केला. त्या काळी लोगोस या शब्दाचा अर्थ, तर्कशुद्ध, सुसंगत असा केला जात असे. हेरॅक्लिटसला वाटे की, लोगोसमुळे अंतराळातील एकतानता टिकून आहे. अंतराळाचा कायदा 'एकात सारे नि साऱ्यात एक' असा आहे. या साऱ्या अंतराळाची घडण जशी आहे त्यामागे नक्कीच काहीतरी कारण असावे. या साऱ्या गोष्टी एकमेकांशी निगडित आहेत. आपण त्याचे हे तत्त्व मान्य केले तर आपल्याला आपल्या आयुष्यातील आणि कार्यातील अर्थाची जाणीव होईल.

पाश्चिमात्य जगातील उत्तम साहित्य, तत्त्वज्ञान, धर्म यांचा अभ्यास केल्यास तेथेही लोगोस या शब्दामागील संकल्पना लक्षात येते. लोगोसची कल्पना, ज्युइश तत्त्ववेत्त्या अलेक्झांड्रियातील 'फिलो' याच्या धार्मिक विचारसरणीचा कणा होता. फिलोच्या कल्पनेमध्ये लोगोस हे दैवी, साऱ्या चैतन्याचे स्रोत होते. त्यातूनच मानवातील आत्मा प्रकट झाला. त्याला वाटे की, लोगोस म्हणजे चैतन्य, हे सत्य प्रस्थापित झालेले आहे. त्याची त्याच्या समकालीन तत्त्वज्ञानांच्या व धर्मधुरिणांच्या लिखाणात नोंद झालेली आहे.

व्हिक्टर फ्रँकलची लोगोथेरपीची कल्पना त्याच्या उपचार पद्धतीचा गाभा आहे आणि त्याच्या मुळाशी असलेला सखोल अर्थ लोगोथेरपीचा पाया आहे.

डायलॉग म्हणजे संवाद. 'डाया' म्हणजे 'मधून वाहणे' आणि लोगोसचा अर्थ 'चैतन्य' इंग्लिश शब्द 'डायलॉग' हा दोघांमधून वाहणारे चैतन्य, या अर्थाने झाला आहे. या दोन शब्दांपासून लोगोथेरपी या शब्दाचा उगम झालेला आहे हे लक्षात घेतले तर संवाद या शब्दालादेखील सखोल अर्थ प्राप्त होतो. सामुदायिक चैतन्यात न्हाणे, व्यक्तीव्यक्तींमधील किंवा आपल्या साऱ्यांमध्ये असलेले संबंध जाणणे ही कल्पना सामुदायिक विचार आणि सामुदायिक समाज या शब्दाहून अधिक सखोल आहे. उत्तम संवाद सांगतो की, आपण सारे एका पूर्णत्वाचे अंश आहोत. हे लक्षात घेतले की, एकतानता निर्माण होते. सर्वांनी मिळून केलेले कार्य हे प्रत्येकाने केलेल्या कामाच्या बेरजेपेक्षा अधिक भव्य असते.

हे लक्षात घेता लोगोथेरपी हे व्हिक्टर फ्रँकलच्या मानवतावादी कल्पनेचे किती यथार्थ नाव आहे हे लक्षात येईल. ते आपल्याला आयुष्यातील सखोल अर्थ शोधण्याची प्रेरणा देते.

माणसाची किंमत कमी करणारी त्या वेळची मानसोपचार पद्धती त्यांना मानवत नव्हती. माणसातील अपूर्णता, त्याची दुर्बलता ते मान्य करीत होते. मात्र, त्यांचा भर अपूर्णतेमागील अर्थ जाणून, त्यापासून बोध घेऊन तिचे रूपांतर करू शकणारी आपणा सर्वांत असलेली संभाव्यता यावर असायचा. ''माझा विश्वास आहे की, सरतेशेवटी केलेल्या विश्लेषणात संपूर्णतः अर्थहीन असणारी एकही स्थिती नाही असे आढळून येते,'' असे ते म्हणत. आदर्शवादी तरुणाचा हा विश्वास त्यांच्या लोगोथेरपी उपचार पद्धतीचा पाया बनला. आजही हा विश्वास कार्यरत असून स्वतःच्या जीवनातला अर्थ शोधताना कराव्या लागणाऱ्या संघर्षात सर्वांत मार्गदर्शक आणि प्रेरक ठरत आहे.

बहुतांश वैज्ञानिक क्षेत्रात घडतं तसंच व्हिक्टर फ्रँकलच्या बाबतीत झालं. त्यांचासुद्धा व्यावसायिक मार्ग सरळ - सोपा नव्हता. त्यांच्या विचारांना आणि त्यांच्या अर्थकेंद्रित उपचार पद्धतीला आव्हान देण्यात आलं. त्यांना १९३० साली वैद्यकीय पदवी मिळाली, तोवर ते केंद्रित वर्तुळातून बाहेर फेकले गेले होते. मात्र, याचा फायदा असा झाला की, त्यांना आपल्या स्वतंत्र उपचार पद्धतीचा मार्ग आखता आला.

युवा सल्लागार म्हणून ते करत असलेल्या कामामुळे आंतरराष्ट्रीय वर्तुळात त्यांचा नावलौकिक व्हायला लागला होता आणि १९३१ ते ३८ या वर्षांत व्हिएन्नातील महाविद्यालयाच्या मानसोपचार चिकित्सालयात त्यांची नेमणूक झाली. जर्मनीने १९३८ मध्ये ऑस्ट्रेलियावर आक्रमण केलं, तोपर्यंत फ्रँकलचा मज्जातंतू शास्त्र आणि मानसशास्त्र या दोन क्षेत्रांमध्ये चांगला जम बसला होता. त्यांची प्रॅक्टिस उत्तम चालली होती.

दुसऱ्या महायुद्धाला सुरुवात झाली. सुरुवातीच्या काळात डॉक्टर फ्रँकल आणि त्यांच्या कुटुंबीयांना त्यांच्या रॉथ चाइल्ड हॉस्पिटलमधील मज्जातंतू विभागाचे प्रमुख म्हणून असलेल्या अधिकार स्थानामुळे थोडफार संरक्षण मिळालं. रॉथ चाइल्ड रुग्णालय हे व्हिएन्नातील ज्युइश लोकांसाठी असलेलं एकमेव रुग्णालय होतं. तेथे असताना त्यांनी अनेकदा स्वतःचा जीव धोक्यात घालून, मुद्दाम कागदावर खोटे निदान लिहून अनेक मनोरुग्णांचे जीव वाचवले. नाझी जर्मन तेव्हा मनोरुग्णांना कनिष्ठ प्रकारची माणसे समजून मारून टाकत. या काळात डॉक्टर फ्रँकलनी आपलं 'द डॉक्टर अँड द सोल' नावाचं पहिलं पुस्तक लिहायला सुरुवात केली. नंतरच्या काळात नाझींनी त्या पुस्तकाचं हस्तलिखित जप्त केलं.

१९४२ च्या सप्टेंबर महिन्यात डॉक्टर आणि त्यांचे कुटुंबीय यांना पकडण्यात आलं. प्रागजवळील 'थेरशा इनस्टँड' नावाच्या छावणीत त्यांची रवानगी झाली. तीन अंधकारमय वर्षांची ती सुरुवात होती. त्या वर्षात त्यांची गर्भार पत्नी तिली, त्यांचे आई-वडील, वहिनी आणि भाऊ हे सारे छावणीतील अमानुष अत्याचारांना बळी पडले. ते स्वतः आश्विट्झ, बिर्केनाउ, डाकोव्ह, तुर्कहाइम अशा अत्यंत भयंकर समजल्या जाणाऱ्या छळछावणीत कैदेत होते. तिथे त्यांचा अनन्वित छळ करण्यात आला. तुर्कहाइममध्ये असताना टायफस नावाचा साथीचा आजार होऊन त्यातून ते मरतामरता वाचले. छावणीतील कचेरीतील चोरून मिळवलेल्या कागदांवर आपल्या जप्त केलेल्या हस्तलिखितांची उजळणी करत, आपली सुटकेची आशा जागी ठेवत, त्यांनी स्वतःला जिवंत ठेवायचा प्रयत्न केला. आत्मचरित्रात लिहिलेल्या आठवणीत ते म्हणतात, ''इतर कारणांबरोबर जप्त केलेल्या हस्तलिखितांची उजळणी करून ते पुन्हा लिहायच्या जिद्दीने मला जिवंत राहायला मदत केली याबद्दल माझ्या मनात मुळीच शंका नाही.''

'मॅन्स सर्च फॉर मीनिंग' या आपल्या पुस्तकात व्हिक्टर फ्रँकल छावणीतील आपल्या अनुभवांबद्दल लिहितात : छावणीत कैद्यांना देण्यात आलेल्या वागणुकीबद्दल, त्यांच्या अकल्पनीय छळाबद्दल, खुनांबद्दल ते न कचरता तपशीलवार लिहितात. त्याचबरोबर माणसातील चैतन्याच्या सुंदरतेबद्दलदेखील लिहितात. माणसाचं मन भोवतालच्या भयप्रद वातावरणापासून स्वतःला दूर नेऊन अकल्पनीय वातावरणातदेखील कसा अर्थ शोधू शकतं, याचं मनोज्ञ वर्णन त्यांनी केलं आहे. नाझी जर्मनीतील मृत्यूचं थैमान घालणाऱ्या त्या छळछावणीतदेखील त्यांनी काही लोकांना आपल्या जवळचा शेवटचा पावाचा तुकडा इतरांना देत, त्यांचं सांत्वन करताना पाहिलं. ते म्हणतात, ''अशी माणसं कदाचित थोडी असतील; परंतु त्यांचं असणं हा पुरावा आहे की, माणसांचं सारं काही हिरावून घेतलं जाऊ शकतं; परंतु कोणत्याही आणि कशाही परिस्थितीमध्ये आयुष्याकडे बघण्याचा त्यांचा दृष्टिकोन कोणीही हिरावून

घेऊ शकत नाही.''

त्यांचं हे वाक्य सर्वांत अधिक उद्‌धृत केलं जाणार अवतरण आहे. अमेरिकेचे राज्यसभेतील मंत्री जॉन मॅकेन व्हिएतनाममध्ये साडेपाच वर्षे कैदेत होते. तेथे त्यांचा अतिशय छळ करण्यात आला. त्यातून वाचल्याचे श्रेय ते व्हिक्टर फ्रँकलकडून घेतलेल्या शिकवणीस देतात. मॅकेन यांनी १९९९ साली लिहिलेल्या आपल्या 'फेथ ऑफ माय फादर्स' या पुस्तकाच्या प्रस्तावनेची सुरुवात व्हिक्टर फ्रँकलच्या ''शिकण्यासाठी दुःख भोगायला हवेच असे नाही; परंतु ज्यावर आपली काही सत्ता नाही, अशा दुःखापासून तुम्ही काही शिकला नाहीत तर तुमचं जीवन खरोखर अर्थहीन होईल. ज्या रीतीने माणूस अटळ असलेल्या दैवास सामोरा जातो, ती रीत माणसाच्या आयुष्याला एक सखोल अर्थ देऊन जाते. परिस्थितीस आपण कसे तोंड देतो त्या प्रमाणात आपण तिच्यावर विजय मिळवतो. आपल्या दैवासमोर कसे जायचे हे ठरवण्याचे स्वातंत्र्य माणसाला असते.'' या अवतरणाने करतात.

छळछावणीतील त्यांच्या अनुभवांनी आणि निरीक्षणाने फ्रँकलनी आपल्या युवावस्थेत विकसित केलेल्या अर्थपूर्ण जीवनाच्या तत्त्वांना पुष्टी देण्याचं, त्यांना बळकटी आणण्याचं काम केलं. युद्ध संपल्यानंतरच्या काळात छावणीतून वाचलेला कैदी आणि मनोवैज्ञानिक अशा दोन्ही भूमिकांतून पाहिल्यामुळे लोगोथेरपीबाबतच्या आपल्या सिद्धान्तांचा अस्सलपणा, त्यातील सखोल अर्थ याविषयी त्यांची अधिकच खात्री पटली. छळछावणीतील अनुभवांमुळे नित्यनेमाने पडणाऱ्या अतिभयंकर स्वप्नांबद्दल त्यांनी लिहिलं आहे. त्याच अनुभवांनी स्वतःच्या जीवनात अर्थ शोधण्याच्या नितांत गरजेवरचा आपला विश्वास द्विगुणित करत, आपल्या कार्यक्षेत्राचा पाया घातला; हे आपल्याला माहीत असल्याचंही त्यांनी लिहिलं आहे. ते लिहितात, ''मी परिस्थितीतील क्लेशांपलीकडे दृष्टी टाकून त्यामागील संभाव्यतेकडे पाहू शकतो. तसं करून वरवर अर्थहीन, दुःखदायक वाटणाऱ्या स्थितीचे विजयात परावर्तन करू शकतो. अंतिम विश्लेषण करता ज्यामध्ये अर्थाचं बीज नाही अशी कुठलीही परिस्थिती नाही असा माझा दृढ विश्वास आहे.

युद्धानंतर डॉक्टर व्हिक्टर फ्रँकल व्हिएन्नात परतले आणि 'व्हिएन्ना न्यूरॉलॉजिकल पॉलीक्लिनिक' या संस्थेत आयोजक व्यवस्थापक म्हणून काम करायला लागले. हे पद त्यांनी पंचवीस वर्षे भूषविले. त्याचबरोबर त्यांनी आपल्या दीर्घ आणि लक्षणीय अशा शैक्षणिक कार्यासही सुरुवात केली. या कामासाठी त्यांनी व्हिएन्ना महाविद्यालयाव्यतिरिक्त, हार्वर्डसारख्या अनेक जगन्मान्य महाविद्यालयांना भेट दिली. त्यांच्या आयुष्यात त्यांना २९ महाविद्यालयांनी बहुमानदर्शक पदव्या बहाल केल्या. त्यांनी ३२ पुस्तके लिहिली. त्यांच्या पुस्तकांचे २७ भाषांत भाषांतर केले गेले. त्यांचे 'मॅन्स सर्च फॉर मीनिंग' हे पुस्तक अमेरिकेतील दहा सर्वांत परिणामकारक

पुस्तकांतील एक म्हणून गौरवले गेले आहे.

आयुष्य अर्थहीन करू पाहणाऱ्या अतीव नैराश्यपूर्ण वातावरणातून गेल्यामुळे व्हिक्टर फ्रँकल लोगोथेरपी उपचार पद्धती पूर्णपणे विकसित करू शकले. सॅनडियागो येथे भरलेल्या १९८० सालच्या परिषदेत ते म्हणाले, बायबलमधील जेकबसारखेच, जीवनातील विश्वास हिरावून घेणाऱ्या परिस्थितीशी झगडत असताना, त्याचे देवदूताबरोबरचे, 'आयुष्याला होकार दे' हे उद्‌गार मला तारक ठरले. 'मॅन्स सर्च फॉर मीनिंग' या पुस्तकाच्या सुरुवातीच्या आवृत्तीत हे उद्‌गार त्यांनी पुस्तकाच्या नावासाठी वापरले आहेत.

१९९२ साली व्हिएन्नात 'व्हिक्टर फ्रँकल इन्स्टिट्यूट' या संस्थेची स्थापना करण्यात आली. आज ती संस्था जगभरातील लोगोथेरपीचे प्रशिक्षण व संशोधन करणाऱ्या संस्थांच्या महाजालाचे केंद्रस्थान बनली आहे. या साऱ्या संस्थांनी व्हिक्टर फ्रँकलचे तत्त्वज्ञान, त्यांची लोगोथेरपी नावाची उपचार पद्धती आणि अस्तित्वाबद्दलची विश्लेषण पद्धती याची प्रगती व प्रचार करण्याचे ध्येय समोर ठेवले आहे.

डॉक्टर व्हिक्टर फ्रँकल यांना २ सप्टेंबर १९९७ रोजी, वयाच्या ९२ व्या वर्षी शांतपणे देवाज्ञा झाली. अखेरपर्यंत ते निर्मितिक्षम, उत्पादनक्षम आणि उत्कट असे राहिले. त्यांचं नुसतं अस्तित्वच अनेकांना स्पर्शून जायचं, आश्वासक वाटायचं. व्हिक्टर फ्रँकल आणि त्यांचे कुटुंबीय यांच्या सहवासात सदैव राहिलेल्या मानसोपचारतज्ज्ञ जेफ्री झीग यांनी व्हिक्टर फ्रँकलच्या परिणामकारकतेबाबतच्या आपल्या भावना लेखक अल्बर्ट कामू यांच्या पुस्तकातील अवतरणे वापरून व्यक्त केल्या आहेत. शब्द आहेत, 'काही माणसं केवळ आपल्या अस्तित्वाने इतरांना मदत करतात, जगाचे दोष निरसन करून त्याची यथार्थता प्रस्थापित करतात. व्हिक्टर फ्रँकल खरंच अशी व्यक्ती होते की, ज्यांच्या असण्याने जगाची यथार्थता सिद्ध झाली, यात काही शंका नाही.

अर्थक्षण :

जेव्हा तुम्हाला कोंडले गेल्यासारखे, सापळ्यात अडकल्यासारखे वाटले अशा व्यावसायिक जीवनातील एका परिस्थितीची आठवण करा. कदाचित त्या वेळी आपल्याला पाहिजे त्याप्रमाणे परिस्थितीस तोंड देण्याचे स्वातंत्र्य किंवा अधिकार तुम्हाला नसेल. तुम्ही त्या बाबतीत काही केलं का? काय? दुसऱ्या शब्दांत विचारायचं झालं तर तुम्ही तुमच्या सुटकेसाठी कोणता मार्ग आखलात? मागे वळून पाहता तुम्ही त्यातून कोणता बोध घेतला? तुम्ही केलं त्यापेक्षा काय वेगळं करू शकला असता?

❓ अर्थ प्रश्न :

* वैयक्तिक आणि व्यावसायिक आयुष्यात आलेल्या एखाद्या कठीण समयाचा विचार करा.
* व्हिक्टर फ्रँकलचा छावणीतील अनुभव तुम्हाला (भूतकाळातील आठवणी मागे ठेवून) वर्तमान किंवा भविष्यकाळातील आव्हानास तोंड देण्यास कसा उपयुक्त ठरू शकला असता?
* तुम्हाला खरोखर कोणतं काम करायला आवडेल? त्या बाबत तुमचं काय स्वप्न आहे?

अर्थाला होकार

माझ्या आयुष्यातील मला असलेल्या स्वातंत्र्याबद्दल मी सदैव कृतज्ञ राहीन.

३

दृष्टिकोन निवडण्याच्या आपल्या स्वातंत्र्याची अंमलबजावणी करा

"माणसाचं सारं काही हिरावून घेतलं जाऊ शकतं. परंतु कुठल्याही परिस्थितीत आपला दृष्टिकोन, आपला मार्ग निवडायचं त्याचं स्वातंत्र्य अबाधित असतं."

मनुष्यमात्र सवयीचा गुलाम असतो. जेथे आपल्याला निश्चिंतपणा मिळेल, असे नित्यपरिचित, नेहमीच्या चाकोरीतील जीवन आपण शोधत असतो. ज्याप्रमाणे वहिवाट पडलेल्या वाटेवरून आपण चालत राहतो तसेच आपल्या मनातही नित्याचे मार्ग आपण कोरत जातो. कालांतराने या वाटा जणू स्वयंचलित असल्यासारख्या वाटू लागतात, त्या पलीकडे जाणे आपल्या नियंत्रणाबाहेर आहे, असे आपल्याला वाटू लागते. आपण आपल्या रोजच्या जीवनात प्रतिक्रियांचं समर्थन करत, स्वतःतील संभाव्यता कमी करत जातो. ठरावीक पद्धतीने वागण्याची प्रवृत्ती अवलंबत असताना, स्वतःचे आयुष्य घडविण्याची शक्यता आपल्या मनातून निसटत जाते. स्वतःभोवती, स्वतःसाठीच बौद्धिक, भावनिक पिंजरा निर्माण होत जातो. आपण स्वतःतील व इतरांतील निर्माणशक्तीची संभाव्यता कमी करत जातो. या साऱ्याचा निष्कर्ष म्हणजे आपण आपल्या विचारांच्या पिंजऱ्यात स्वतःला अडकवीत जातो...

आपण आपल्या विचारांची दिशा बदलू शकतो. अर्थाचा मागोवा घेत सीमित करणाऱ्या आपल्या संभाव्यतेला आपण मुक्त करू शकतो. आपणच निर्माण केलेल्या वैचारिक पिंजऱ्याची किल्ली शोधून त्याचे दार उघडू शकतो. एकदा का आपला दृष्टिकोन बदलणे शक्य आहे असे आपल्याला समजून आले की, कुठल्याही परिस्थितीत तो बदलण्याचे स्वातंत्र्य आपल्याला गवसते. आपल्या प्रत्येकाची अनेकदा स्वतःच निर्माण केलेली एक छळछावणी असते. तिच्याशी आपल्याला

सामना द्यावा लागतो. क्षमस्व नि सहनशील राहून आपल्यातील संपूर्ण संभाव्यतेला वाव देत आपण सर्वार्थाने माणूस बनायला हवे.

स्वतःचा दृष्टिकोन निवडण्याची जबाबदारी निश्चितपणे सर्वस्वी आपली स्वतःचीच असते. दुसऱ्या कोणावर ती टाकता येत नाही. मी अनेक वर्षांपासून विविध प्रकारचे उद्योगधंदे व सरकारी शासन संस्थांना हेच सांगत आलो आहे. जेव्हा व्यवस्थापक, कामगार व अधिकारी वर्ग कामावरील स्थितीबद्दल गट जमवून तक्रार करण्यात गुंग झालेले असतात; परंतु ती बदलण्यासाठी काहीही कृती करायला तयार नसतात तेव्हा हे विधान अधिकच प्रकर्षाने लागू होते. मला 'फार साइड' नावाने निघणाऱ्या व्यंगचित्रमालेतील एक चित्र आठवते. त्यात समस्या विभागातील (पार्ट ऑफ द प्रॉब्लेम) सदस्यांच्या परिषदेत भाग घेणाऱ्या लोकांचा मेळावा चित्रित केला होता. हे व्यंगचित्र आपले विचार किती नकारात्मक अन् संकुचित स्वरूपाचे होऊ लागले आहेत, त्याचे निदर्शक आहे. जेव्हा आपण समस्येचा भाग होण्याऐवजी त्याची उकल करणाऱ्या गटाचा भाग बनू, तेव्हा आपल्याला व्यावसायिक जीवनातील दृष्टिकोन ठरवायचं आपलं स्वातंत्र्य साजरं करता येईल.

आता बॉबचेच उदाहरण घ्या. वरवर पाहता तो एका चांगल्या बँकेत बऱ्यापैकी यशस्वी व्यवस्थापक होता. त्याच्या व्यावसायिक जीवनात बरेच चढउतार आले होते आणि त्याचा त्याच्या मनावर आणि पर्यायाने जीवनावर ताण पडत होता. आपल्यावरील जबाबदारी, आपले सहकारी, ग्राहक, समाज अशा व्यावसायिक जीवनात येणाऱ्या जवळजवळ साऱ्यांबद्दल त्याच्या मनात सतत तक्रारी असत. त्याचे सहकारी व कुटुंबीय त्याच्या या तापदायक नकारात्मक व निराशाजनक गोष्टी ऐकून कंटाळत. आपल्या भोवतालच्या वातावरण निर्मितीस आपणच कारणीभूत आहोत हे बॉबला काही केल्या कळत नव्हतं. सततची तक्रार करण्याची त्याची वृत्ती व्यावसायिक जीवनात त्यांच्या यशाच्या आड येत होती आणि त्यांच्या कौटुंबिक जीवनावरदेखील परिणाम करत होती. एक एक करत त्याचे सारे मित्र दुरावत चालले होते. नकारात्मक दृष्टिकोन असणाऱ्या माणसाभोवती वावरणे कुणालाच आवडत नाही. कुटुंबीय त्याचे वागणे सहन करत होते; पण त्यात आनंद नव्हता.

कामावर एखाद्या पाणी प्यायच्या किंवा तत्सम जागी जमून कंटाळवाण्या नोकरीबद्दल तक्रारी करणे यामुळे काही काळ तात्पुरती समविचारी मित्र-मैत्रिणी जमवण्याचा आभास होतो खरा; पण त्यातून स्वतःसाठी किंवा इतरांसाठी अर्थपूर्ण असं काही निष्पन्न होत नाही. नोकरीची जागा समाधानकारक नाही, या जाणिवेने आपल्या व्यवसायात अर्थपूर्णता आणण्यात अडथळे निर्माण होतात, सरतेशेवटी ते हानिकारक ठरते. अर्थहीनता ही आपली सवय बनते. व्यावसायिक जीवन आपल्या जीवनाचा महत्त्वाचा घटक आहे. तेव्हा तक्रारी करण्यात बराच वेळ

घालवण्यापेक्षा तोच वेळ आपण व्यवसायात अर्थ ओतण्यात घालवू शकतो, हे आपल्या लक्षातच येत नाही आणि व्यावसायिक जीवन अर्थपूर्ण बनवण्याची संधी आपल्या हातून निसटत जाते. आपले अनुभव क्षुल्लक बनविण्यास आपण मदत करतो. तक्रार करताना आपण इतरांपासून दुरावत जातो. ज्याबद्दल आपली तक्रार असते त्यालाच ढाल बनवत, आपण स्वतःला 'बळी' या भूमिकेत बघू लागतो.

सतत तक्रार करणाऱ्याने आपण का आणि केव्हा तक्रार करतो, या बाबतची स्वतःची जागरूकता वाढवणे हे पहिले काम करायला हवे. दुसरे म्हणजे तक्रार करणे थांबवणे. याचा अर्थ असा नाही की, आपण कधीच तक्रार करायची नाही किंवा खोटा मुखवटा चढवून, जणू काही सारे चांगले चालले आहे, अशी बतावणी करत जगायचे; परंतु सतत तक्रार करत राहण्याने आपण स्वतः नकारात्मक व्यक्ती बनत जातो, याबद्दल साऱ्यांनी जागरूक असावे. व्हिक्टर फ्रँकलच्या खडतर काळातील आयुष्यातही तक्रार करायच्या अनेक संधी होत्या. त्या वेळी ते नकारघंटा वाजवत बसले असते तर आपण सहज समजू शकलो असतो; परंतु त्यांनी भा. रा. तांबे यांनी म्हटल्याप्रमाणे, 'घन तमी शुक्र बघ राज्य करी' या जाणिवेस हाताशी धरले. त्यांना अर्थ निर्माण करावा लागला नाही. तो भोवताली होताच. त्यांनी फक्त प्रत्येक क्षणात तो पाहिला. नाझी छळछावणीतील दुःसह अशा दुःखातही अर्थ असतो हे त्यांना गवसले. त्यांना मानवतेचे अंधकारमय दर्शन झाले; तसेच त्यातील उत्कटतेचेही! दोन्ही शक्यतांची त्यांना जाणीव झाली; त्यामुळे त्यांच्यातील मानवता अधिक गहिरी झाली. त्यांच्या मनात अढळ विश्वास निर्माण झाला. विकृत वातावरणातून उदात्ततेकडे जाणाऱ्या मानवतेचे त्यांना दर्शन झाले. अंधकारमय वातावरणातही इतरांना दिवा दाखवत राहणारे लोक त्यांनी पाहिले.

आपला स्वतःचा दृष्टिकोन निवडण्याचे स्वातंत्र्य आपल्याला आहे, हे त्यांच्या लक्षात आले आणि आपण नकाराकडे जायचे की होकाराकडे ते ठरविण्यास ते मोकळे झाले. नकारात्मक घंटा वाजवणे बंद करून आपण आपली ऊर्जा इतरांबरोबर अर्थपूर्ण दुवे साधण्यासाठी वापरू शकतो आणि जेव्हा आपण इतरांबरोबर अस्सल आणि निखळ दुवे सांधतो, तेव्हा जीवनात अर्थ न शोधणे अशक्य होते. अर्थ सतत आपल्याभोवती नांदत असतो. जेव्हा आपण स्वतःत मग्न न राहता इतर कुणाकडे पाहू शकतो, तेव्हा आपले स्वतःचे आणि भोवतालच्या साऱ्यांचे आयुष्य आपण परिपूर्ण करीत जातो.

खऱ्याखुऱ्या स्वातंत्र्याचा धडा

नेल्सन मंडेला, साउथ आफ्रिकेचा पहिला कृष्णवर्णीय पंतप्रधान आणि नोबेल प्राइज विजेता यांची स्वतःचे स्वातंत्र्य व बंदिवास यावर प्रकाश टाकणारी एक

प्रेरणादायक गोष्ट सांगितली जाते. लहान वयातच नेल्सन मंडेलांनी साउथ आफ्रिकेतील त्या वेळची निष्ठुर जुलूमशाही राजवट बदलण्यासाठी काम सुरू केले. त्यांना समाजातील वर्णद्वेष घालवायचा होता आणि समानता असणारी राजवट अमलात आणायची होती. १९६२ मध्ये त्यांच्यावर 'राजवट उलथून पाडण्याचा कट करणारा' असा आरोप करून त्यांना कैद करण्यात आले. त्यांना जन्मठेपेची शिक्षा झाली. सत्तावीस वर्षांनी आंतरराष्ट्रीय लोकांच्या प्रचंड दबावामुळे हार खाऊन शेवटी साउथ आफ्रिकेतील राजवटीने त्यांना मुक्त केले. ज्या दिवशी नेल्सन मंडेला यांची रॉबिन बेटावर असलेल्या कैदखान्यातून सुटका करण्यात येणार होती, त्या दिवशी 'अर्कान्सास' नावाच्या अमेरिकेतील प्रांताचा गव्हर्नर असलेले बिल क्लिंटन दूरदर्शनवर बातम्या बघत होते. 'ही ऐतिहासिक घटना आहे; बातम्या बघायला लवकर या' असं म्हणत त्यांनी आपली बायको व मुलगी यांना साद घातली. तुरुंगाच्या दारातून बाहेर पाऊल टाकून, जमलेल्या प्रेक्षकांकडे बघताना नेल्सन मंडेलांच्या चेहऱ्यावर पसरलेली रागाची लाली त्यांनी पाहिली. क्षणभरातच ती लाली लुप्त झाली.

काही काळानंतर क्लिंटन अमेरिकेचे आणि मंडेला साउथ आफ्रिकेचे अध्यक्ष झाले. दोघांची भेट झाली, तेव्हा क्लिंटननी मंडेलांच्या सुटकेच्या वेळी केलेल्या निरीक्षणाबाबत मंडेलांना सांगितले आणि 'मनात डूख धरून न ठेवता, नकारात्मकतेचे ओझे न बाळगता समेट करण्यास नेहमी तयार असणाऱ्यांचा आदर्श, अशी तुमची ख्याती आहे असे असताना त्या सुटकेच्या दिवशीच्या रागाचे कारण काय?' असा प्रांजल प्रश्न मंडेलांना केला; त्यावर मंडेला म्हणाले, "तुमचं म्हणणं व निरीक्षण अचूक आहे. मी कैदेत असताना तेथील पहारेकऱ्याच्या मुलाने बायबलच्या अभ्यासाचा एक वर्ग सुरू केला होता. मी त्या वर्गात दाखल झालो होतो. तुरुंगातून बाहेर पाऊल टाकलं, माझ्याकडे बघत असलेल्या साऱ्या माणसांकडे माझी नजर गेली. 'यांनी माझ्या आयुष्यातली सत्तावीस वर्षं हिरावून घेतली,' या विचाराने अतिशय रागाची एक चमक माझ्या शरीरातून गेली. लगेचच माझ्या डोळ्यांसमोर येशू ख्रिस्ताची प्रतिमा तरळली. येशू मला म्हणत होता, 'त्यांच्या कैदेत असताना तू मनाने स्वतंत्र होतास; आता तुरुंगातून सुटका झाल्यावर त्यांचा कैदी बनू नकोस.' तुरुंगातून सुटका झाल्यावर नेल्सन मंडेलांनी खरोखरच जगासमोर एक आदर्श उदाहरण घालून दिले. पूर्वी शत्रू असलेल्या गटात समेट घडवून आणत देशावर झालेली, सूडबुद्धीचा व नकारात्मकतेचा नाश करणारी अन्यायाची जखम भरून काढायला त्यांनी अमाप मदत केली. स्वतःचा दृष्टिकोन निवडण्याचे आपले स्वातंत्र्य हे सर्वांत महत्त्वाचे असते हे त्यांना पूर्णपणे समजले होते.

व्हिक्टर फ्रँकल आणि नेल्सन मंडेला या दोघांनी भोगलेल्या अकल्पनीय यातनांची तुलना करणे शक्य नाही आणि तसे करणे योग्यदेखील नाही. ते दोघे

ज्या साऱ्यांनी अनेक यातना भोगून आपत्तीवर विजय मिळवला आहे, अशा लोकांचे प्रतिनिधित्व करतात. भयंकर परिस्थितीत त्या दोघांवर त्यांच्या तुरुंगातील आयुष्यात अर्थ शोधण्याची बळजबरी लादली गेली. आपण सारे गृहीत धरत असलेल्या स्वतःच्या स्वातंत्र्यापासून त्यांना वंचित करण्यात आले होते. या दोघांजवळ व्हिक्टर फ्रँकलने वर्णन केलेले एकच स्वातंत्र्य राहिले होते; स्वतःचा दृष्टिकोन निवडण्याचे स्वातंत्र्य! तरतम भावाने आता आपले आयुष्य सुरक्षित असतानादेखील ही गोष्ट लक्षात ठेवणे कठीण नक्कीच आहे. वेळोवेळी आपणा साऱ्यांवर आपल्या आवाक्यापलीकडे असलेल्या कठीण प्रसंगास तोंड देण्याची वेळ येते. अशा वेळी परिस्थिती आटोक्यात आणण्यासाठी आपला दृष्टिकोन निवडण्याचे स्वातंत्र्य हेच साधन आपल्याजवळ असते आणि येथेच आपले स्वातंत्र्य टिकवले जाते.

खराखुरा नायक

स्वर्गीय ख्रिस्तोफर रिव्हजवळ सारे काही होते. ब्रॉडवे रंगमंचावर त्याला भरघोस यश मिळाले होते. त्याच्या सुपरमॅन नावाच्या चित्रपटातील भूमिकेबद्दल त्याला जगभर प्रसिद्धी मिळाली होती. त्या भूमिकेने त्याला 'चमकता तारा' बनवले होते. वयाच्या बेचाळीसाव्या वर्षी चित्रपट व्यवसायात तो यशाच्या शिखरावर होता. त्याचं आयुष्य संभाव्यतांनी काठोकाठ भरलेले दिसत होते. सर्व स्तरांवर भरभरून उपभोग घेत होता तो. त्याला जीवनाबद्दल आसक्ती होती, उत्कटता होती. रिव्ह उत्तम खेळाडूही होता. नौकानयन, स्केटिंग, स्कीइंग, टेनिस असे सारे खेळ त्याला मनापासून आवडायचे.

१९९५ सालच्या 'मेमोरियल डे' नावाच्या सुट्टीत श्वास घेण्यासाठी धडपड करत असलेल्या रिव्हला पाहताना साऱ्या जगाने स्वतःचा श्वास रोखून धरला. घोडदौड करत असताना तो घोड्यावरून फेकला गेला होता. त्याची मान मोडली. त्याला कुठलीही हालचाल करता येईना, श्वासही घेता येईना. सुपरमॅन म्हणून गाजलेला माणूस संपूर्णपणे पांगळा होऊन पडला होता. आपल्या खूप खप झालेल्या, 'तरीही मीच' (स्टील मी) नावाच्या आत्मचरित्रात त्याने लिहिले, ''मला वाटते की, हिरो म्हणून गाजलेला मनुष्य हा एक सामान्य माणूस असतो, जो आत्मबलाच्या जोरावर अगम्य अडचणी व अडथळ्यांवर चिकाटीने मात करून तगून राहतो.'' अशी खऱ्याखुऱ्या नायकाची ही गोष्ट चालू राहिली, अपघातानंतर अनेक वर्षे तो केवळ जगलाच नाही तर सर्वांगीण दृष्टीने तरारून आला. स्वतःसाठी, स्वतःच्या कुटुंबासाठीच नव्हे तर कणा तुटून पांगळ्या झालेल्या अमेरिकेतील व जगातील साऱ्या लोकांच्या वतीने तो झुंजत राहिला. त्याचं आयुष्य म्हणजे एक प्रेरणादायक शक्ती होती. आपली सकारात्मक दृष्टी तो जपत राहिला. अमेरिकेतील

लॅरी किंग नावाच्या दूरदर्शनवरील मुलाखतकारास मुलाखत देताना त्याने दाखविलेला आशावाद अचंबित करणारा होता. मुलाखतीत तो म्हणाला की, मी फार नशीबवान माणूस आहे. मी लोकांसमोर साक्ष देऊ शकतो, या व्याधीशी झगडण्यासाठी लागणारा पैसा मी गोळा करू शकतो; या विषयावरील लोकांच्या ज्ञानात भर घालून लोकजागृतीही करू शकतो. आपल्याला सुरुवातीचा निराशेच्या गर्तेतून, अगतिकतेच्या भावनेतून त्वरित बाहेर ओढून काढण्याचे श्रेय तो आपली बायको आणि आपली तीन मुले यांना देतो. तो म्हणतो, ''अशा वेळी तुम्हाला कळून येते की, चित्रपट,खेळ या गोष्टी तुमच्या अस्तित्वाचे सार नसतात. माझे माझ्या कुटुंबीयांशी नेहमीच चांगले संबंध होते; पण आता ते आम्हा प्रत्येकाच्या जाणिवेपलीकडे विस्तारले आहेत आणि म्हणूनच मी प्रामाणिकपणे म्हणू शकतो की, मी खरोखर फार भाग्यवान माणूस आहे.'' तो पुढे म्हणतो,

''जेव्हा मोठं अरिष्ट कोसळतं, तेव्हा स्वतःसाठी अतिशय व्यथित होऊन आणि भोवतालच्या कुणाकडेही लक्ष न देता येणे स्वाभाविक असते. त्या वेळी आपल्याला दुसऱ्या कुणाचीही जाणीव उरत नाही. मात्र, त्या अरिष्टातून बाहेर पडण्याचा मार्ग प्रेमबंधनातूनच जातो. बाहेर पडण्याचा मार्ग तुमच्या लहानग्या मुलाला काय हवंय, वयात येणाऱ्या तुमच्या मुलीच्या काय गरजा आहेत, तुमच्या भोवतालच्या लोकांना काय हवं यावर जास्त लक्ष केंद्रित करण्यात आहे. तसं करणं फार कठीण आहे. कधीकधी तुम्हाला इतरांकडे लक्ष देण्याविषयी स्वतःला ठणकावून सांगावं लागतं, तसं करण्याविषयी बजवावं लागतं; परंतु आपत्तीत गोठून पडल्यावर त्यातून बाहेर पडण्याचा तोच एक मार्ग असतो. निदान मला तरी ती एक वाट सापडली; तेच उत्तर गवसलं.''

ख्रिस्तोफर रिव्हच्या उदाहरणावरून आपल्याला दिसून येतं की, त्याने आलेल्या आपत्तीला कशा तऱ्हेने तोंड द्यायचं ते ठरवण्याचं आपलं स्वातंत्र्य वापरलं आणि त्यामुळे जीवनमार्गावर कोसळलेल्या अनपेक्षित संकटाची धोंड पेलून धरायची धाडसी कृती करणं त्याला शक्य झालं. तसं करताना त्याने केवळ आपलं दुःख आणि हानी पचविण्याचं काम केलं असं नाही तर आपलं निवडीचं स्वातंत्र्य राखल्यामुळे स्वतःला बरं करण्याची आपल्या शरीराची ताकद वाढवली. जीवनातील खराखुरा अर्थ कशात आहे याचा शोध घेतला आणि तो मिळविला. अन्यथा कदाचित त्याला तो गवसला नसता. त्याने घेतलेल्या दृष्टिकोनाचा एक परिणाम असा झाला की, आयुष्य गृहीत धरायचं नसतं. ते उत्कटतेने, जिज्ञासा जागृत ठेवून, कृतज्ञतेने, पूर्णपणे जगायचं असतं याची तो सर्वांना आठवण करून देऊ शकला. २००४ साली वयाच्या बावन्नाव्या वर्षी मृत्यूने त्याला गाठेपर्यंत त्याने आपला सकारात्मक दृष्टिकोन जागृत ठेवला.

ख्रिस्तोफर इतरांसाठी प्रेरणादायक, स्फूर्तिदायक नायक तर ठरलाच; परंतु सर्वांत लक्षणीय गोष्ट म्हणजे त्याची बायको डायना हिच्यावर त्याच्या दृष्टिकोनाचा मोठाच परिणाम झाला. त्याच्या अपघातानंतर त्याच्या मृत्यूपर्यंत दहा वर्षे तिने त्याची शुश्रूषा केली. दुर्दैवाने २००५ साली तिच्यावर आणखी एक आपत्ती कोसळली. कधीही धूम्रपान केले नसतानाही तिला फुफ्फुसाचा कर्करोग झाला. स्वतःवर आकाश कोसळले असतानाही तिने धीराने त्या संकटाशी झुंज दिली. 'एवढी मोठी आपत्ती आली असतानाही तू सारे बळ कसे एकवटू शकतेस,' असे विचारले असताना तिचे उत्तर होते, "मला चांगला गुरू मिळाला होता, माझा नवरा." डायना स्वतः एक नटी होती, गायिका होती, अपंगांसाठी कार्य करणारी कार्यकर्ती होती आणि खऱ्याखुऱ्या नायकाची बायको स्वतः नायिका होती. ६ मार्च २००६ रोजी वयाच्या अवघ्या चव्वेचाळिसाव्या वर्षी तिचा मृत्यू झाला.

पेलण्यासाठी

आयुष्याच्या प्रवासात आपल्याला सुख आणि दुःख दोन्ही अनुभवावे लागतात. केवळ सुखद अनुभव मिळावे असे आपल्याला वाटत असते; तरीही आयुष्य पूर्णपणे जगण्यासाठी आपल्याला साऱ्या आव्हानांना पेलण्याची, दुःखद प्रसंगांनादेखील सामोरे जाण्याची तयारी करावी लागते.

आयुष्य हा खेळ आहे. दिवस नि रात्र, आरोग्य नि आजार, बरे आणि वाईट, श्रीमंती आणि गरिबी, आनंद आणि आव्हाने इत्यादींविरुद्धचा खेळ; काही भिन्नता ही फायदेशीरदेखील असते, कारण ती आपल्याला वस्तूमधील वैधर्म्य स्पष्ट करण्यास मदत करते. एक बाजू कळण्यासाठी दुसरी बाजू समजणेदेखील आवश्यक असते. आयुष्यात दोन्हींस आलिंगन द्यावे लागते. जीवनात केवळ नेहमीची वाट तुडवून चालत नाही, भागत नाही. पूर्णत्वाने जगण्यानेच आपल्याला आपले स्थितिस्थापकत्व, संकट पेलण्याची आपली क्षमता वाढवता येते. पूर्णपणे जगलेल्या आयुष्यातच जीवनाचा अर्थ सामावलेला असतो.

जीवनातील सारे बरेवाईट प्रसंग यशस्वीपणे हाताळण्यासाठी आवश्यक असलेले आपले आचारांबाबतचे संदेश व्हिक्टर फ्रँकलनी दिले आहेत; ते त्यांना आलेल्या कठीण प्रसंगांतून तावून-सुलाखून बाहेर निघण्यासाठी कामी आले. जबाबदारी घेऊन आपल्या दृष्टिकोनाची निवड करणे आणि निवडलेल्या दृष्टिकोनाशी निष्ठावंत राहणे हे त्यांनी टिकून राहण्यासाठी वापरलेले टेकू होते. असे केल्यामुळे त्यांना येणाऱ्या दिवसाशी सामना करत जिवंत राहण्यास लागणारा आत्मविश्वास आला.

जीवनात आणि व्यवसायात काही व्यक्ती इतरांपेक्षा अधिक जोमाने टिकाव धरू शकतात. बहुतेक वेळा अधिक सक्षम, अधिक जबाबदार आणि अधिक

स्थितिस्थापकता असलेल्या व्यक्ती आपला आत्मविश्वास वाढवत तग धरू शकतात. तसे करताना आव्हाने पेलण्याची आपली क्षमताही त्या वाढवू शकतात. आपल्या वर्तमान व भविष्यकाळात अधिक अर्थ भरू शकतात. आव्हाने करण्यासंबंधीची माझी तत्त्वे काय आहेत? माझा कशावर विश्वास आहे? आणि माझी क्षमता काय आहे? हे प्रश्न स्वतःस विचारणे महत्त्वाचे आहे. डॉक्टर फ्रँकलच्या बाबतीत जर त्यांना आयुष्याच्या पूर्णत्वाची, त्यातील आनंद आणि आव्हानांची ओळख नसती तर कदाचित ते छळछावणीसारख्या अमानुष अनुभवातून वाचू शकले नसते. जर आश्विट्झसारख्या अधिकच क्रूर म्हणून नावाजलेल्या छळछावणीत येण्यापूर्वीसुद्धा त्यांनी संकटाबाबतच्या आपल्या स्वतःच्या संदेशाचे पालन केले नसते तर कदाचित जिवंत राहण्याबाबतचा आपला उत्कट आशावाद ते टिकवू शकले नसते.

"आत्ता या क्षणी मारले जाण्याची, या छळछावणीतून आयुष्याच्या या शेवटच्या टप्प्यातून वाचण्याची शंभर टक्के खात्री नसेल आणि कुठलीही ग्वाही नसेल तर मग आताच्या या क्षणापासून माझ्या जगण्याला मीच जबाबदार आहे. मी असा जगेन की, भोवतालच्या साऱ्या धोक्यांकडे लक्ष न देता, पाठवल्या जाणाऱ्या प्रत्येक छळछावणीत, जगण्यासाठी चालून आलेल्या लहानात लहान संधींचा पूर्ण उपयोग करेन, हा माझा परिस्थितीतून बाहेर पडण्याचा नुसता मार्गच नव्हता तर हे संकट पेलण्यास्तव दिलेले वागणुकीचे वचन होते."

सबळ आशावाद

खऱ्या आशावादाला केवळ सकारात्मक विचार आणि घोषणा पुरेसे नसते. तर त्या परिस्थितीत काय करणे शक्य होईल, आपल्या निर्णयाची निष्पत्ती काय होईल याचं चित्रदेखील डोळ्यांसमोर आणता यावं लागतं. आपण निवडलेली आपली कृती साकार करण्यासाठी आवश्यक असलेल्या दृष्टिकोनातील भावनांची उत्कटता अनुभवावी लागते.

या पुस्तकात प्रत्येक प्रकरणाच्या शेवटी दिलेल्या, लिहिलेल्या आज्ञावाचक शब्दांसारखे वचन देणे आवश्यकच नव्हे तर फायद्याचेदेखील असते. जेव्हा आपण वैयक्तिक आणि व्यावसायिक जीवनातील आव्हानांना तोंड देतो, तेव्हा या वचनांचा, सुरुवातीच्या कार्याला जन्म देणारे वचन म्हणून उपयोग करता येतो. दुसऱ्या शब्दांत सांगायचे तर आशावादी बनून आपल्या दृष्टिकोनाची निवड करतो तेव्हा आपण खरोखर तीन गोष्टींची निवड करत असतो.

पहिला निर्णय असतो तो, समोरच्या परिस्थितीकडे सकारात्मक दृष्टीने बघायचा;

दुसरा असतो सर्जनशीलतेने आलेल्या परिस्थितीत साऱ्या शक्याशक्यतांचा आढावा घ्यायचा;

आणि तिसरा, कृतिशील बनून उत्कटतेने शक्यता साकार करायचा.

आपल्या साऱ्यांना हे तीन निर्णय घ्यायचं स्वातंत्र्य असतं; परंतु अनेक वेळा आपण तसं करत नाही. कधीकधी निष्क्रियपणा करत आपली जबाबदारी अंगावर घ्यायचे, जाणीवपूर्वक निर्णय घ्यायचे आपण टाळतो. कधी असे अहेतुकपणे घडते, कधी आपण आपल्या रोवलेल्या विचारांच्या चाकोरीत गोठल्यासारखे होऊन गेल्याने घडते. थोडक्यात, आपण आपल्या विचारांच्या शृंखलेत अडकलेले असतो. आमच्या जीवनात आणि व्यवसायात आपल्या जुन्या सवयीच्या तुरुंगात अडकून पडलेले अनेक सहकारी, कुटुंबीय, मित्र आणि ग्राहक पाहिले आहेत. ते कामावर अथवा जीवनातील समोर आलेल्या स्थितीबद्दल नकारात्मक विचारांच्या शक्तीचे प्रदर्शन करत असतात. असे करताना ते उद्याची पहाट चांगली होण्याची शक्यता कमी करत असतात. परिस्थिती अधिक चांगली होऊ शकते, हे त्यांच्या ध्यानीमनीही नसते. अनिश्चिततेच्या भीतीने गोठून ते निष्क्रिय, निश्चल बनतात. ते कुठलाही धोका पत्करू इच्छित नाहीत. कितीही दारुण परिस्थिती का असेना, स्वतःचा दृष्टिकोन बदलून आपले भविष्य बदलणे, तसे करण्याच्या आपल्या स्वातंत्र्याचा वापर करणे त्यांना अगम्य वाटते तर आयुष्य परिपूर्णतेने जगण्याची शक्यता त्यांच्या गावीही नसते.

माझा मित्र टॉम हा उच्च तंत्रविज्ञान कंपनीत नोकरी करत होता. कंपनीत आपल्या व्यावसायिक जीवनात तो समाधानी नव्हता. अनेकदा त्याने नोकरी सोडायचा विचार बोलून दाखवला. तरीपण तो तसे प्रत्यक्षात करण्याचा निर्णय घेऊ शकला नाही. आहे त्या नोकरीशिवाय इतर ठिकाणी आपले भविष्य घडू शकेल याचे चित्र तो डोळ्यांसमोर आणू शकला नाही.

एक दिवस तो काम करत होता त्या कंपनीने आपल्या कर्मचारी परिवारात कपात करायचा निर्णय घेतला. वर्षानुवर्षे नेकीने काम केलेल्या इतर अनेक कर्मचाऱ्यांबरोबर टॉमलादेखील डच्चू मिळाला. टॉम कंपनीच्या निर्णयाशी सहमत नव्हता. आपले मोल कंपनीला कळले नाही, कंपनीने त्याची दखल घेतली नाही असे त्याला वाटले. तरीही आता आपल्याला दुसरा मार्ग शोधण्याशिवाय इतर काही तरणोपाय नाही हे त्याला कळून चुकले.

''माझ्या डोक्यात ताशी हजार मैल वेगाने विचार धावत आहेत हे चांगल्याकरता असावे, अनिश्चितता माझ्यातील सुप्त गुणांना डोकं वर काढायची संधी देत असावी,'' तो म्हणाला. परिस्थितीने भाग पाडल्यानंतर टॉमने निर्णय घेण्याबद्दलच्या आपल्या दृष्टिकोनात आणि पर्यायाने स्वतःच्या भविष्यातही बदल केला. आज आपली स्वतःची मूल्ये, आवड आणि इच्छा अधिक स्पष्टपणे व्यक्त होतील अशा अनेक संधींचा टॉम उपयोग करून घेत आहे. कंपनीने काढून टाकल्यामुळे

त्याच्यातील सुप्त गुणांना व इच्छांना मूर्त स्वरूप देत, अधिक समाधानकारक जीवन जगत आहे.

निवृत्तीबद्दल खूप काही लिहिले गेले आहे. निवृत्ती आणि त्याचा जीवनावर आणि आपल्या दृष्टिकोनावर होणारा नकारात्मक परिणाम याबद्दलदेखील सांगितले आहे. कदाचित निवृत्ती हा शब्द अशा कल्पनास कारणीभूत असेल की, निवृत्ती म्हणजे जीवनातून अंग काढून घेणे असे समजले जाते; परंतु ते तसे नाही. बऱ्याच वेळा आपलं लक्ष निवृत्तीनंतरच्या आर्थिक स्थैर्यावर केंद्रित केलं जातं. जवळचा उपलब्ध असलेला पैसा मला उरलेल्या आयुष्यभर पुरेल की नाही याची काळजी करत आपण वेळ घालवतो. माझ्या उर्वरित आयुष्यात मला अर्थ कसा भरता येईल, माझे जीवन अधिक अर्थपूर्ण कसे करता येईल याकडे पुरेसे लक्ष दिले जात नाही; परंतु आधी उल्लेख केलेल्या खऱ्या आशावादाच्या तीन पायऱ्या चढून आपण त्याचा उर्वरित आयुष्य अर्थपूर्ण करण्यासाठी उपयोग करू शकतो. कृती करण्याची वेळ कधीच टळून जात नाही. आपल्या क्षमतेचा आणि दृष्टिकोनात बदल करण्याच्या आपल्या स्वातंत्र्याचा उपयोग कोणत्याही वयात आणि कामाच्या जागीदेखील करता येतो. हे एक उदाहरण पाहा. माझी मैत्रीण व सहकारी वयाच्या नव्वदीत सर्जनशीलता विभागाची सल्लागार म्हणून काम करत आहे. व्हिक्टर फ्रँकलसारखीच रिबेकादेखील मर्मदृष्टी व प्रेरणा यांचा स्रोत आहे. सध्याच्या बदलत्या व्यावहारिक प्रवाहात वाहणाऱ्या तरुणवर्गाला तर तिचे उदाहरण नक्कीच मार्गदर्शक व प्रेरणादायी ठरेल. तिने सदैव आपल्या व्यवसायाचा उपयोग आपली सर्जनशीलता व्यक्त करण्याकडे आणि इतरांना प्रेरणा देण्याकडे केला. ती व्यक्तींना आणि संस्थांना आपल्या, 'मी नेहमी असंच करत आले आहे,' अशा विचारांच्या अडथळ्यांपलीकडे जाऊन नवनवीन मार्ग धुंडाळायला मदत करत असे. तिचं आपल्या कामावर नितांत प्रेम होतं. त्याने तिच्या आत्म्याला समाधान मिळत असे. तिच्या जीवनामध्ये आनंद येत असे. ग्राहकदेखील अशाच सर्जनशीलतेचा आनंद घेताना पाहून तिला अतिशय आनंद होत असे.

दुर्दैवाने कंबरेच्या हाडाला झालेल्या जबरदस्त दुखापतीमुळे रिबेकाला चाकाच्या खुर्चीत अडकून पडावं लागलं. तिचं नेहमीचं चालणं, फिरणं, ग्राहकांना भेटण्यासाठी ती करत असलेला प्रवास आणि कृतिशील आयुष्य याला मोठी खीळ बसली. या संकटाने निरुत्साही न होता तिने त्याकडे सकारात्मक व पोषक दृष्टीने पाहिले. खुऱ्याखुऱ्या आशावादात आवश्यक असलेल्या तीन पायऱ्यांची तिने आठवण ठेवली. आपल्या शारीरिक मर्यादेबद्दल तिने सकारात्मक दृष्टिकोन अवलंबिला. आपल्यातील सर्जनशीलतेला व्यक्त करण्यासाठी तिने नियतकालिकात लेख लिहायला सुरुवात केली आणि त्याचे तिने आपल्या ग्राहकांना वितरण केले.

आलेल्या संकटाने हतबल न होता तिने आपल्या कामात उत्कटता आणली.

बदलत्या स्थितीत आपली कामाची जागा कशी असावी याचे चित्र तिने डोळ्यांसमोर आणले आणि ती ते प्रत्यक्षात आणायच्या कामाला लागली. हे सारं तिने वयाच्या ८९ व्या वर्षी केलं. अजूनही ती वैयक्तिक तसेच संस्थांना सल्ला द्यायचे काम करते. मात्र, आता तिने अपंग कामगारांच्या गरजांवर लक्ष केंद्रित केले आहे. नुसता सकारात्मक विचारच नाही, तर कृतिशील रिबेका म्हणजे मूर्तिमंत आशावाद आहे. संकटाने डगमगून न जाता तिने त्या बाबतचा आपला दृष्टिकोन कसा असावा ते ठरवले आणि जीवनातील सर्जनशीलतेला विस्तारत एक नवीन पर्व सुरू केले.

कालातीत सुजाणतेचे आणखी एक उदाहरण म्हणजे Ralph waldo Mc Burney. मित्रमंडळात तो 'वाल्डो' म्हणून ओळखला जाई. ऑक्टोबर २००६ मध्ये त्याच्या वयाच्या १०४ व्या वर्षी अमेरिकेने सर्वांत वयस्कर कामगार म्हणून त्याचा सत्कार केला. दीर्घायुष्य आणि नैतिक मूल्य यासाठी सारे लोक त्याचा आदर करत असत. तो पट्टीचा धावपटू होता. त्याने धावण्याच्या शर्यतीत आंतरराष्ट्रीय विक्रम केला होता. अजूनही वयाच्या १०१ व्या वर्षी तो धावत होता. त्याने २००४ मध्ये लिहिलेल्या, 'माझी पहिली शंभर वर्षे' (याला म्हणतात आशावाद!) या पुस्तकात त्याची गोष्ट सर्वांत प्रेरणादायक आहे. आयुष्याला होकार देणारा त्याचा वारसा सदैव स्मरणात राहील. जेव्हा कोणी 'आता माझं वय झालंय, आता नवीन काही करता येणार नाही,' असं म्हणेल तेव्हा रिबेका आणि Waldo यांची आपण आठवण करावी. शेवटी आपला दृष्टिकोन आणि खराखुरा आशावाद यातच सारे सार सामावले आहे.

दहा सकारात्मक गोष्टी : स्वाध्याय

दृष्टिकोन निवडण्याचे आपले स्वातंत्र्य यासाठी 'दहा सकारात्मक गोष्टी' हा साधा स्वाध्याय अतिशय उपयोगी आहे. सुरुवातीस आपल्या वैयक्तिक किंवा व्यावसायिक जीवनातील एखाद्या विशेष ताणतणाव निर्माण करणाऱ्या गोष्टीची आठवण करा. आता नीट खोल श्वास घ्या आणि नंतर या घटनेतून निष्पन्न होऊ शकणाऱ्या अथवा झालेल्या दहा चांगल्या गोष्टींची यादी करा. कल्पनेस स्वैर सोडून, शक्याशक्यतेचा विचार न करता सुचलेल्या साऱ्या विचारांची, मग ते कितीही हास्यास्पद, विचित्र, अशक्य कोटीतील का असेनात यादी करा. दहापेक्षा अधिक गोष्टी लक्षात आल्या तर त्यांचीही यादीत नोंद करा. सकारात्मक म्हणजे काय याची तुम्हाला पटणारी व्याख्या करा.

यादी करून झाली की, तिचे नीट परीक्षण करा. कठीण परिस्थितीत सकारात्मक

कल्पना प्रत्यक्षात उतरवणं शक्य आहे अशी कल्पना करा. कधीकधी असं करणं फार कठीण जातं, कारण आपले पूर्वीचे विचार, दुःख, झालेला पश्चात्ताप, अनुभवलेली निराशा, वैफल्य, राग, मनस्ताप सारे काही सोडून द्यावे लागते; पण एकदा का तसं केलं तर भविष्यातील कल्पनांना प्रत्यक्षात उतरवण्यासाठी मनाच्या स्वच्छ केलेल्या कोऱ्या पाटीवर जागा मोकळी होते. अनुभवाअंती आढळून आलं आहे की, कितीही कठीण प्रसंग असो, हा स्वाध्याय आशावादासाठी व शक्यतांसाठी मनाची दारं उघडी करू शकतो.

दहा सकारात्मक गोष्टींचा स्वाध्याय हा कुठल्याही परिस्थितीत वापरता येतो. समजा, तुम्हाला कोणी सूचना दिली की, तुम्ही जर आज मृत्युमुखी पडलात तर घडणाऱ्या दहा चांगल्या गोष्टींची यादी करा. बहुतेकांना मृत्यूबद्दल, तेही स्वतःच्या मृत्यूबद्दल विचार करणे, बोलणे आणि त्या संबंधित दहा चांगल्या गोष्टी लिहिणे याची सवय नसते. अनेक गटांबरोबर हा स्वाध्याय केल्यानंतर आम्ही तुम्हाला खात्रीने सांगू शकतो, एकदा का सूचनेबद्दलच्या धक्क्याने आणि स्वतःच्या मनात निर्माण झालेल्या अडथळ्यांचे उल्लंघन केले आणि शांतपणे विचार केला तर या स्वाध्यायातून भयंकर प्रसंगातही गंमत कशी शोधता येते याचा प्रत्यय येतो. काळ्याकुट्ट ढगाभोवतालची सोनेरी किनार पाहता येते. एका प्रसंगी स्वाध्यायात भाग घेणाऱ्या एका व्यक्तीने गमतीने, "माझ्या मृत्यूनंतर सरतेशेवटी माझ्या बायकोला तिला खरोखर हव्या असलेल्या माणसाशी लग्न करता येईल," असा शेरा मारला होता.

जर आपण स्वतःच्या मृत्यूमध्येदेखील काही चांगले पाहू शकतो तर मग व्यावसायिक जीवनातील अडचणींबद्दल, कौटुंबिक जीवनाबद्दल, कठीण प्रसंगाबद्दलही काही चांगलं पाहता किंवा बोलता येणं शक्य व्हावं. आज आपली नोकरी गेली तर? आपल्याला मोटार अपघात झाला तर? अशा इतर गोष्टींसाठी हा दहा सकारात्मक गोष्टींचा स्वाध्याय वापरा. मग कितीही बिकट परिस्थिती असली तरी शेवटी त्यातून काहीतरी चांगलं निष्पन्न होतं याचा तुम्हाला प्रत्यय येईल. खालील प्रसंगाची कल्पना करा व त्यातून निष्पन्न होऊ शकणाऱ्या दहा गोष्टींची यादी करा.

* तुमची नोकरी गेली तर...
* कंपनीतील तुमचा विभाग बंद केला गेला तर...
* उत्पादनमार्गात मोठे अडथळे आले तर...
* कामाच्या दिवसात प्रत्येकी आठ तासांचे पाच दिवस याऐवजी दहा तासांचे
* चार दिवस असा बदल केला गेला तर...
* खर्चाच्या अंदाजपत्रकात २० टक्के कपात करण्यात आली तर...

* तुम्हाला मोटार अपघात झाला तर...
* तुमचं क्रेडिट कार्ड हरवलं तर...
* तुमचे प्रणय नातेसंबंध संपले तर...
* तुमचे वजन वाढले तर...

वरील प्रत्येक परिस्थितीकडे अनेक वेगवेगळ्या दृष्टिकोनांतून पाहता येईल. कितीही वैफल्यकारक परिस्थिती का असेना, आपण त्यातून काहीतरी चांगलं पाहून त्यावर लक्ष केंद्रित करू शकतो. जेव्हा आपण कुठल्याही प्रसंगाकडे दुसऱ्या वेगळ्या दृष्टिकोनातून पाहतो, तेव्हा नवीन कल्पना, नवीन संधी, नवीन मार्ग व्यक्त होताना दिसतात.

चर्चेत भाग घेणाऱ्या घेणाऱ्या सर्वांना - वरील प्रत्येक उदाहरणात उत्पादन आणि प्रक्रिया दोन्हींमध्ये चांगले परिणाम घडून आल्याचे दिसले. प्रत्येक व्यक्तीने आलेल्या प्रसंगाला कसं तोंड द्यायचं हे ठरविण्यास आपण स्वतंत्र होतो या सत्याचा स्वीकार केला. सुरुवातीला निराशाजनक परिस्थिती सुधारण्याची कल्पना खुळचट वाटली तरी त्यातून काही निष्पन्न होण्याची शक्यता असल्याचे प्रत्येकाने कबूल केले. वरील परिस्थितीतून वाट काढायच्या प्रयत्नात मग्न असताना गटाचा उत्साह वाढला, समूहामध्ये एक प्रकारचं विधायक चैतन्य निर्माण झालं, परिस्थितीकडे नव्या दृष्टिकोनातून पाहण्याच्या संधी आणि त्याचबरोबर प्रश्नाची उकल करण्याच्या शक्यता वाढल्या. या अभ्यासातून त्यात भाग घेणारे सारे आपल्या पूर्वपरिचित विचारांच्या पिंजऱ्यातून स्वतःची अंशतः तरी सुटका कशी करून घेता येईल, हे शिकले.

स्वाध्यायाचे प्रत्यक्षातील अध्ययन : एक उदाहरण

दहा सकारात्मक गोष्टींचा हा स्वाध्याय आम्ही अनेक वेगवेगळ्या वेळी, वेगवेगळ्या प्रसंगांत वापरलेला आहे. या भागात स्वाध्याय प्रत्यक्षात कसा वापरता येतो, याची तीन उदाहरणे देत आहे.

पहिले उदाहरण : मी अमेरिकेतील अलास्का प्रांतात प्रशिक्षण देण्याचे काम करत होतो. माझे गिऱ्हाईक होते अमेरिकन जंगल खाते– फॉरेस्ट सर्व्हिस. दोन दिवसांचा अभ्यासक्रम होता. पहिला दिवस सरतासरता प्रशिक्षण घेणाऱ्या एका मर्दानी माणसाचं - पॉलचं - बोलणं माझ्या कानांवर पडलं. त्याला अशा प्रशिक्षणात मुळीच रस नव्हता. ते शिक्षण आपल्याशी व आपल्या कामाशी मुळीच संबंधित नाही, निरुपयोगी आहे असं त्याला वाटत होतं. त्या दुपारी आम्ही दहा सकारात्मक गोष्टी हा अभ्यासक्रम हाती घेतला होता. पॉल त्याने मुळीच प्रभावित झाला नव्हता.

दुसऱ्या दिवशी सकाळी मी जेव्हा प्रशिक्षणाच्या जागी परतलो, तेव्हा पॉल आपल्या दोन महिला सहकाऱ्यांबरोबर हसत-खिदळत बसलेला आढळला. मी पॉलला त्याच्या हसण्याचे कारण विचारले. तो म्हणाला, ''काल मी घरी गेलो, तेव्हा वयात आलेल्या माझ्या मुलीने आपली जीभ टोचून घेऊन त्यात एक दागिना घातल्याचे मला आढळून आले. मला धक्काच बसला. मी रागाने बेभान झालो. बायको व मुलीबरोबर माझा खडाजंगी वाद झाला. थोडक्यात सांगायचं तर माझी कालची रात्र फार वाईट गेली. थकूनभागून मी सकाळी येथे आलो. माझ्या स्त्री सहकाऱ्यांना मी सगळा वृत्तान्त सांगितला. लगेच त्यांनी मला मुलीने जीभ टोचून घेतल्यामुळे कुठल्या दहा चांगल्या गोष्टी घडू शकतात, याची यादी करायला सांगितले. आम्ही सगळ्यांनी मिळून या अनुभवातून चांगलं काय निष्पन्न होऊ शकतं ते पाहिलं आणि आम्हाला बऱ्याच गोष्टी आढळून आल्या. एवढेच नव्हे तर माझा माझ्या मुलीकडे आणि या प्रशिक्षणाकडे बघण्याच्या दृष्टिकोनात बदल झाला.'' खरोखर त्याच्या मुलीची स्थिति त्याला वाटली त्याहून बरीच वाईट असू शकली असती. ती जिवंत होती, ती गर्भार नव्हती, तुरुंगात नव्हती, तिने आपल्या अनुभवाबद्दल त्याला प्रांजळपणे सांगितले होते इत्यादी. वरील स्वाध्यायाने पॉलला परिस्थितीतील कमतरता लक्षात घेता आली. तिच्याकडे पाहण्याचा त्याचा दृष्टिकोन बदलला.

दुसऱ्या उदाहरणात आणखी एक वेगळीच कलाटणी आहे. मला (ॲलेक्स) 'प्रिझनर्स ऑफ अवर थॉट्स' या पुस्तकातील तत्त्वांवर आधारलेला प्रशिक्षणाचा वर्ग घ्यायला सांगितला होता, तोही तुरुंगवासीयांसाठी! आपण आपल्या विचारांच्या शृंखलातून बाहेर कसं पडायचं हे तुरुंगात असलेल्या लोकांना सांगायचं, त्या बाबतीत त्यांच्याबरोबर संवाद करायचा हे आव्हानात्मक काम होतं. काही तुरुंगवासी अनेक वर्षांसाठी तुरुंगात डांबले गेले होते. 'अच्छा! मी तुम्हाला तुरुंगवासाच्या अनुभवातील दहा सकारात्मक गोष्टींची यादी करायला सांगतोय', मी साधारण दोन डझन कैद्यांना सांगितलं. त्यांनी माझ्याकडे याला वेड लागलं की काय अशा दृष्टीने पाहिलं. शैक्षणिक कामासाठी असल्याने त्या खोलीत वर्गात असतात तशा टेबल-खुर्च्या लावलेल्या होत्या. मी त्यांना वर्तुळाकार आकारात बसायला सांगितलं. प्रत्येक कैद्याला एक कागद आणि एक छोटी पेन्सिल दिली होती. (वर्ग संपल्याबरोबर हा कागद व पेन्सिल त्यांच्याकडून परत घेतली जाणार होती.) त्यांनी लिहायला सुरुवात केली. काही कैदी कुरकुर करू लागले, तर काही हसू लागले; परंतु साऱ्यांनी या ना त्या प्रकारे अभ्यासात भाग घेतला.

माझ्या अपेक्षेप्रमाणे काही कैद्यांना निदान इतरांकडून ऐकण्याआधी, त्यांच्या परिस्थितीत काहीही चांगलं दिसून आलं नाही, काही कैदी गंभीरपणाने आपलं उत्तर

लिहू लागले. काहींनी आपल्या कल्पनाशक्तीस मुक्त सोडलं. काहींनी विनोदबुद्धी वापरली. कदाचित या परिस्थितीत विनोदबुद्धी त्यांना विचित्रदेखील वाटली असेल. त्यांनी लिहिलेल्या काही गोष्टी वानगीदाखल येथे देतो.

* मी तुरुंगात आहे; त्यामुळे समाज माझ्यापासून सुरक्षित आहे.
* उर्वरित आयुष्यात मी काय करू नये ते मला समजलं आहे.
* मी इतरांना आदर्श घालून देईन; जेणेकरून ते मी केली तशी कामे करणार नाहीत.
* निदान मी बेघर नाही.
* माझे खरे मित्र कोण नि खोटे कोण हे मला समजलं.
* माझा जणू दुसरा जन्म झाला. कधी नव्हे ते मला आयुष्याचे मोल कळले.
* मला येथे खूप व्यायाम मिळतो.

या स्वाध्यायाने खोलीतील मानवी चैतन्याला जणू जाग आली. थोड्या वेळासाठी का होईना, त्यांना केवळ कैद्यासारखे वागावे लागले नाही. प्रत्येकाला आपले खरेखुरे विचार, आपले अनुभव, आपल्या भावना आणि आपली विनोदबुद्धीसुद्धा इतरांबरोबर वाटून घ्यायची, अनुभवायची संधी मिळाली. आपल्या ढगाळलेल्या परिस्थितीतील सोनेरी कडा त्यांना पाहता आली. तुरुंगात अडकून पडलेले असतानाही, आपल्या विचारांच्या शृंखलात अडकून न राहण्याचे आव्हान पेलताना प्रत्येकाला आपले, आपला दृष्टिकोन निवडण्याचे स्वातंत्र्य वापरता आले.

तिसरे उदाहरण : ज्याने 'प्रिझनर्स ऑफ अवर थॉट्स' हे पुस्तक वाचले होते आणि सध्या जो आयुष्यातील एका अत्यंत कठीण प्रसंगाला तोंड देत होता, त्या व्यक्तीचे होते. जिच्याबरोबर आयुष्याची चोवीस वर्षे काढली, त्या आपल्या बायकोला एक अतिशय वाईट प्रकारचा कर्करोग झाला आहे आणि तो पसरत आहे ही बातमी त्याला नुकतीच मिळाली होती. तो हतबल झाला होता. अविश्वसनीय असा धक्का त्याला बसला होता. तो निदान नाकारत होता आणि अतिशय चिंताक्रांतदेखील झाला होता. बायकोच्या रोगाचं निदान कळल्यापासूनचे दिवस – माझ्या आयुष्यातील सर्वांत लांबलचक दिवस – त्या दिवसांत त्याला अश्रू आवरत नव्हते. काय करावं हे त्याला कळत नव्हतं. या निराशेच्या गर्तेत असताना त्याला 'दहा सकारात्मक गोष्टी' हा स्वाध्याय आठवला. त्याने आणि त्याच्या बायकोने तो स्वाध्याय वापरायचे ठरवले. त्यांनी आपले अनुभव आमच्या बरोबर वाटून घेतले; त्याबद्दल आम्ही त्यांचे अत्यंत आभारी आहोत. त्यांनी सांगितलेल्या गोष्टींपैकी काही येथे देत आहोत.

"माझी बायको आपल्या तपासणीसाठी एकटीच डॉक्टरकडे गेली. प्रथम मला त्याचा राग आला. तिच्याबरोबर जाणे हे मी माझे कर्तव्य समजत होतो. मग माझ्या लक्षात आले. तिच्या दृष्टीने पाहता ती मला वाचवायचा प्रयत्न करत होती. तिने माझ्या एका मित्राला त्याच्या ऑफिसमध्ये फोन केला आणि त्याला माझ्या ऑफिसमध्ये यायला सांगितलं. रोगाचे निदान, वाईट बातमी मला सांगताना मी एकटा असू नये, हा त्यामागील हेतू होता. मी स्वतःला भाग्यवान समजतो. माझ्या भावनांचं रक्षण करू पाहणारी, माझी खूप काळजी घेणारी सहचरी मला मिळाली."

"दोन वर्षांपूर्वी मार्चमध्ये मी एका आव्हानात्मक शस्त्रक्रियेस तोंड देत होतो. माझ्या दोन्ही मांड्यांची हाडे शस्त्रक्रिया करून बदलली जाणार होती. त्या शस्त्रक्रियेनंतर अनुभवलेल्या वेदना, सारे काही पुनर्स्थापित करण्यासाठी केलेले उपचार या साऱ्याला बारा-बारा आठवड्यांचा अवधी लागला. खरेतर पुन्हा पूर्ववत व्हायला साधारण एक वर्ष लागते. या वेळात मी आपले वजन कमी करायची, स्वतःची तब्येत सुधारायची आणि पुन्हा सुदृढ व्हायची संधी घेतली. जर कधी मी शरीराने खंबीर असायला हवे तर ते आत्ता. मला वाटते, दैव मला या प्रसंगाला तोंड द्यायला तयार करीत होते."

"कुटुंबीय, शेजारी आणि मित्र हे सारे जणू एक कळप बनून, एकत्र येऊन माझ्या सहचरीला वाचवण्यासाठी कराव्या लागणाऱ्या पवित्र लढाईत झगडायला तयार झाले आहेत. या साऱ्यांचा आधार आणि कळकळ पाहून मला शब्द सुचेनासे झाले आहेत. माझ्या बायकोवर एवढे सारे लोक इतकं प्रेम करतात आणि मीदेखील त्या साऱ्या प्रेमाचा स्वीकृतदार झालो आहे."

"जणू काही माझे सारे आयुष्य या प्रसंगाला तोंड देण्यासाठी तयारी करण्यात गेले आहे. कुठल्यातरी अदृश्य प्रकारे मला देवाने ठेवायला हवे तेथेच ठेवले आहे असे मला वाटते. माझ्या बोलण्याचा गैरसमज करून घेऊ नका. मी अतिशय घाबरलो आहे; तरीसुद्धा मी निश्चय केला आहे की, काहीही का होईना, मी खंबीरपणे पाय रोवून उभा राहीन."

"स्वभावाने मी जात्याच साशंक मनाचा आणि थोडासा निराशावादी आहे. माझी बायको मला मी तिच्यातील असेल नसेल तेवढा संताप एकत्र करायला मदत कर म्हणून सांगते आहे. तिला जिवंत राहण्यासाठी झगडायचं आहे आणि जगण्यासाठी कराव्या लागणाऱ्या या लढ्यासाठी लागणारा राग गोळा करण्याचा ती प्रयत्न करते आहे. प्रत्येक दिवसातला प्रत्येक क्षण सकारात्मक राहण्याची धडपड करायची ही अपूर्व संधी मला मिळालली आहे. जर कधी आपली स्वतःची भीती गिळंकृत करायची वेळ असेल तर ती ही आहे. आम्ही दोघे मनाने किती जवळ आहोत त्याचा आम्हाला अगोदरच प्रत्यय आलेला आहे. ती जवळीक येत्या दिवसांबरोबर वाढत

जाणार आहे. प्रेम ही अतिशय अद्‌भुत भावना आहे.''

''माणूस म्हणून आपण जीवनाकडे, बालपण ते वृद्धावस्था, जन्म ते मरण अशी काळाची कमान, एक कालावधी असल्यासारखे पाहतो. या कमानीस गेलेला तडा म्हणजे एक शोकांतिका असे आपल्याला वाटते. कदाचित तसं नसेलही. हे जग अस्तित्वात असतं, कारण चांगुलपणाला त्याची गरज असते आणि कदाचित मानव म्हणून आपली जी उत्क्रांती झाली आहे ती अर्थ आणि प्रेम निर्माण करण्यासाठी असावी. कदाचित देवाची स्वतःला प्रकट करण्याची ती पद्धत असावी. निदान तसे असण्याची शक्यता तरी आहे. तसं असेल तर माझ्या बायकोने अनेक जन्मांत मिळवावे तेवढे सारे तिच्या मुलांमधून, मित्र मेळाव्यांमधून आणि तिच्या माझ्याशी असलेल्या नात्यांमधून मिळवून ठेवले आहे. ते कधीच नष्ट होऊ शकणार नाही. ते कायमस्वरूपी आहे.''

आपला दृष्टिकोन निवडण्याचे स्वातंत्र्य

एक दिवस मी (ॲलेक्स) 'प्रिझनर्स ऑफ आवर थॉट्स' या पुस्तकाच्या आधीच्या आवृत्तीच्या एका वाचकाबरोबर संवाद करत होतो. तो एक डॉक्टर होता. तो म्हणाला, ''ॲलेक्स, मला तुझं पुस्तक खरोखर आवडलं. मला फक्त एकच प्रश्न आहे. मला त्यातलं पहिलं तत्त्व कळलं नाही. दृष्टिकोन निवडण्याचं आपलं स्वातंत्र्य हे ते तत्त्व. मला कळत नाही की, जर माझा दृष्टिकोन अगोदरच बनलेला असेल तर मला तो का बदलावासा वाटेल?'' त्याच्या बोलण्यावरून मला कळलं की, आम्ही देत असलेला संदेश त्याच्यापर्यंत पोहोचला नसावा. काही समर्थनानंतर त्याला त्यामागचा अर्थ कळला आणि तेव्हापासून त्याने ते तत्त्व आपल्या चिकित्सालयाच्या व्यवसायात आणि वैयक्तिक जीवनात परिणामकारकपणे वापरायला सुरुवातही केली. व्हिक्टर फ्रँकलनी खालीलप्रमाणे स्पष्टीकरण केले आहे.

प्रत्येक मानवी अनुभवजन्य गोष्टीसारखे स्वातंत्र्यदेखील मानवी असते. माणसाचे स्वातंत्र्य हे सीमित असते. माणूस आपल्या अवस्थेपासून मुक्त होऊ शकत नाही; परंतु त्या बाबत आपला पवित्रा ठरवायला तो मोकळा असतो. त्याची अवस्था पूर्णपणे त्याची परिस्थिती घडवत नाही. विचार करण्याची पद्धत ठरवत नाही. त्याच्या मर्यादेच्या सीमेतही परिस्थितीस पूर्णपणे शरण जायचे की नाही, तिला बळी पडायचे की नाही हे तो ठरवू शकतो. मग त्याने परिस्थितीवर मात करून, मानवी परिस्थितीत शिरून त्या का विस्तारू नयेत? शेवटी मनुष्य त्याच्या परिस्थितीने घडत नाही. तो तिच्या हातातले बाहुले नसतो तर परिस्थिती त्याच्या निर्णयाने घडते; त्याच्या निर्णयावर अवलंबून असते. कळतनकळत परिस्थितीशी सामना करायचा की तिला शरण जायचे, तिला स्वतःला बदलू द्यायचे की आपण तिला

बदलवायचे हे आपणच ठरवत असतो.

आपल्यासमोर उभ्या ठाकणाऱ्या साऱ्याच परिस्थितीवर आणि प्रसंगांवर माणूस संपूर्णपणे नियंत्रण ठेवू शकत नाही. महत्त्वाची गोष्ट अशी की, तो प्रत्येक परिस्थितीत होणाऱ्या आपल्या प्रतिक्रियेवर निदान आपल्या दृष्टिकोनाद्वारे नियंत्रण ठेवू शकतो. फ्रँकलच्या म्हणण्याप्रमाणे, मानव म्हणून हा आपला अधिकारच नव्हे तर प्रतिक्रियेचे स्वातंत्र्य हे आपल्या मानवतेचे प्रतीक आहे. स्वतःच्या विचारांच्या शृंखलात बद्ध होण्याचा मोह टाळून कुठल्याही परिस्थितीत हे स्वातंत्र्य वापरायची निवड मात्र आपण करायला हवी.

अर्थक्षण :

* एखाद्या आव्हानात्मक परिस्थितीची आठवण करा.

आता त्यात दडलेल्या दहा सकारात्मक गोष्टींची यादी करा. ती यादी तपासून पाहत, त्यातील नवीन विचार व दृष्टिकोनाचा विचार करत, आव्हानाला तोंड देण्यासाठी नवीन मार्ग उघडणाऱ्या उपायांचा शोध घ्या.

? अर्थ प्रश्न

* आपल्या व्यावसायिक आणि वैयक्तिक जीवनात सतत नकारात्मक आणि तक्रार करणाऱ्या माणसांना तुम्ही कसे हाताळता?
* तुम्ही तक्रार करणारे आहात का? असाल तर तुम्ही तक्रार का करता? त्यापासून तुम्हाला काय मिळते? आपला दृष्टिकोन बदलण्याची तुमची तयारी आहे का? असेल तर त्यासाठी तुम्ही काय करू शकता?
* आपल्या वैयक्तिक आणि व्यावसायिक जीवनात तुम्ही सकारात्मक दृष्टिकोन कसा ठेवू शकता?

अर्थाला होकार

* मी सकारात्मक दृष्टिकोनाची निवड करेन; भविष्यकाळासाठी यशाच्या संभाव्यतेचे चित्र डोळ्यांसमोर ठेवून ते साकार करण्यासाठी क्रियाशील राहीन.

(४)

अर्थमय जीवन जगण्याची आपली इच्छा व तळमळ साकार करा

आपल्यासाठी प्रेमाने वाट पाहणाऱ्यांसाठी, आपल्या अपूर्ण कार्याप्रति असलेल्या आपल्या जबाबदारीची जो जाणीव ठेवतो, त्याला आपले आयुष्य कधीच वाया घालवता येणार नाही. त्याला आपण 'कशा'साठी जगतो हे माहीत असतं आणि म्हणूनच तो 'कसे'ही जीवन सहन करू शकतो.

''आहाहा! आज मी अतिशय सुखात आहे. 'ऑलिव्हियाने आनंदाने चीत्कारून म्हटले. ''मला कधीपासून रोलेक्स घड्याळ हवं होतं. मी ते माझ्या मित्र-मैत्रिणींना कधी दाखवेन असं मला झालंय.'' आपण सारेजण अशा हवं ते मिळाल्यावर होणाऱ्या आनंदाची आणि उत्साहाची भावना समजू शकतो. विशेषतः अनेक दिवसांपासून एखाद्या हव्याशा गोष्टीवर लक्ष केंद्रित करून, त्याची वाट बघत असलो तर उत्कटतेने या भावना आपण अनुभवतो. ती वस्तू मिळण्याचे वचन, त्याची, त्यापासून होणाऱ्या सुखाची अपेक्षा हे सारं आपल्याला भुलवत असतं; परंतु हे सुख क्षणभंगुर असतं. ते मुठीत धरून ठेवणं शक्य नसतं. कसल्यातरी सुखाच्या अपेक्षेने आपण उत्साही झालो असलो, तरी ती अपेक्षा साकारल्यानंतर उत्साह लवकरच विरघळून जातो आणि शेवटी राहते ती निष्फलतेची भावना. आपण सारे या चक्रात अडकलेले असतो. कशाचीतरी अपेक्षा, त्याबद्दल वाढता उत्साह, अपेक्षा पूर्ण झाल्यावर होणारा आनंद आणि त्यानंतर त्यातून अपेक्षित समाधान न मिळाल्यामुळे येणारे वैफल्य; या चक्राचा अनुभव आपल्यापैकी अनेकांना आला असेल. असं झालं की, आपल्याला आठवण येते ती ग्रीक मिथकातील सिसिफुस नावाचा नायक व त्याच्या गोष्टीची. सिसिफुसला देवाने एक भला मोठा धोंडा पर्वताच्या पायथ्यापासून शिखरापर्यंत ढकलत नेण्याची आज्ञा दिलेली असते. अत्यंत कष्टाने सिसिफुस तो धोंडा ढकलत शिखरापर्यंत नेतो आणि हाय रे दैवा!

शेवटच्या क्षणी धोंड्यावरचा त्याचा हात निसटतो आणि धोंडा घरंगळत पुन्हा खाली येतो. असे पुनःपुन्हा घडते. त्याचप्रमाणे सुखाचा पाठपुरावा हेदेखील हाती घेतलेले, कधी न संपणारे, अनंत व आनंदहीन काम होऊन बसते.

सुख आणि मौजमजा हवीशी वाटणे हा जीवनाचा आवश्यक भाग आहे. मात्र, या दोन्हींचा मागोवा घेताना एक गोष्ट लक्षात ठेवावी लागते की, सुख आणि मौज या दोन्हीही भावना चंचल व क्षणिक मृगजळासारख्या असतात. त्यात दीर्घकाळ टिकून राहणारा अर्थ नसतो. अनेकदा त्या स्वतःवर नव्हे तर भोवतालच्या परिस्थितीवर आणि इतर माणसांच्या कृतीवर अवलंबून असतात. जर केवळ सुखाच्या मागे धावलो तर आपण जीवनाचा ताल, त्यातील चढ-उतार यांकडे दुर्लक्ष करतो; नातेसंबंधांमध्ये हटकून येणारे संघर्ष टाळत जातो आणि तसे करताना आपण जो सखोल सच्च्या नात्यांकडे नेऊ शकेल, आपल्या मनोबलाच्या वाढीस मदत करेल अशा संवादाच्या शक्यतेकडे दुर्लक्ष करतो. स्थितिस्थापकता आणि क्षमता या जीवनातील आव्हानांत आवश्यक असलेल्या कौशल्याकडे दुर्लक्ष करतो.

सुखाच्या बाबतीत बोलत असताना अनेक लोक ग्रीक तत्त्वज्ञानी एपिक्यूरसचा दाखला देतात. खरेतर त्याची शिकवण न समजून त्याबद्दल गैरसमज करून घेतला जातो. एपिक्यूरसला लोक चंगळवादी समजतात. त्याने आयुष्यातील जास्तीतजास्त सुखाचा आनंद घ्या, असा संदेश दिला आहे असे लोकांना वाटते. खरे पाहिले तर एपिक्यूरस हा जीवन आणि कला त्यांचा दर्दी, त्यांची आसक्ती असलेला असा होता. त्याची मूळ शिकवण अशी होती की, सुखी जीवन जगायचे असल्यास आपल्या गरजा कमी कराव्यात आणि मनाच्या शांततेवर भर द्यावा. साधी राहणी हे सुखाचे आगर आहे असे त्याला वाटे. सखोल नाती आणि अमाप खाणे-पिणे व मैथुन यात नात्यांची निवड करणे त्याला अधिक महत्त्वाचे वाटे. आपल्या इच्छांवर नियंत्रण ठेवून, साधी राहणी अवलंबून शाश्वत सुख मिळते, असा त्याचा विश्वास होता. दुःख टाळून आनंद मिळवता येतो असे तो म्हणे. त्याच्या तत्त्वज्ञानाचा लोकांनी विपर्यास केला. त्यांना वाटे, तो भुकेसारखे दुःख टाळण्यासाठी भरपूर खा-प्या असं सांगतोय. कालांतराने लोकांच्या मनावर या विपर्यासाचा पगडा बसला आणि एपिक्यूरस सुखाच्या मागे धावा, असे सांगतो असे लोकांना वाटले.

सिग्मंड फ्राइड हेदेखील व्हिएन्ना-ऑस्ट्रिया येथे राहत होते. ते व्हिक्टर फ्रँकलचे सुरुवातीच्या काळातील गुरू होते. त्यांनीदेखील सुखासाठी केलेली धडपड ही माणसाला प्रवृत्त करणारी प्रबळ शक्ती असते, असे विधान केले आहे. माणसाची नैसर्गिक प्रवृत्ती सुख शोधण्याकडे आणि दुःख टाळण्याकडे असते, असं फ्राइड म्हणे. त्याच्या मते, सुखातच माणसाला समाधान मिळते. मानसिक वाढ झाल्यानंतरच आपण आपल्या सुखाच्या गरजा काही वेळासाठी तहकूब करायला

शिकतो. सिग्मंड फ्राइड हा मानसशास्त्राचा जनक समजला जाई. त्याने मनोविश्लेषण नावाच्या उपचार पद्धतीची सुरुवात केली. तो आपल्या पेशंटशी संवाद करून त्याच्या मनाची पुटे उलगडत दुःखाच्या मुळाशी जायचा प्रयत्न करी. सुखासाठी केलेली तळमळ ही माणसाला प्रवृत्त करणारी प्रबळ शक्ती आहे असे फ्राइडला वाटे.

freud आणि त्याचे अनुकरण करणारे यांच्या उपचार पद्धतीपेक्षा व्हिक्टर फ्रँकलनी वेगळा मार्ग अनुसरला. त्यांनी मानसोपचाराबाबत स्वतःचा नवीन सिद्धान्त मांडला. सुख मिळवण्याच्या इच्छेस तृप्त करण्याऐवजी अर्थ शोधण्यासाठी केलेली तळमळ ही माणसाच्या संभाव्यतेला साकार करणारी, त्याचे आयुष्य अर्थमय बनविणारी प्रबळ शक्ती असते, असे फ्रँकलना वाटे. त्यांनी माणूस जीवनात परिपूर्णतेच्या शोधात असतो, असे मत मांडले. फ्रँकल आणि फ्राइड यांच्यातील मनोविज्ञानाबाबतच्या विचारांत हा फरक होता. माणसाची वागणूक ही खाद्यामागे धावणाऱ्या पिंजऱ्यातल्या उंदरांसारखी केवळ नैसर्गिक प्रवृत्ती तृप्त करण्यामागे लागलेली नसते, असे फ्रँकलचे म्हणणे होते. त्यांच्या तत्त्वप्रणालीतील या फरकामुळे शेवटी त्यांचे मार्ग वेगवेगळे झाले.

सत्तेची आस

आल्फ्रेड ॲडलर हादेखील व्हिएन्नामधील मानसोपचारतज्ज्ञ व फ्रँकलचा गुरू होता. तो फ्राइडहून थोडासा लहान आणि फ्रँकलहून थोडा मोठा असा होता. त्याची विचारप्रणाली होती की, सत्तेचा हव्यास माणसाला कृती करायला प्रवृत्त करणारी सर्वांत मोठी शक्ती असते. वैयक्तिक मानसशास्त्र पद्धतीचा तो जनक होता. त्याला वाटे, आपण सारे न्यूनगंड घेऊन जन्माला आलो आहोत आणि म्हणूनच आपण आपले आयुष्य त्या न्यूनगंडावर मात करण्यात आणि सर्वोत्तम बनण्याच्या प्रयत्नात घालवतो. सत्तेची आस ही इतरांवर आणि भोवतालच्या वातावरणावर प्रभाव पाडण्यासाठी असते. फ्रँकलना मात्र ॲडलरची सत्तेची आस ही विचारप्रणाली, फ्राइडच्या सुखाचा शोध या प्रणालीसारखीच वाटे. या दोन्ही विचारपद्धतींत काहीतरी उणे आहे आणि या प्रणाली तो उणेपणा झाकण्यासाठी, रितेपण भरण्यासाठी नव्हेत असे फ्रँकलना वाटे. या विचारप्रणाली आयुष्यात अर्थ भरू शकत नाहीत असा फ्रँकलचा पक्का विश्वास होता. सुख व सत्ता यांच्या मागे लागून आयुष्यातील वैफल्याची पोकळी, रितेपण भरून काढता येत नाही असे त्याला वाटे.

दादागिरी

दादागिरी करणारे पुंड ही हल्लीच्या समाजातील एक समस्या होऊन बसली आहे. दादागिरी करणे म्हणजे सत्तेचा दुरुपयोग करणे. पुंड ही अशी व्यक्ती असते,

जी धमकावून, चलाखी करून, सक्ती करून दुसऱ्याला स्वतःच्या म्हणण्याप्रमाणे वागायला लावते. धाकदपटशा दाखवून इतरांवर वर्चस्व मिळवायचा प्रयत्न करते. हा प्रकार हल्ली शाळांतून आणि व्यावसायिक जीवनाच्या ठिकाणी वाढत चाललेला दिसतो. कुणाबद्दल तरी फसव्या आणि हीन अफवा पसरवणे, त्याच्यावर सतत टीका करणे, त्याच्यापासून माहिती लपवून ठेवणे, त्याला त्याच्या मित्रमेळाव्यात टीकेचा निशाणा बनवणे आणि अशा इतर वर्तनाने त्याचा छळ करणे, त्याचा आत्मविश्वास घालवणे आणि इतरांना त्याच्यावर अत्याचार करण्यास प्रवृत्त करणे, त्याच्यावर वर्चस्व दाखवून ताबा मिळवणे हा दादागिरी करणाऱ्याचा उद्देश असतो.

दादागिरी करणाऱ्याच्या वर्तनाच्या मुळाशी असतो त्याला स्वतःला नसलेला आत्मविश्वास. त्यात इतरही न्यूनगंड असतात. उदाहरणार्थ– अयशस्वी होण्याची भीती, स्वतःच्या क्षमतेबद्दल असलेली साशंकता, कोणीतरी आपल्यापासून सत्ता हिरावून घेईल ही भीती इत्यादी. त्यांच्या पूर्वीच्या आयुष्यात त्यांना आलेले अनुभवदेखील त्यांच्या वर्तनास कारणीभूत होतात. असे लोक विक्षिप्तपणे संघर्ष, मतभेद, मारामारी याच्या शोधात असतात. दादागिरी करणे हा त्यांच्या वर्तनाचा भाग बनतो. संघर्ष नसला तर त्यांना सत्ताहीन, दुःखी असे वाटते. स्वतःलाच पराभूत करणाऱ्या अशा वागणुकीत ते जणू अडकून पडलेले असतात. अनेक पुंडांना स्वतःच्या वागण्यामुळे आपला आणि आपल्या भोवताली असलेल्या लोकांचा घात होतो आहे याची जाणीवही नसते. अशा लोकांना टाळणे हा सर्वांत उत्तम उपाय! तसे करणे शक्य नसल्यास स्वतःच्या पायावर उभे राहणे, स्वतःला बळी न होऊ देणे आणि आत्मविश्वासाने व खंबीरपणे त्यांच्याशी वागणे जरुरीचे असते.

सतत निर्दयपणे पैशाच्या मागे धावणे हादेखील सत्तेच्या मागे धावण्याचा एक प्रकार आहे. हल्लीच्या संस्कृतीत श्रीमंती म्हणजे यश असं समीकरण झालं आहे. लोकांनाही तसं वाटू लागलं आहे. पैसा हे ध्येय झालं आहे. पैसा मोजता येतो, इतरांबरोबर त्याने आपली तुलना करता येते; परंतु जेव्हा त्या तुलनेत आपण आपल्याला हव्या असलेल्या प्रतिमेत दिसत नाही किंवा इतरांजवळ आहे तेवढा पैसा आपल्याकडे नाही असे आपल्याला वाटू लागते, तेव्हा आपल्यात काहीतरी कमी आहे, आपण अपुरे आहोत असा आपल्याला भास होतो. ॲडलरची सत्तेचा आणि पैशाचा हव्यास ही विचारसरणी आपला न्यूनगंड कमी करायला कामी येईल असे आपल्याला वाटू लागते. हाव ही भावना सत्तेच्या हव्यासाशी निगडित असते. ती वेगवेगळ्या स्वरूपांत प्रकट होते. भीतीच्या नाण्याची दुसरी बाजू असते यशस्वी न होण्याची भीती; स्वतःला पुरेसे मोल नसल्याची भीती. हाव असलेल्या माणसास आपण विपुलता असलेल्या जगात न राहता दुर्मिळता असलेल्या जगात राहतोय असे वाटते. टिकून राहण्यासाठी आपल्याला सहयोग आणि सहकार्याऐवजी शर्यत

करणे जरुरीचे आहे असा त्याचा समज होतो. दुसऱ्या शब्दांत सांगायचे तर हावरट माणसाच्या जीवनात अर्थपूर्णता नसून अर्थशून्यता असते.

आता प्रश्न असा आहे की, पुरसे म्हणजे केवढे? पैशामागे धावण्यासाठी हेतुपूर्वक आणि अहेतुकपणे आपल्याला काय किंमत मोजावी लागते, आपण देत असलेली किती किंमत आपल्याला दिसते आणि किती कळत नाही? अनेकदा ही किंमत अमाप असते. केवळ पैशाच्या आणि सत्तेच्या मागे धावताना पुष्कळदा आपण सुखाचा त्याग करत असतो, आपल्या नातेसंबंधांकडे दुर्लक्ष करत असतो. एवढेच नव्हे तर आपल्या शारीरिक स्वास्थ्याकडेही दुर्लक्ष करतो. अनेकजण पैसा जमा करण्यात आणि नंतर त्याचे संरक्षण करण्यात अमाप वेळ आणि ऊर्जा खर्च करत असतात. तो हातातून जाईल अशी त्यांना भीती वाटते. दुर्दैवाने कधीकधी पैशाबरोबर त्यांची स्वतःची ओळखही विसरली जाते. पैशाच्या, सत्तेच्या मागे धावणे आणि सुखाच्या मागे धावणे हे सारे धावण्यासारखेच असते. ते सारे त्या तिथे पलीकडे कुठेतरी दिसत असणाऱ्या मृगजळासारखे असते. कामगार, भागीदार, ग्राहक, मुले, हॉटेलमधल्या वेटरवरची, दुकानातील कारकुनावरची आणि वरिष्ठ अधिकाऱ्यावरचीदेखील आपली सत्ता भ्रामक असते. वाईटातल्या वाईट स्वरूपात ती अत्यंत हानिकारक असते. आपल्या हातात सत्ता, सुख असल्यासारखे आपल्याला वाटते खरे; परंतु प्रत्यक्षात आपल्याला त्याची पूर्ण खात्री कधीच नसते. या खेळात नेहमी प्रतिस्पर्धी असतात, पायाखालची जमीन नेहमीच अस्थिर असते, सत्तेच्या आणि सुखाच्या मागे धावायचा हा खेळ दमछाक करणारा असतो.

पूर्वी सांगितल्याप्रमाणे व्हिक्टर फ्रँकलना वाटे की, माणसाला प्रवृत्त करणारी शक्ती ही केवळ अर्थाची तळमळ आहे, सत्तेची किंवा सुखाची तळमळ नव्हे. त्याच्या मतभेदांमुळे त्यांना आपला वेगळा मार्ग निवडावा लागला. ॲडलर आणि फ्राइड यांच्याकडून व्हिक्टर फ्रँकल खूप काही शिकले. त्यांच्याशी कृतज्ञ राहून फ्रँकलनी आपला स्वतःचा मार्ग निवडला. त्यांनी आपले सारे लक्ष माणसाच्या अंतर्यामी अर्थासाठी असलेली तळमळ यावर केंद्रित केले. त्यांच्या जीवितकार्याचे बीज पेरले गेले होते.

अर्थासाठी दिलेली हाक

व्हिक्टर फ्रँकलनी अनेक भाषणे दिली. १९७८ साली त्यांचं एक पुस्तक प्रसिद्ध झालं. त्यात फ्रँकलने अत्यंत तळमळीने इशारा दिला आहे. त्याला तो 'अर्थासाठी फोडलेला, न ऐकलेला टाहो' असे नाव देतात. हा टाहो निराशा, आक्रमकता, व्यसनाधीनता आणि अगतिकता यांच्या मिश्रणातून आलेला आहे असे frankl म्हणतात. ही सामाजिक अगतिकता म्हणजे नैराश्य आहे असे त्यांना

वाटते. हा टाहो ऐकून, समजून घ्यायला हवा. कदाचित आजच्या जगात हे अधिकच महत्त्वाचे आहे, कारण त्यांनी वर्णन केलेली अवस्था आज अधिकच प्रचलित आहे.

जगातील इतर कुठल्याही समाजापेक्षा अमेरिकेतील लोक आज सर्वांत अधिक भौतिक संपन्नतेत वावरतात. तरीदेखील ते अधिक दुखी, असमाधानी, एकमेकांपासून दुरावलेले व स्वतःच्या अंतर्मनाशी जोडणारा दुवा तुटलेले असे आहेत. तेथील तरुणवर्गात आत्महत्येचे प्रमाण वाढते आहे. श्रीमंत व गरीब यांतील दरी रुंदावते आहे. सगळ्यांना वैद्यकीय मदत व भौतिक स्थैर्य देता येण्याएवढी साधनसंपत्ती त्यांच्याकडे आहे; तरीदेखील गरीब-श्रीमंत भेदाची चढती कमान, केवळ पैशासाठी पैसा मिळवण्याचे मूल्य, आपल्या एकमेकांबाबत असलेल्या आदराची व त्यातील मानव्याच्या सन्मानाची जागा घेत आहेत.

> *खरं सांगायचं तर जिवंत राहण्यासाठी कराव्या लागणाऱ्या संघर्षाची तीव्रता जसजशी कमी होते तसतसे जगायचे ते कशासाठी? हा एक मोठा प्रश्न डोके वर काढतो आहे. आज अधिकाधिक लोकांजवळ जगण्यासाठी आवश्यक अशी साधनसंपत्ती आहे; परंतु जगण्याचे प्रयोजन नाही.*

समृद्धीत बसवलेला हा भयावह काळ आहे. व्हिक्टर फ्रँकलना आपल्या कामात असं आढळून आलं की, जसजशी आपले शरीर जगवण्यासाठी कराव्या लागणाऱ्या संग्रामाची धार बोथट होते, तसतसे जगायचे ते कशासाठी? हा प्रश्न पुढे उभा राहतो. आज जरी भौतिक सुखासाठी लागणारी संपदा अधिकाधिक लोकांकडे वाढत्या प्रमाणात उपलब्ध असली, तरी आपण जगतो कशासाठी? हा प्रश्न त्यांच्या मनाला सतावतो आहे. भौतिक उदंडतेच्या सागरात अर्थपूर्ण जीवनाची तहान तशीच राहिली आहे. व्हिक्टर फ्रँकलने वर्णिलेल्या 'अस्तित्वाबाबतच्या पोकळीचे' दडपण वाढतंय.

व्हिक्टर फ्रँकलच्या साऱ्या कामात त्यांनी एक निरीक्षण केलेले आढळून येते. जेव्हा आपण शरीर जगवण्याच्या कामात गुंतलेलो नसतो, तेव्हा प्रश्न पडतो की, जगायचं ते कशासाठी? जरी आज लोकांजवळ जगण्यासाठी लागणारी साधनसंपत्ती असली तरी मी कशासाठी जगतो आहे याचे उत्तर शोधण्यात ते मग्न आहेत. समृद्धी असली तरी अंतर्यामी एक पोकळी निर्माण झालेली आढळून येते. फ्राइडने वर्णन केलेली सुखासाठी धडपड आणि ॲडलरने सांगितलेली सत्तेची हाव या दोन्ही उण्या पडतात. जेव्हा लोकांना अंतर्यामी रितेपण जाणवू लागते, तेव्हा ते बाहेर बघतात; भौतिक सुखामध्ये ते सुख शोधू लागतात, सत्तेत दिलासा पाहू लागतात. 'जर मला सुख मिळाले, जर मी भोवतालच्या जगावर ताबा ठेवू शकलो तर माझ्या

आयुष्यात पूर्णता येईल असे त्यांना वाटते. दुर्दैवाने त्यांचा हा समज खोटा असतो.

अर्थाची तळमळ

आपल्या विशाल अंतस्थ तसेच बाह्य जीवनाचा शोध घेताना व्हिक्टर फ्रँकलचे 'माणसाची अर्थपूर्ण जीवन जगण्याची इच्छा' हे तत्त्व, सुखाच्या आणि सत्तेच्या शोधाच्या दशांगुळे वर डोकं काढून स्वतःचे वेगळेपण, मोठेपण नजरेस आणून देते. अर्थपूर्ण जीवनाची तळमळ, जीवनातील अर्थ शोधण्याची इच्छा ही अंतःस्फूर्ती असते. केवळ आपण स्वतःच आपल्या आयुष्यातील अर्थ शोधून त्यावर नियंत्रण घालू शकतो आणि तो साकार करू शकतो. आपलं सुख आणि आपली सत्ता याच्या स्थितीत त्यांना कमी-जास्त, खालीवर करणारे कितीही बदल घडून आले तरी आपल्या जीवनातील अर्थ आपलं पोषण करतो. प्रत्येक जीवनाचा अविभाज्य भाग असलेल्या दुःख व संकटात आपल्याला तारून नेण्याचे काम करतो.

'जॉन कॅबट झीन' नावाचे लेखक आपल्या 'फुल काटास्ट्रॉफिक लिव्हिंग' (अरिष्टमय जीवन) या पुस्तकात आपल्या आरोग्य, कल्याण, क्षेमकुशल यांना आव्हान देणाऱ्या स्थितीत स्वतःच्या मूलतत्त्वांशी निष्ठावंत होऊन राहणे किती अगत्याचे आहे याची नोंद करतात. या पुस्तकात ज्यांच्या आयुष्यात अत्यंत गंभीर, धोकादायक आजारांशी सामना करण्याच्या प्रयत्नात आमूलाग्र बदल झाला; अशा अनेक लोकांच्या जीवनाचा त्यांनी मागोवा घेतला आहे. ते केवळ इतरांच्या नव्हे तर स्वतःच्याही जीवनाशी प्रेमाने क्षमाशील बनत, त्याचा व आपलासुद्धा पूर्णपणे स्वीकार करत निगडित राहिले. त्यातील काहीजण संकटावर मात करून वाचले, काही वाचू शकले नाहीत; पण तसे जगताना या साऱ्यांच्या अनुभवाला एक प्रकारची अशी सखोलता लाभली की, त्यामुळे त्यांच्या जगण्यातील (आणि मरणातीलसुद्धा) अर्थ सन्मानित झाला. त्यांच्या आयुष्याला अर्थ लाभला.

जेव्हा आपण मुद्दाम वेळ काढून (वरवर जगताना मुखवटे चढवतो ते बाजूला सारून) आपल्या मूळ रूपाशी बंध जोडतो, तेव्हा सारे अनुभव अर्थमय होतात. व्हिक्टर फ्रँकलनी छळछावणीत बंदी केलेल्या कैद्यांच्या वागणुकीचे निरीक्षण केले, तेव्हा त्यांनाही हाच अनुभव आला. जॉन कॅबट झीनने असाध्य रोगांशी झगडणाऱ्यांच्या मुलाखती घेतल्या, तेव्हा तोदेखील याच निष्कर्षाप्रत पोहोचला तसेच ज्यांनी अतीव शोक सहन केला आणि दुःखात हृदय छेडीत आत आत आपल्यातील कोमल संवेदनाक्षम स्थळापर्यंत जाऊन स्पर्श करू दिला, त्यांनाही तोच अनुभव आला. जेव्हा संवेदनक्षमता सबळ होते, तेव्हा आपण स्वतःप्रति आणि इतरांप्रति क्षमाशील राहू शकतो, खरोखर प्रेम करू शकतो. जेव्हा तसं होत नाही, तेव्हा कटुता

हृदयाची दारे बंद करत आपल्याला इतरांपासून व स्वतःपासूनही वेगळे करण्याचे काम करते. त्यामुळे निर्माण झालेली भिंत जीवनाच्या आणि त्यातील अर्थाच्या मध्ये येते.

आपल्या मित्रपरिवाराचा विचार केला तर त्यातल्या कुणीतरी तीव्र दुःख अनुभवल्याचे आणि ते अनुभवूनही आपलं आनंदी व्यक्तिमत्त्व व आशावाद जपून आयुष्याची वाटचाल करत असल्याचं आपल्याला आढळून येईल. मला माहीत असलेली एक व्यक्ती - 'शार्लेट' हिचा एकवीस वर्षांचा ऑटिझमच्या मानसिक रोगाने आजारी असलेला मुलगा नुकताच वारला होता. 'ऑटिझम' या रोगामध्ये माणसाची इतरांशी नाते जोडण्याची क्षमता हरवलेली असते. त्यातील काही व्यक्ती मतिमंददेखील असतात. त्याच्या मृत्यूच्या तीनच महिने आधी मी तिच्याशी बोललो होतो. बोलण्यात ऑटिझमने पछाडलेल्या व्यक्तीची काळजी घेण्यातील दमछाक करणारे चिंताजनक आव्हान, त्याचं ओझं हे सारं आलं होतं. शार्लेटने प्रांजळपणे आपले अनुभव सांगितले होते; त्यामुळे तिला आणि तिच्या नवऱ्याला वर्षानुवर्षे झालेल्या त्रासाचं वर्णन केलं होतं. हे काम सोपं नसल्याची कबुली दिली होती. त्या काळात व्हिक्टर फ्रँकलच्या, 'मॅन्स सर्च फॉर मीनिंग' नावाच्या पुस्तकाची अनेक पारायणे केल्याचे तिने सांगितले होते. अनेक अवघड प्रसंगी त्या पारायणांमुळे आपल्या विचारांवर आणि कृतीवर झालेले परिणाम तिने अधोरेखित केले होते. कितीही कठीण परिस्थिती का असेना; पण आईच्या नात्याने वावरताना आलेल्या आपल्या अनुभवांमध्ये तिला खोल अर्थ गवसला होता. मुलाशी असलेल्या स्वतःच्या बंधाकडे पाहताना तिला तिच्या स्वतःतील माणुसकीचा, मानव्याचा शोध लागला होता. जेव्हा तिचा तो मुलगा कोवळ्या वयातच अचानक वारला, तेव्हा तिला स्पष्टपणे कळून चुकले की, त्याचं आयुष्य आणि त्या आयुष्याचा वारसा या पायावरच शार्लेटच्या उर्वरित आयुष्याचा डोलारा उभा राहणार होता. महत्त्वाची गोष्ट सांगायची ती अशी की, सध्याचं तिचं आयुष्य प्रेम, औदार्य, अर्थपूर्ण कृती आणि सामाजिक योगदान यांनी साकारलेलं होतं.

अर्थाचे चक्रव्यूह

जीवन आणि चक्रव्यूह यामध्ये सादृश्यता आहे. चक्रव्यूह म्हणजे सोडवून बाजूला ठेवायचे कोडे नव्हे किंवा एखादे जाळे नव्हे. ती एक वळणावळणाची अनुभवायची वाट आहे. तो वर्तुळाकार मार्ग आहे, गुंतागुंतीचा आहे; पण अभेद्य किंवा अनंतात संपणारा नाही. त्याला आत जाण्यासाठी एक प्रवेशद्वार आहे आणि बाहेर पडण्यासाठीदेखील एक दार आहे. त्या मार्गावर चालताना आपण कधी एखाद्या लहानशा वळणाभोवती फिरतो, कधी मोठ्या वळणावर चालतो, कधी

रस्त्याच्या कडेला पडतो तर कधी त्याच्या केंद्रबिंदूभोवती भिरभिरतो. तसे करत असताना आपण खरे हरवलेले नसतो; मात्र अनेकदा आपण कुठे चालतो आहोत हे आपल्याला कळत नसल्यासारखं होतं. त्या मार्गावर कधी आपण सहज आत्मविश्वासाने पुढे जातो, कधी सावधपणे चालतो. त्या रस्त्यावर कधी थोडं थांबून अंतर्मुख व्हावसं वाटतं तर कधी तीव्रतेने मागे फिरावंसं वाटतं. कितीतरी बाबतींत चक्रव्यूह हे जीवनासारखे असते. तिथे केंद्र असते; पण आपला मार्ग अनेक कलाटण्या घेत वळणावळणाने जात असतो. कधी आपण आयुष्यातील अनुभवांच्या हृदयस्थानी असतो तर कधी एखाद्या खेळकर वळणावर असतो. कधी आपण आपला मार्ग कुणाबरोबर आक्रमतो तर कधी एकट्याने चालतो... कसेही का होईना आपण चक्रव्यूहात चालत असतो. आपल्या व्यावसायिक आणि वैयक्तिक जीवनातील सारे अनुभव त्यात साठवलेले असतात.

मी (ॲलेक्स) ग्रीक वारसा जन्माला घेऊन आल्यामुळे असेल; पण मला क्रिटिन बेटातील त्या पारंपरिक सात परिक्रमा असलेल्या चार हजारांहून अधिक प्राचीन चक्रव्यूहांचे नेहमीच आकर्षण वाटत आले आहे. काहींच्या मते क्रीट रचना व आकृतिबंध तेथील निसर्गात सर्वदूर आढळणाऱ्या मळसूत्री रचनांपासून मिळालेल्या स्फूर्तीवर आधारित आहेत. माझ्या कल्पनेला मात्र पुरातन मिथकातील, 'थेसियस चक्रव्यूहात मीना टूर नावाच्या राक्षसाशी लढावयास शिरला,' ही कथा मोहिनी घालत गुंतवून ठेवते. लहानपणापासून मला अज्ञात विश्वाचा शोध घ्यायची जिज्ञासा होती. मी माझ्या आपल्या वळणे, कलाटण्या असलेल्या मार्गाचा शोध घेताना प्रसंगी अधिकारावर, सत्तेवर असलेल्यांना आव्हान दिले, त्यांची अवज्ञा केली; तरी मला इतरांची सेवा करायची ओढही लहानपणापासून होती. अनेकदा मार्ग क्लिष्ट अनाकलनीय वाटला तरी तो माझा आपला मार्ग होता.

मागे वळून पाहताना त्या मार्गावर गवसलेला, एकतानता साधणारा, सुसंवाद कल्पनातीत होता.

फ्रेजियर नावाच्या दूरदर्शनवर प्रक्षेपित केल्या जाणाऱ्या लोकप्रिय विनोदी मालिकेतील एका खंडात, त्यातील मध्यवर्ती पात्र फ्रेजियर क्रेन यांना त्यांनी मानसशास्त्रज्ञ म्हणून आणि आकाशवाणीवर केलेल्या कामगिरीबद्दल 'जीवनगौरव' पुरस्कार देणार असल्याचे सांगण्यात येते. बक्षीस समारंभाआधी बक्षीस स्वीकारण्यास आवश्यक असलेल्या स्वतःच्या पात्रतेविषयी द्विधा मनःस्थितीत व चिंताक्रांत असल्यामुळे फ्रेजियर आपल्या स्वतःच्या मानसशास्त्रज्ञ गुरूंकडे सल्ला घेण्यास जातात. गुरूंबरोबरच्या त्या बैठकीत खोलवर शोधून पाहता व्यावसायिक यश मिळवूनदेखील फ्रेजियरना एक आंतरिक पोकळी जाणवत असल्याचे स्पष्ट होते. पारितोषिकाचा स्वीकार करताना केलेले फ्रेजियरचे भाषण अगदी त्रोटक असते

आणि भाषणाचा शेवट त्यांच्या, 'आता मी माझ्या उरलेल्या आयुष्याचे काय करू?', अशा आपल्या अस्तित्वाविषयी केलेल्या प्रश्नाने होतो. या काल्पनिक सत्रखंडात समोर मांडलेला प्रश्न मात्र खरोखरचा आहे. आपल्या आयुष्याच्या मार्गावरील एका कसोटीच्या टप्प्यावर डॉक्टर फ्रेजियर येऊन पोहोचले आहेत. अनंत वळणे असलेल्या चक्रव्यूहातून चालणाऱ्या माणसाप्रमाणे आता इथून आपण कुठे चाललोय, कुठे जायचं आहे हे त्यांना कळेनासं झालंय. आयुष्यात नेहमीच आणखी काहीतरी शोधायचं, शिकायचं, अनुभवायचं राहिलेलं असतं. प्राचीन ग्रीक तत्त्वज्ञ हेरॅक्लिटस यांनी म्हटल्याप्रमाणे फ्रेजियरलादेखील कळायची गरज आहे की, जेथे शेवट झाला असे वाटते, तेथे सुरुवातीचा क्षणदेखील असू शकतो. अनेक अर्थांने जीवन हे चक्रव्यूहासारखे आहे.

व्यावसायिक जीवनाच्या चक्रव्यूहात एकमेकांशी दुवे साधणं नेहमीच सोपं असतं असं नाही. प्रत्येक व्यक्तीला काही ना काही अंशी आपलं अंतर्मन, आपले विचार, भावना, आपला विश्वास आणि आपले व्यावसायिक जीवन यांत दुवा साधावासा वाटतो. टॉम चॅपेल आणि त्याची बायको केट हे दोघे त्यांच्या 'टॉम्स ऑफ मेन' या कंपनीचे संस्थापक होते. त्यांचं उदाहरण हे अर्थाचा दुवा साधू पाहणाऱ्या व्यक्तींचे एक उदाहरण आहे. आपली कंपनी प्रस्थापित करताना, चालाव्या लागणाऱ्या वळणावळणांच्या चक्रव्यूहातून जाताना टॉम चॅपेलने व्यावसायिक जीवनातदेखील अर्थ शोधण्याचा, दुवा साधण्याचा वसा घेतला होता. त्याचे जीवन खरोखर अर्थाची तळमळ साकार करू पाहणाऱ्या माणसाचे जीवन होते.

एकोणीसशे साठ आणि सत्तरच्या दशकात पर्यावरण मोहिमेची अमेरिकेत रुजुवात झाली होती. त्या आधी उद्योगधंद्यांनी निर्माण केलेल्या कचऱ्यात असलेली रसायने ओघळून, जमिनीत मुरून अखेरीस नाले-नद्यांतून वाहत सरोवर व सागर दूषित करत असल्याचे लक्षात यायला लागले होते. अनेकांना त्याबद्दल काळजी वाटत होती. त्याला प्रत्युत्तर म्हणून टॉम चॅपेलने 'क्लिअर लेक' नावाने फॉस्फेट नावाच्या रसायनविरहित, पर्यावरणास अनुकूल असा कपडे धुण्याचा साबणचुरा विकसित केला. त्याने निर्माण केलेली उत्पादने तसेच ते ठेवण्यास लागणारी वेस्टनेही पर्यावरणास अनुकूल होती. त्याचबरोबर, 'टॉम्स ऑफ मेन' कंपनीने साखरविरहित नैसर्गिक पदार्थांपासून बनवलेली आरोग्यदायक दात घासण्याची लुकण (टूथ पेस्ट) विकसित करून आरोग्यदायक खाण्याचे पदार्थ विकणाऱ्या दुकानात विक्रीस ठेवली. त्या दिवसांत ही विशिष्ट टूथपेस्ट विकत घेण्यासाठी मुद्दाम वाकडी वाट करून ठराविक दुकानात जावे लागे. शत-प्रतिशत नैसर्गिकरीत्या उत्पादन केलेले खाद्यपदार्थ नेहमीच्या किराणा मालाच्या दुकानात मिळायचे नाहीत. त्यांच्या कंपनीने चूळ भरण्यासाठी, घामटपणा

थांबवण्यासाठी, केस धुण्यासाठी, दाढी करण्यासाठीदेखील पदार्थ विकसित केले. त्यांनी विकसित केलेले सारे पदार्थ आणि त्याची वेष्टनेही पर्यावरणास अनुकूल व नैसर्गिक पदार्थांपासून केलेली होती. टॉम्स ऑफ मेन कंपनीने विकसित केलेल्या उत्पादनांचा, पदार्थांचा खप वाढू लागला. त्याच्या कंपनीची भरभराट होऊ लागली. टॉमने आपले तत्त्वज्ञान, आपला विश्‍वास, आपली नैतिक प्रणाली आपल्या व्यवसायात वापरली होती.

काळाबरोबर अर्थाच्या चक्रव्यूहातून प्रवास करताना वैयक्तिक तसेच नैतिक प्रणालीबद्दल अनेक निर्णय घेणे आवश्यक होते. व्यवसायाची वारेमाप वाढ होत होती. नफ्या-तोट्याच्या खात्यातील शेवटची ओळ परमदैवत होऊ पाहत होती. कसेही करून फायदा वाढविण्यासाठी सर्वांवर दबाव आणला जात होता. कंपनीत नव्याने आलेली तरुण मंडळी त्याच दिशेने विचार करणारी होती. जनतेस वश करण्यासाठी म्हणून काहीजण तर नकली साखरेसारखे रसायन टूथपेस्टमध्ये मिसळावे, असे सूचित करीत होते. टॉमचे स्वतःचे स्वप्न, पर्यावरणावरील त्याची निष्ठा, त्यासाठी नैसर्गिक पदार्थच वापरण्याचा त्याचा अट्टाहास; कंपनीच्या नफ्यात आणखी वाढ करण्यासाठी या मूल्यांशी तडजोड करावी लागणार होती. आपणच स्थापन केलेल्या; परंतु आता बदलत असलेल्या कंपनीत आपले विचार, आपली मूल्ये प्रतिबिंबित होत नाहीत असं त्याला वाटू लागलं. टॉमला कठीण पेच पडला. त्याच्यावर आपल्या जीवनाचा हेतू आणि कंपनीची नवी दिशा व तिचा हेतू, साऱ्यांचा पुनर्विचार करण्याची वेळ आली होती. 'टॉम्स ऑफ मेन' हा केवळ फायदेशीर उद्योग म्हणून राहणार होता का? की त्या उद्योगाच्या यशाचे मापदंड फायद्याचा उपयोग कोणत्या साध्यासाठी केला यावरून ठरवायचे होते?

शेवटी टॉमला आपल्याच कंपनीत रस वाटेना. बदलत चाललेल्या कंपनीत आपली मूल्ये प्रतीत होत नाहीत असे त्याला वाटले वाटू लागले. त्याचा वैयक्तिक प्रवास त्याने आणि त्याच्या बायकोने स्थापन केलेल्या कंपनीत सुरू झाला होता. त्यांचे साध्य होते स्वच्छ कपडे, आरोग्यवर्धक जमीन आणि नैसर्गिक पदार्थांनी बनवलेली टूथपेस्ट. प्रेरणादायक वातावरणासाठी टॉम इतरत्र शोध घेऊ लागला. १९८८ साली टॉम हार्वर्ड महाविद्यालयातील धर्मशास्त्र शिकवणाऱ्या विभागात अर्ध्या वेळासाठी रुजू झाला. टॉम मेन प्रांतातील केनी बँक या गावी आठवड्यातून अडीच दिवस कंपनीचे काम आणि अडीच दिवस मॅसेच्युसेट्स प्रांतातील केंब्रिज गावात 'शाळेत' घालवायचा. महाविद्यालयात नीतिशास्त्रज्ञ आणि तत्त्वज्ञानी यांच्या लिखाणाचा त्याने अभ्यास केला. त्यातील कल्पनांचा धंद्याशी, विशेषतः टॉम्स ऑफ मेन कंपनीशी असणाऱ्या संबंधांबाबत

तो विचार करू लागला.

'मार्टिन बबर 'नावाच्या विसाव्या शतकातील ज्युइश तत्त्वज्ञानी यांच्या विचारांचा आणि कार्याचा टॉमच्या मनावर परिणाम झाला. मार्टिन बबरच्या म्हणण्यानुसार आपण इतरांप्रति दोन वेगवेगळे, विरुद्ध प्रकारचे दृष्टिकोन बाळगू शकतो. आपल्या दृष्टिकोनानुसार आपले त्यांच्याशी दोन वेगवेगळ्या प्रकारचे संबंध निर्माण होतात. मी - ते (वस्तुवाचक ते) प्रकारच्या संबंधांत आपण इतरांना वस्तूसमान समजून त्या संबंधांतून स्वतःसाठी काहीतरी मिळवण्याची अपेक्षा बाळगून असतो तर मी-तुम्ही (आय - दाउ हे अनेकदा देवाप्रति वापरलेले आदरार्थी संबोधन) प्रकारच्या संबंधांत आपण दुसऱ्या व्यक्तीबद्दल आदर, प्रेम, मैत्री अशा भावना बाळगून असतो. वेगळ्या शब्दांत सांगायचे तर आपण एकतर दुसऱ्यांना केवळ स्वार्थासाठी वापरायची वस्तू समजतो; नाहीतर आपण त्यांचे मूल्य जाणून खरोखरच त्यांचा आदर करतो. टॉमच्या लक्षात आले की, तो आणि त्याची बायको केट दोघांची सहजप्रवृत्ती इतरांना त्यांचा आदर राखत वागवायची आहे; पण त्याच्या कंपनीतील व्यावसायिक व्यवस्थापक इतरांशी वागताना आधी सांगितलेल्या– पहिल्या, स्वतःच्या नफ्याचे साधन या दृष्टीने बघतात.

टॉमच्या मनावर अठराव्या शतकातील अमेरिकन तत्त्वज्ञानी जॉनथन एडवर्डस याच्या लिखाणाचाही सखोल परिणाम झाला. एडवर्डसची गाढ श्रद्धा होती की, आपली ओळख, आपली अस्मिता ही इतरांपासून असलेल्या आपल्या वेगळेपणात नसून त्यांच्याशी जुळलेल्या आपल्या नातेसंबंधांत असते. या कल्पनेचा धागा धरून टॉम चॅपेल आपल्या कंपनीविषयी नव्या दृष्टिकोनातून विचार करू लागला. त्याच्या लक्षात आले की, त्याच्या उद्योगधंद्याचे स्वरूप केवळ त्याची एक खासगी मालमत्ता एवढ्यापुरतेच सीमित नाही; तर ती एक अशी कंपनी आहे की, जी कंपनीतील कामगार, तिचे ग्राहक, कच्चा माल पुरवणारे पुरवठादार, वित्त व्यवस्थेतील भागीदार, सरकार, भोवतालचा समाज, अगदी नैसर्गिक कच्चा माल पुरवणारी भूमीसुद्धा या साऱ्यांशी धागे जुळलेली संस्था आहे. आपल्या कंपनीचे असे चित्र डोळ्यांसमोर आल्यावर टॉम चॅपेलचा आपला उद्योगधंदा हे व्यापाराबरोबर सामाजिक व नैतिक मूल्याचेही स्थान आहे, हा विश्वास अधिकच दृढ झाला. कंपनीचे हे रूप आपली नैतिक मूल्ये प्रतिबिंबित करते असं त्याला वाटलं. त्याचे बाहेरच्या जगाशी असलेले नातेसंबंध अधिकच बळकट झाले. त्याचा धंदा यशाच्या व्याख्येचे वर्तुळ विस्तारत आपली व्यावसायिक आणि नैतिक मूल्ये जपत यशस्वी होत गेला. टॉमची आध्यात्मिक आणि व्यावसायिक निवड दोन्हींसाठी तो समाधानकारक ठरत गेला. यौवनात आदर्शवादी स्वप्ने पाहत सुरू केलेली त्याची कंपनी आता एक सर्वतोपरी विकसित, प्रगल्भ उद्यम संस्था

झाली आहे. व्हिक्टर फ्रँकलच्या शब्दांत म्हणायचे झाल्यास ती जीवनातील अर्थाची सेवक, विश्वस्त संस्था झाली आहे.

मनाच्या गाभाऱ्यात जाताना

जीवनातील प्रश्नांची उत्तरे आपोआप सुचतील म्हणून वाट पाहत बसणे उचित ठरणार नाही. त्यावर तोडगा काढणाऱ्या गटाचा आपण भाग बनावं लागतं. नॅशनल बास्केटबॉल असोसिएशन संघाचा शिक्षक फिल जॅक्सन आपल्या 'सेक्रेड हूप्स' (पवित्र कडे - बास्केटबॉल, हा उंच बांधलेल्या कड्यात चेंडू टाकायचा खेळ असतो. त्या कड्याला उद्देशून पवित्र कडे असे म्हटले आहे.) नावाच्या पुस्तकात सूचना देतो. तो म्हणतो, ''आपली स्वप्नं खरी करायचा सर्वांत उत्तम मार्ग झोपेतून जागं होणं हा आहे हे लक्षात ठेवा. सक्रिय काम करणे म्हणजे केवळ स्वप्नं पाहणे नव्हे, मग ती स्वप्नं कितीही खरीखुरी का वाटेनात. थोडक्यात, समस्येवर तोडगा काढणे म्हणजे सक्रिय कृती करणे. स्वप्नात असो किंवा जागृतावस्थेत, आपण आपल्या विचारांच्या शृंखलेत अडकलेले असतो. त्या पिंजऱ्याच्या गजातून अनेकदा आपल्याला नीट बघता येत नाही. मग कृती करणे तर सोडाच! कृती करण्यासाठी आपल्याला अंतर्मुख होण्याची गरज असते.

अंतर्मुख व्हायची वेळ झाली आहे, स्वतःकडे पाहण्याची वेळ झाली आहे;
उर्वरित वेळेचा सक्षम उपयोग यायची वेळ झाली आहे.
तुरुंगाचे गज वाटले होते तेवढे दणकट नाहीत... – रॉडनी क्रोवेल

वैयक्तिक आणि व्यावसायिक जीवनात अर्थाच्या चक्रव्यूहातून जाताना आपल्याला अनेक वळणे, गुंतागुंत, कलाटण्या अनुभवाव्या लागतात. ही वळणे नेहमी बिना दुणीची असतातच असे नाही. अशा चक्रव्यूहातून प्रवास करण्यासाठी इच्छा आणि आत्मशोध करण्याप्रति निष्ठा असावी लागते. यालाच व्हिक्टर फ्रँकलने अर्थाची तळमळ' असे शब्द वापरले आहेत. अर्थातच कशाही - कोणत्याही परिस्थितीत सतत अर्थ धुंडत राहाण्याची आपली क्षमता आणि निष्ठा!

''विनाशर्त प्रत्येक माणसाचे मूल्य जाणणे हे विनाशर्त अर्थ यासारखेच आहे. प्रत्येक माणसातील प्रतिष्ठा पाहू शकणे अत्यंत गरजेचे आहे. जसे आयुष्य कुठल्याही परिस्थितीत - मग त्या परिस्थितीत असणारा माणूस कितीही दुःखी का असेना - अर्थमय असते. प्रत्येक व्यक्तीच्या जीवनातील अर्थ शेवटपर्यंत तिच्या जवळ राहतो.''

दुर्दैवाने पुष्कळदा आपण आपल्या आंतरिक आयुष्यातील विस्तारित

सीमा पाहून त्यांचा आनंद घेत स्वतःच्या आयुष्यातला खराखुरा अर्थ शोधायची संधी घालवत असतो. आयुष्यातील अर्थपूर्ण मूल्यांबद्दल आपण जागरूक आणि त्यांच्याशी निष्ठावंत राहिलो तरच आयुष्यातील अमाप आनंद शोधणे शक्य होईल. आपली स्वतःची ओळख करून घेणे हे अनेकदा दुष्कर होऊन बसते. तसं करण्यासाठी हेतुतः वेळ काढावा लागतो आणि प्रयत्न करावे लागतात. इतरांना आपण कोण बनून हवे आहे हे पाहण्याऐवजी आपण स्वतः कोण आहोत, हे ओळखून आपल्या क्षमतेचा दुसऱ्यासाठी उपयोग करणे महत्त्वाचे आहे. कशाने आयुष्याला अर्थपूर्णता येते हे समजण्यासाठी प्रयत्न करावे लागतात. अर्थाचा शोध घेण्यासाठी अंतर्मनाच्या चक्रव्यूहात शिरून तेथील आव्हाने स्वीकारावी लागतात.

प्राचीन ग्रीक तत्त्ववेत्ता सॉक्रेटिस म्हणत असे, ''आपण अंतर्मनात शिरून स्वतःचा आवाज ओळखायला, त्यावर विश्वास ठेवायला आणि इतरांनी केलेल्या ओरड्याकडे लक्ष न द्यायला शिकायला हवं. परीक्षण करून, प्रश्न विचारत आणि जडत्वापलीकडील अस्तित्वालादेखील समजून घेऊन आपण स्वतःमध्ये सुधारणा करू शकतो, स्वतःची ओळख करून घेऊन अधिक चांगले बनू शकतो.'' 'परीक्षण न केलेलं आयुष्य जगण्यायोग्य नाही' हे त्याचे बोल प्रसिद्ध आहेत. ॲपल या प्रसिद्ध कंपनीचा संस्थापक स्टीव्ह जॉब सॉक्रेटिसच्या शब्दांवर नितांत विश्वास ठेवत असे. तो एकदा म्हणाला होता, 'मी माझे सारे तांत्रिक ज्ञान सॉक्रेटिसबरोबर एक दुपार घालवण्यासाठी द्यायला तयार आहे.' सरतेशेवटी आपल्या स्वतःतील अर्थपूर्णता जाणून घेण्याने आणि तिच्याशी निष्ठावंत राहण्यानेच आपल्याला अर्थपूर्ण आयुष्य जगता येईल तसेच व्यावसायिक आणि वैयक्तिक जीवनात स्वतःचे अनुपम मूल्य साकार करता येईल.

आपल्या स्वतःच्या अंतस्थ आणि बाह्य आयुष्याचा शोध घेताना फ्रँकलची अर्थपूर्णतेची तत्त्वे, सुखाच्या आणि सत्तेच्या तत्त्वापेक्षा वेगळी बनून उंच उभी असलेली दिसून येतात. केवळ आपणच ती शोधू शकतो, त्यावर ताबा मिळवू शकतो आणि स्वतःसाठी ती साकार करू शकतो. आपल्याजवळ सत्ता आणि सुख हे कितीही मोठ्या किंवा लहान प्रमाणात असले तरी ही अर्थपूर्णताच आयुष्यभर आपल्याला तारण्याचे काम करू शकते. आपण आपल्यासाठी शोधून काढण्याची ती वाट पाहत असते. आपण आपल्या विचारांच्या पिंजऱ्यात अडकून राहिलो नाही तरच हा शोध शक्य होऊ शकतो.

अर्थक्षण :

हा स्वाध्याय व्हिक्टर फ्रँकलच्या, 'द डॉक्टर अँड द सोल' नावाच्या पुस्तकातील लिखाणावर आधारित आहे.

व्हिक्टर फ्रँकल तुम्हाला एक अनोखे निमंत्रण देतात. ते म्हणतात, 'या आणि आपल्यासमोर आपले आयुष्य एखाद्या सुंदर पर्वतराजीच्या रांगासारखे पसरवा. आपल्या सहकाऱ्यांनाही या अभ्यासात सामील होण्यास बोलवा. व्यावसायिक जीवनाकडे, एखाद्या छोट्या पठारावरून पर्वतरांगांकडे पाहिल्यासारखे बघा. समोर दिसणाऱ्या शिखरांवर कोणकोणत्या व्यक्ती किंवा कोणकोणते प्रसंग तुम्हाला दिसत आहेत? वेगळ्या शब्दांत सांगायचे तर, तुमच्या व्यावसायिक जीवनात तुम्हाला सर्वांत जास्त कोणी प्रभावित केलंय? या लोकांत लेखक, शिक्षक, वरिष्ठ, नेते असे कोणकोणते लोक किंवा कोणकोणते प्रसंग आहेत ज्यांनी तुम्हाला मार्ग दाखवला आहे, तुमच्यावर प्रेम केलं किंवा ज्यांच्यावर तुम्ही प्रेम केलं, त्यांच्याकडे आदराने पाहिलं, ज्यांनी तुमच्या आयुष्याला वळण लावलं, अशी कुठलीही माणसं व प्रसंग असू शकतात. कागद, पेन्सिल, रंगीत पेन काहीही वापरून आपली पर्वतराजी रेखांकित करा. त्यातील शिखरांवर तुम्हाला प्रभावित करणाऱ्यांची नावे लिहा. आता ज्या लोकांनी किंवा प्रसंगांनी तुम्हाला खाली पाडायचा प्रयत्न केला, तुम्हाला कामापासून परावृत्त केले, ज्यांनी तुम्हाला अपमानित केले, त्यांना दऱ्यांमध्ये उभे करा.

आता त्या चित्रात पुनःपुन्हा प्रतीत होणाऱ्या मूल्यांकडे पाहा. शिखरावरील व्यक्तींमधील आणि प्रसंगातील प्रमुख गुण आठवा. त्यांच्यातील जी मूल्ये तुम्ही आत्मसात केलीत त्यावर लक्ष केंद्रित करा. कोणती मूल्ये सर्वांत जास्त सकारात्मक, अधिक अर्थपूर्ण आहेत त्याची नोंद करा. आपल्या व्यावसायिक जीवनात यातल्या कोणत्या मूल्यांशी तुम्ही सर्वांत अधिक निष्ठावंत राहिलात? कोणत्या मूल्यांशी वचनबद्ध आहात? आता चित्रातील दरीत असणाऱ्या लोकांत व प्रसंगात पुनःपुन्हा प्रतीत होणाऱ्या मूल्यांकडे पाहा. त्यांच्यापासून किंवा त्या प्रसंगांपासून तुम्ही कोणता धडा घेतलात? या पर्वतराजीच्या स्वाध्यायापासून तुम्ही तुमचं वैयक्तिक आणि व्यावसायिक जीवन एका नवीन दृष्टिकोनातून पाहू शकता. त्यातून तुम्हाला स्वतःला परत परत आकर्षित करणाऱ्या मूल्यांची ओळख पटते, आपल्या स्वतःच्या वैशिष्ट्याकडे पाहता येते तसेच जीवन आणि व्यवसाय याबाबत असलेली तुमची दृष्टी विस्तारते. जीवनाकडे नव्या दृष्टीने बघत व्यावसायिक जीवनात तुमच्या इच्छेचे सार ओळखण्यास मदत करणारा हा स्वाध्याय आहे.

? अर्थ प्रश्न

* सुखाचा मागोवा घेण्याची तळमळ, सत्तेचा, पैशाचा पाठपुरावा करण्याची तळमळ किंवा जीवन अर्थमय करण्याची तळमळ यांपैकी कोणती तळमळ किंवा विचार तुम्हाला तुमच्या वैयक्तिक आयुष्यात सक्रिय बनायला सर्वांत जास्त प्रवृत्त करते?
* कोणत्या प्रकारे तुमचं जीवन हा चक्रव्यूहातून केलेला प्रवास आहे?
* आपल्या वैयक्तिक आणि व्यावसायिक जीवनात तुम्ही अर्थमय मूल्यांशी आणि साध्याशी निष्ठावंत राहता काय?

अर्थाला होकार

सुख आणि सत्ता यांचा मागोवा घेण्याऐवजी मी माझे लक्ष अर्थाची तळमळ साकार करण्यावर केंद्रित करीन.

५

तत्त्व तीन : आयुष्याच्या क्षणाक्षणांतील अर्थ ओळखा

असं जगा की, जणू तुम्ही दुसऱ्यांदा जगत आहात आणि पहिल्यांदा तुम्ही ज्या चुका केल्यात, त्याच चुका आता पुन्हा करण्याच्या बेतात आहात.

आयुष्यातील अर्थ नव्हे तर स्वतःच्या आयुष्यात अर्थ शोधणे याला महत्त्व आहे. प्रत्येकासाठी अर्थ हा वेगवेगळा असतो. एक कुठलेही उत्तर बरोबर नसते. प्रत्येकासाठी बरोबर उत्तरदेखील वेगवेगळे असते. आपल्या स्वतःच्या आयुष्यात अर्थ शोधणे हे मोठे काम असते. सुरुवात तरी कुठे करायची? हे अवघड काम आटोक्यात आणण्यासाठी या प्रकरणात आम्ही व्हिक्टर फ्रँकलचे तिसरे तत्त्व : 'आयुष्याच्या क्षणाक्षणांतील अर्थ ओळखणे', याचा उपयोग केला आहे.

अर्थ शोधणे

आपण अर्थ निर्माण करत नाही तर त्याचा शोध घेत असतो आणि जर त्याचा शोध घेतला नाही तर तो आपल्याला सापडत नाही. निरनिराळी रूपे घेत तो समोर येत असतो. कधी भव्यदिव्य रूप घेऊन येतो तर कधी कळेल न कळेल असा अलगद जीवनात प्रवेश करतो. कधीकधी आपल्याला तो ओळखता येत नाही. अनेक दिवस, महिने, वर्षेदेखील निघून जातात अन् एकदम कधीतरी पूर्वी क्षुल्लक वाटलेली घटना जीवनाला नवे वळण लावणारा टेकू बनते. कधीकधी लहानलहान अर्थपूर्ण क्षणांचे थेंब शेवटी तळे बनून मनःचक्षूंसमोर प्रकट होतात आणि त्यातला अर्थ आपल्याला कळून येतो. जणू काही पळापळांचे तुकडे जोडत आपण एक जिवंत दुलई शिवत असतो. प्रत्येक तुकडा एकेकटा, दुर्लक्षित, समोरून सरकत

असतो. व्हिक्टर फ्रँकलनी म्हटल्याप्रमाणे आपल्याला कळो अथवा न कळो, प्रत्येक क्षण अर्थपूर्ण असतो. आपण असू तिथे तो आपल्याबरोबर असतो. आपलं काम असतं अर्थाबाबत जागरूक राहून जीवनात, व्यवसायात सगळीकडे क्षणाक्षणांतील अर्थ ओळखायला शिकायचं एवढंच.

'आयुष्यातील खरा अर्थ आपण एक स्वयंचलित यंत्र आहे असे समजून स्वतःमध्ये, आपल्याच मनात डोकावून शोधायचा नसतो तर तो भोवतालच्या जगात बघायचा असतो.'

आयुष्यातील मोठ्या प्रश्नांचं उत्तर त्यातील लहानलहान प्रश्नांची उत्तरं शोधण्याशिवाय मिळत नाही. आपण काय करतो? कशासाठी करतो? आपलं आयुष्य म्हणजे काय आहे? त्याचा काय अर्थ आहे असं आपल्याला वाटतं? दररोजची आपली आयुष्ये अर्थपूर्ण उत्तरांनी संपन्न असतात. मात्र, जेव्हा आपण क्षणभर थांबून त्याचा आदर करायला शिकू, तेव्हाच तो अर्थ उमलून आपलं आयुष्य दरवळून टाकेल. तो अर्थ शोधायला व ओळखायला आपण त्या क्षणी तिथे हजर असायला हवे आणि पुष्कळदा आपण दुसरीकडे कुठेतरी जाण्याच्या मार्गावर असतो. कामावर व जीवनात पिसाटासारखे बेभानपणे काहीतरी कृती करत राहणे हे आपल्या अस्तित्वाच्या मूलभूत गुणधर्माला आव्हान आहे. जर स्वतःच्या अस्तित्वाचा अंकुर शोधण्यासाठी आपण थांबलो नाही तर आयुष्यातला अर्थ आपल्याला अशक्य कोटीतील स्वप्न वाटू लागेल. आपलं आयुष्य अर्थाने ओतप्रोत भरलेलं आहे आणि म्हणूनच आपण जे काही करतो त्या साऱ्याला अर्थ आहे. जरा थबकून, प्रेमाने, आयुष्यात घेतलेल्या निर्णयांकडे आपण नीट पाहिले तर आपल्याला त्यात अर्थ आढळून येईल. आयुष्यातील प्रत्येक क्षणातील अर्थ पाहणे, त्यावर विचार करणे ही आपल्या वैयक्तिक आयुष्यात खोलवर डोकावून, त्यातील अर्थ पाहण्याची पहिली पायरी आहे.

दुर्दैवाने प्रत्येकजणच आयुष्याच्या क्षणाक्षणांतील अर्थ पाहण्यासाठी-ओळखण्यासाठी थांबताना दिसत नाही. आता मिशेलचेच उदाहरण घ्या. तिचा पन्नासावा वाढदिवस नुकताच साजरा झाला होता. मात्र, आपल्या आयुष्याचं अर्ध शतक पार पडलं आहे हे मान्य करायला ती अजूनही तयार नव्हती. सेवानिवृत्तीच्या आगमनाची चाहूल तिला छळत होती. तिला कशातही आनंद वाटत नव्हता. आयुष्यातील काहीही साजरं करण्याच्या मनःस्थितीत ती नव्हती. दोनदा अनुभवलेला घटस्फोट आणि आजकालची स्वतःपुरतं बघणारी दोन मुलं यात तिला कुठलंही

सुख आढळत नव्हतं. तिच्या मते, तिच्या वैयक्तिक आयुष्याची पूर्ण धूळधाण झाली होती. व्यावसायिक जीवन म्हणावं तर तिथेही आनंद मानण्यासारखं काही नव्हतं. दुसरं लग्न मोडल्यापासून कुठलीही नोकरी टिकवून ठेवणं तिला जमलं नव्हतं. जरा चांगली वाटणारी नोकरी मिळाली न मिळाली की लगेचच काहीतरी बिनसायचं. तिची काहीही चूक नसताना पुनःपुन्हा कामावरचा ताणतणाव तिला जाणवू लागायचा. कुठे दरिद्री वरिष्ठ, कधी आळशी सहकारी, नाहीतर कामाच्या स्वरूपातील अस्पष्टता, आधाराचा अभाव अशा कितीतरी गोष्टी कामात मिठाचा खडा टाकायला कारणीभूत होत होत्या. परिणामी, समोर असलेल्या कुठल्याही कामात तिचं मन रमत नव्हतं की, त्यात तिला समाधान मिळत नव्हतं. आता कधी आपल्याला आनंददायक नोकरी मिळेल, तिथे आपली प्रगती होईल अशी आशा करणंदेखील तिने सोडून दिलं होतं.

घरातलं वातावरणही ताणतणावाचं असल्यामुळे तिचा दोन्हींकडून कोंडमारा होत होता. कुठेच आशेचा किरण दिसत नव्हता. घरीदारी सर्वत्र पेटलेला वणवा शांत करत भिंगरीसारखे आपण सतत फिरत आहोत असं तिला वाटू लागलं होतं. या साऱ्या यातनांचं मूळ शोधायला लागणारं बळ तिच्या जवळ उरलं नव्हतं. जसजशी आपली परिस्थिती आणि स्वतःचं दैव याबाबत तिचं नैराश्य वाढायला लागलं, तसतशी वाढत्या प्रमाणात ती साऱ्याचे खापर इतरांवर फोडायला लागली. दुसऱ्याला दोष देण्याच्या तिच्या प्रवृत्तीने तिला कठोर बनवले. ती स्वतःभोवती एक अभेद्य कवच घेऊन वावरायला लागली. कालांतराने आपल्या दुर्दैवास आपण अंशतः तरी कारणीभूत होत असू याची तिला जाणीवच राहिली नाही. आपल्या दुर्भाग्याची तक्रार करण्यात ती इतकी गुंगून गेली की, आयुष्यातील अनेक अनमोल सुखक्षणांचा तिला विसर पडला. तिच्या मते, तिच्या नशिबाचे फासेच उलटे पडले असल्याने आता भोग भोगणे व त्याबद्दलचं गाऱ्हाणं इतरांना समजावं, त्यांनी ते ऐकावं या उद्देशाने कुटुंबीय, मित्र-मैत्रिणी, सहकारी अशा भोवतालच्या सर्वांना सांगत बसणं याखेरीज तिच्यापुढे दुसरा काही मार्गच उरला नव्हता.

या साऱ्याचा अर्थ एवढाच की, कशातच अर्थ नाही. गोल्फर वॉल्टर होगनचे 'द लीजण्ड ऑफ बॅगर व्हॅन्स' (बॅगर व्हॅन्सची आख्यायिका) या चित्रपटातील बोल आहेत हे. मिशेलला हे पटेल, कारण अर्थाचा शोध घेणे हेच मुळी तिला निरर्थक वाटत होते. तिच्या आयुष्याला काही अर्थ नव्हता आणि तो कधी असणार नव्हता. काही चमत्कारच घडून आला तर गोष्ट वेगळी! नाहीतर आता ती स्वतः काही वेगळ्या गोष्टीचा शोध घेणार नव्हती. तुम्ही म्हणाल, कदाचित आयुष्याच्या मध्यावर मिशेलला सारं काही संपून गेल्यासारखं वाटत असेल. शक्य असेल कदाचित. कारण काहीही का असेना, मिशेलने अर्थाच्या शोधाचा त्याग करून

जीवनातूनच अर्ध्यावर सेवानिवृत्ती घ्यायचं ठरवलं होतं.

याउलट ॲडमचे उदाहरण घ्या. जीवनाला आणि व्यवसायाला एक जोरदार कलाटणी मिळाल्यावर त्याने 'प्रिझनर ऑफ अवर थॉट्स' या पुस्तकाची आधीची आवृत्ती वाचून काढली आणि आम्हाला पत्र लिहिले. त्याने आपल्या आव्हानांशी सामना करताना पुस्तकातील तत्त्वे अवलंबिली. तीस वर्षे एका कंपनीत इंजिनिअर म्हणून काम केल्यानंतर त्याला त्याच्या आवडत्या जागेवरून बदली करून दुसऱ्या जागी हलवण्यात आले होते. तेथे त्याच्यासाठी खरोखर काही काम नव्हते. संस्थेत अनेक बदल होत होते आणि त्याला वाटू लागले की, त्याची ही बदली म्हणजे त्याला डच्चू देण्याची पहिली पायरी आहे. एकाएकी त्याला आयुष्यात काही अर्थ नाही असे वाटू लागले. अनेक महिने स्वतःची दया करण्यात आणि त्यामुळे स्वतःला आपल्या विचारांच्या पिंजऱ्यात अडकवण्यात त्याने घालवले. पुस्तक वाचल्यानंतर मात्र आपल्या परिस्थितीकडे तो एक समस्या म्हणून न पाहता एक संधी म्हणून पाहू लागला. परिणामी, त्याला ताबडतोब आपली परिस्थिती बदलता आली नाही, तरी तिच्याकडे पाहण्याचा आपला दृष्टिकोन त्याने बदलला. त्याला असे करण्यास थोडा वेळ लागला; परंतु त्याला त्यात सखोल अर्थ दिसून आला.

जसजसा दृष्टिकोन बदलला तसतसा जीवनाकडे आणि व्यवसायाकडे पाहण्याच्या त्याच्या दृष्टीत बदल झाला. त्याची प्रवृत्तीदेखील बदलत गेली. स्वतःचे व्यावसायिक आणि वैयक्तिक जीवन समृद्ध करण्याच्या नव्या वाटा तो शोधू लागला. याचे श्रेय ॲडमने, 'जीवनातील साऱ्या क्षणांत प्रथमदर्शनी दुःखदायक वाटलेल्या क्षणातदेखील अर्थ असतो, या तत्त्वाच्या शोधास दिले. आपला पूर्वीचा स्वतःची दया करण्याचा विचार आपल्याला नवी वाट दाखवू शकणार नाही आणि केवळ आपणच आपल्या जीवनात नवीन वाटा आणि नवीन अर्थ शोधण्यास जबाबदार आहोत, हे त्याच्या लक्षात आलं. मिशेलप्रमाणे अर्ध्या जीवनातून निवृत्त होणे त्याने नाकारले.

आयुष्यातील निखळ अर्थ धुंडाळण्यासाठी धैर्याची गरज असते. धैर्य म्हणजे भीतीचा अभाव नव्हे तर भीतीला सामोरे जाणे, जीवनाच्याच चक्रव्यूहातील अंधारातून मार्ग काढण्यास सज्ज होणे हा आहे. आयुष्यातील अत्यंत कठीण आणि दुःखद प्रसंगीच आपले धैर्य पणाला लागते. १९९१ साली निघालेला 'डिफेंडिंग इन युवर लाइफ' हा चित्रपट घ्या. यात दिग्दर्शक अल्बर्ट ब्रुक, 'डॅन मिलर' नावाच्या पात्राची भूमिका करतो. मिलर हा यशस्वी व्यापारातील उच्चपदस्थ व्यवस्थापक असतो. आपली नवी कोरी बीएमडब्ल्यू मोटार, त्यात सीडी लावत असताना तो बसवर जाऊन आपटतो. मृत्यू पावून स्वतः स्वर्गाच्या (अथवा नरकाच्या किंवा पृथ्वीवर परत जायच्या) वाटेवरील जजमेंट सिटीत (न्यायालयात) येऊन पोहोचलोय असं त्याला आढळतं. या शहरात आदर्श व्यवस्थापन असतं. तिथे आपल्या आयुष्याचं

समर्थन करत, आपला बचाव मांडणं आवश्यक असतं. न्यायालयात दाखविण्यात आलेल्या व्हिडिओवर त्याच्या आयुष्यातील क्षणचित्रे दाखविली जातात. त्या क्षणचित्रांत त्याच्या चेहऱ्यावर, त्याने केलेल्या कृतीमागील, त्याला वाटत असलेली भीती स्पष्टपणे प्रतीत झालेली दिसते. आता त्याचा वकील बॉब डायमंड आणि डॅन यांच्यातील संवाद पाहा आणि विचार करा.

बॉब : तू पृथ्वीवरील मृत्युलोकात राहणाऱ्या, आपल्या बुद्धीचा कमीतकमी वापर करणाऱ्यांतील असल्याने तुझे सारे आयुष्य भीतीशी झगडा करण्यात गेले आहे.

डॅन : हो, हे खरं आहे.

बॉब : पृथ्वीवरील सगळेचजण भीतीशी झगडत असतात. लहानखोरे मेंदू असेच काम करतात.

डॅन : गप्प

बॉब : ज्यांच्या पोटात गोळा येतो, असे काही मित्र तुला होते का?

डॅन : सारेचजण तसे होते.

बॉब : याला म्हणतात भीती. भीती ही प्रचंड धुक्यासारखी असते. तुमच्या मेंदूवर चढून ती सगळ्यांवर पडदा टाकते. खऱ्याखुऱ्या भावना, खरे सुख, निर्मळ आनंद, काही काही त्या धुक्यातून प्रकट होऊ शकत नाही. धुक्याचा तो पडदा वर केला तर मात्र तुम्हाला जीवनाचा एक अविस्मरणीय प्रवास घडतो.

बॉब डायमंडने डॅनला समजावल्याप्रमाणे, बहुतेक लोक त्यांच्या मेंदूच्या क्षमतेच्या केवळ तीन ते पाच प्रतिशत हिस्सा वापरतात. भीतीमुळे ते स्वतःला सीमित करतात. भीतीपलीकडे जाऊन आयुष्यातील लहानलहान क्षणांमधील अर्थ ते पाहू शकत नाहीत; त्यामुळे आयुष्यातील सौंदर्य, संपूर्णता अशा भावनांपासून ते वंचित होतात. आपल्यापैकी अनेकजण मिलरच्या पात्रास समजू शकतात. त्यांना कदाचित असंही वाटण्याची संभावना आहे की, आपण या न्यायालयात गेलो तर आपल्यालासुद्धा ही क्षणचित्रे पाहावी लागतील का? आपल्या आयुष्याचं समर्थन करावं लागेल का?

मिशेल आणि डॅन मिलर यांच्या उदाहरणांत दाखवल्याप्रमाणे अनेक लोक आयुष्यातील कठीण प्रसंगी आयुष्याचा अर्थ शोधण्याचे नाकारतात. शोधले तर काय दिसेल, कशाशी सामना करावा लागेल; याची त्यांना भीती वाटते. 'उगाच

नको तेथे जायला', अशी भूमिका ते घेतात. अनेकजण स्वतःतील उणिवा पाहण्याचे टाळतात, त्यांच्याकडे दुर्लक्ष करतात किंवा सर्वांत वाईट म्हणजे त्याबद्दल ते इतरांना दोष देतात. काही लोक सत्य परिस्थितीकडे पाहावे लागू नये म्हणून उगाचच स्वतःला व्यग्र ठेवतात. काहींना जीवनातील अर्थ शोधण्यासाठी काय करावे तेच कळत नाही.

अस्तित्वापलीकडील शोध

वर सांगितल्याप्रमाणे पुष्कळदा अर्थ आपल्या अवतीभोवती असला तरीही त्याच्याकडे पाहिल्याशिवाय आपल्याला तो दिसत नाही, कळत नाही. अस्तित्वापलीकडे जाऊन, खोल खणून पाहायचा हा स्वाध्याय; तो आपल्याला आयुष्याच्या क्षणाक्षणांतील अर्थ हुडकायला मदत करतो. वैयक्तिक आणि व्यावसायिक जीवनात जेव्हा जेव्हा तुम्ही स्वतःला एखाद्या आव्हानाशी सामना करताना पाहता किंवा एखाद्या अर्थपूर्ण क्षणात गुंतलेले पाहता, तेव्हा स्वतःला खालील प्रश्न विचारून पाहा.

१. अशा प्रसंगी तुम्ही काय केलेत आणि काय विचार केला? तुमची प्रतिक्रिया कशी होती?
२. त्या प्रसंगी किंवा त्या अनुभवाबद्दल तुम्हाला काय वाटलं? त्यामुळे तुमच्यातील कोणत्या भावना उद्दीपित झाल्या?
३. त्यापासून तुम्ही कोणता बोध घेतला? त्या अनुभवामुळे तुम्हाला कोणते नवीन ज्ञान, कौशल्य किंवा दृष्टिकोन मिळाले?
४. या अनुभवातून तुम्ही जे शिकलात, विशेषतः स्वतःबद्दल जे शिकलात, त्याचा तुम्ही स्वतःला विकसित करण्यासाठी कसा उपयोग कराल?

आपल्या अनुभवातून मर्मज्ञ दृष्टी मिळवण्यासाठी खोलवर डोकावून पाहा. आपल्या प्रतिक्रियेचा विचार करा. आपल्याला काय वाटले, आपण काय शिकलो व सर्वांत महत्त्वाचे म्हणजे यामुळे आपण कसे विकसित झालो याचा विचार करा.

वरील चार प्रश्नांचा प्रामाणिकपणे विचार केला तर आयुष्यातील क्षणाक्षणांत अर्थ कसा शोधावा हे तुम्हाला कळून येईल. तसे करण्याची प्रक्रिया तुम्हाला समजेल याची आम्ही खात्री देतो. अर्थातच प्रत्येक क्षणी ही प्रक्रिया वापरणे शक्य नसते; परंतु वैयक्तिक आणि व्यावसायिक जीवनात ज्या गोष्टी खरोखर महत्त्वाच्या असतात किंवा असाव्यात, त्या वेळी हा स्वाध्याय करून पाहा. कदाचित असे प्रसंग सकारात्मक, नकारात्मक, आव्हानात्मक अथवा ताणतणाव निर्माण करणारे होते अथवा आहेत. तुम्ही एक डायरी किंवा कुठल्याही प्रकारची नोंदवही तुम्हाला

तुमच्या अशा महत्त्वाच्या क्षणात अर्थ शोधण्याच्या तुमच्या क्षमतेत थोडा आहे तो वापरात ठेवा. त्या योगे वेळोवेळी तुम्हाला आयुष्यातील महत्त्वाच्या क्षणात अर्थ शोधण्याच्या तुमच्या क्षमतेत होणारी प्रगती पडताळून पाहता येईल. वेळोवेळी विविध प्रसंगांना तोंड देताना तुमची खरोखर प्रगती होते आहे की तुम्ही आपल्या जुन्या विचारचक्रात आणि सवयीत अडकून पडला आहात? स्वतःच्या मूल्यांबाबत तुम्हाला काही विशेष नक्षी दिसून येते का, जी तुम्ही आपल्या स्वतःच्या अनुपम पटलात गुंफू शकाल?

जाणिवेचे महत्त्व

असे म्हटले जाते की, 'बुद्धिमान असण्यापेक्षा जाणीव असणे हे जास्त महत्त्वाचे आहे. कुठल्याही गोष्टीची जाणीव असणे म्हणजे त्यातील अर्थ समजणे. जाणीवपूर्वक बनायला वेळ लागतो, परिश्रमही लागतात. जर दूरदर्शन किंवा दूरध्वनी यांसारख्या निष्क्रिय गोष्टींत बहुतांश वेळ घालवला तर भोवताली असणाऱ्या आयुष्यातील अर्थ अनुभवण्यास आपण मुकतो. सारी इंद्रिये जागृत ठेवून बघायला, ऐकायला, भोवतालच्या वातावरणातील स्पर्श, गंध अनुभवायला आयुष्यातील अर्थाबाबत जाणीव असणे महत्त्वाचे आहे.

भूतकाळातील सारे सुंदर, उदात्त भूतकाळात सुरक्षितपणे जपलेले आहे. याउलट जोवर जीवन आहे तोवर अपराधी भावना, दुष्टता यांचे विमोचन होऊ शकते. ही संपलेल्या गोष्टींची चित्रफीत नाही की आधी चित्रित केलेल्या चित्रपटाची गुंडाळी उकलण्याची कृती नाही. हा आत्ताच्या जगाचा चित्रपट सध्या चित्रित केला जात आहे; याचा अर्थ एवढाच की, 'सुदैवाने भविष्य आकारत आहे आणि त्याचा आकार घडवण्याची जबाबदारी माणसाची आपली स्वतःची आहे. ते आपल्या स्वतःच्या हातात आहे.'

जेवढे रंग आहेत तेवढ्या अर्थाच्या छटा आहेत. इतर कुणीही कुणाच्या आयुष्याचा अर्थ ठरवू शकत नाही. आयुष्यातला अर्थ शोधणे ही प्रत्येकाची आपली वैयक्तिक जबाबदारी आहे आणि कितीही वाटलं तरी ती दुसऱ्यावर टाकता किंवा लादता येत नाही. आपण करत असलेला व्यवसाय आपल्याला मुळीच आवडत नाही; परंतु दाणा-पाण्याची व्यवस्था करणे भाग आहे याची आपल्याला जाणीव असली तर त्या कामात अर्थ आहे. आयुष्यभर नावडत्या कामात गुंतून राहण्याचा स्वीकार करावा असा याचा अर्थ नाही; पण आत्ता या वेळी आपण करत असलेल्या त्या कामाला आपल्यासाठी अर्थ आहे. वरिष्ठ आपली कदर करत नाही किंवा तिचे-त्याचे वागणे हुकूमशहासारखे असल्यामुळे आपल्याला आवडत नाही; तर आपल्यापुढे

अनेक उपाय असतात. एक तर आपणही तसे वागू शकतो अथवा त्यापासून धडे घेऊ शकतो. कदाचित वरिष्ठ स्वतः यशस्वी होण्याची आटोकाट धडपड करीत असेल, कदाचित तिच्या वागण्यात आपण तिला बघत नसून आपल्या भूतकाळातील आपल्या पालकास बघत असू.

आपण तिचा नव्हे तर दुसरा कुठला तरी आपल्या भूतकाळातील आवाज ऐकत असू किंवा एका सुखासुखी न पावणाऱ्या माणसाबरोबर संबंध ठेवता येण्यासाठी मुत्सद्देगिरीची कला शिकायची ही संधी आपल्याला मिळाली आहे किंवा हा व्यवसाय खरोखर आपल्यासाठी योग्य नाही, असे अनेक धडे या कामात असण्याची शक्यता आहे.

'मॅन्स सर्च फॉर मीनिंग' या पुस्तकात व्हिक्टर फ्रँकल त्यांच्या एका केसचे वर्णन करतात. एक उच्चपदस्थ अमेरिकन राजनीतिज्ञ त्यांना भेटायला त्यांच्या व्हिएन्नामधील ऑफिसमध्ये आला. त्याला न्यू यॉर्कमध्ये पाच वर्षांपूर्वी सुरू केलेला मानसोपचार सुरू ठेवायचा होता. सुरुवातीला फ्रँकलनी त्याला उपचार सुरू करण्याचं कारण काय होतं आणि तो चालू ठेवावा असं तुम्हाला का वाटतं, अशी विचारणा केली. अधिक विचारपूस करता तो राजनीतिज्ञ तत्कालीन अमेरिकन धोरणांशी सहमत होऊ शकत नसल्याने आपल्या कामात अतिशय असमाधानी होता, असं आढळून आलं. मात्र, त्याच्या अमेरिकेतील उपचारकाने 'वारंवार त्याला आपल्या वडिलांशी समेट कर', असा सल्ला दिला होता. त्याच्या मते, राजनीतिज्ञ वरिष्ठामध्ये आपल्या वडिलांची प्रतिमा पाहत होता आणि त्याचे असमाधान हे दुसरे-तिसरे काही नसून आपल्या वडिलांवर असलेल्या त्याच्या रागाचे प्रतीक होते.

उपचारक पाच वर्षे पेशंटच्या स्थितीबाबतचे आपले हे विवेचन त्याच्या गळी उतरवीत होते. राजनीतिज्ञ अधिकाधिक गोंधळात पडत चालला होता. या प्रतिमा आणि प्रतीकांच्या झाडांत हरवून त्याला डोळ्यांसमोरील वास्तवाचे जंगल दिसेनासे झाले होते. फ्रँकलबरोबर काही काळ उपचारात घालवल्यानंतर त्याला आपल्या वेदनेचे खरे कारण कळून आले. आपल्या कामात त्याला काही प्रयोजन दिसत नव्हते. स्वतःच्या आयुष्यात आणि व्यवसायात अर्थ शोधण्याची त्याची तळमळ विफल झाली होती आणि त्यामुळे त्याला समाधान मिळत नव्हते. ज्यात काही हेतू असेल असा दुसरा कुठला तरी व्यवसाय शोधायला तो आतुर होता. शेवटी त्याने स्वतःला समाधान वाटेल असा दुसरा व्यवसाय सुरू केला. त्याच्या मनस्तापाचं कारण वडिलांशी असलेल्या त्याच्या भांडणात नसून स्वतःला अर्थपूर्ण वाटेल अशा व्यवसायाची निवड करण्याच्या त्याच्या अक्षमतेत होतं. या उदाहरणात दिसून आल्याप्रमाणे आपण आयुष्यातील अनेक शक्यतांचा विचार केल्यास आपल्याला

जीवनात अर्थपूर्णता आणण्याचे अनेक मार्ग खुले होतात.

आपण जेवढे अधिक जागरूक होत जाऊ तेवढे आपल्याला आपल्या स्वतःच्या विचारांची पद्धत, आपले शब्द, आपले वागणे याची जाणीव होईल. आपण आपल्या आव्हानांशी कशी टक्कर देतो ते आपल्याला कळू लागेल. आपल्या नातेसंबंधांशी आपण कसे वागतो ते आपल्या लक्षात येईल. असे केल्याने आपल्याला कळून येईल की, आपण कोणत्या प्रकारच्या व्यक्तींना आपल्या जीवनात पुनःपुन्हा आकर्षित करतो आहोत. काही नातेसंबंध केवळ नकारात्मकच नव्हे तर अगदी दूषितदेखील असू शकतात. ते आपल्याला आपल्या सर्वोच्च ध्येयाकडे नेऊ शकत नाहीत. कदाचित आपल्याला आपल्या विचारातील, वागण्यातील चुकादेखील लक्षात येतील. आपल्याला कळून येईल की आपण घडीघडी दुसऱ्यांवर राग काढतोय किंवा त्यांनी आपल्याकडून काही अपेक्षा केल्या तर आपण त्यांचा सूड घेतोय. कदाचित आपल्याला हेदेखील कळून येईल की, आपण केवळ आपल्याच दृष्टिकोनातून जगाकडे पाहतो, इतरांचे विचार आपण विचारात घेऊ शकत नाही. अशा प्रकारे आपण जेवढे जास्त प्रमाणात आपल्या विचारांच्या, वागणुकीच्या पद्धतीबाबत जागरूक होऊन जगायला शिकू तेवढे आपल्या लक्षात येईल की, आपण आपल्या खऱ्याखुऱ्या भावनांना व्यक्त करायला असमर्थ होऊन, स्वतःचा राग मनात साठवून ठेवून, स्वतःवरच ताण निर्माण करत आहोत. त्याचा आपल्या आरोग्यावर परिणाम होत आहे. कदाचित आपल्याला हेदेखील आढळून येईल की, वाढत चाललेले आपले वजन आणि ताण यावर मागच्या आठवड्यात खाल्लेल्या चॉकलेटचा नव्हे तर आपल्या वागणुकीचा परिणाम होत आहे.

आयुष्यातल्या क्षणांबद्दल आपण जेवढे जास्त जागरूक राहू तेवढ्या आपल्याला त्यात अर्थ भरण्याच्या संधी दिसून येतील. अर्थ म्हणजे काय? असा प्रश्न विचारला तर बहुतेक लोक अर्थ म्हणजे महत्त्वाचे, आवश्यक असे काहीतरी असे सांगतील. आम्ही येथे हा शब्द अर्थपूर्ण म्हणजे, 'जे आपल्या मनाला स्पर्शून जाते' अशा अर्थी वापरला आहे. जेव्हा एखादी गोष्ट आपल्या मनाच्या तारा छेडते, तेव्हा ती महत्त्वाची आहे हे आपल्या लक्षात येते. त्या वेळी आपण खरेखुरे कोण आहोत हे आपल्याला कळून येते. एक उदाहरण घ्या. मी (इलेन) अनेकदा ग्रीस देशातील लहान खेड्यात गेले. खेड्यातील ती माणसे किती साधेपणाने राहतात तरीदेखील त्यांचे जीवन किती अर्थपूर्ण असते; ते एकमेकांशी कसे वागतात हे सारे मी पाहिले. माझ्या मनात विचार आला, अमेरिकेतील माझ्या घरात मी किती वस्तू साठवून ठेवल्या आहेत? त्या खरोखर महत्त्वाच्या आहेत का? मला त्याची गरज आहे का? मी जेवढा जास्त विचार करू लागले तेवढे माझ्या लक्षात आले की, हा प्रश्न केवळ भौतिकवादी असण्याचा किंवा नसण्याचा नव्हता. प्रश्न होता की, वस्तूंचं

आणि पैशाचं माझ्या जीवनात स्थान काय आहे? माझ्या लक्षात आले की, माझे अंतिम ध्येय हे आंतरिक श्रीमंती मिळवण्याचे होते. नंतर त्यावर पैसा वा वस्तू यांचे लिंपण ठीक होते; परंतु हाच अनुक्रम उलटा केला म्हणजे आधी वस्तू आणि मग त्यात आंतरिक श्रीमंती धुंडाळायला गेलं तर ती आपल्याला मिळत नाही. प्रवासाहून घरी परत आल्यानंतर मी माझी वस्तूंची निकड कमी करून त्याऐवजी आयुष्यातील अर्थपूर्ण क्षण धुंडाळायला सुरुवात केली. माझ्या मनाच्या कक्षा वाढल्या आणि हृदयाला भावेल ते मी करू लागले. मला माझी स्वतःची ओळख पटू लागली.

आयुष्य आपल्याला त्यातील अर्थ शोधायला साद घालत असते, हाक देत असते. आपण जेव्हा जाणीव जागृत ठेवून जगतो, तेव्हा आपल्या प्रत्येक कृतीतून अर्थ प्रकटत असतो. वेबस्टर लिखित, 'थर्ड न्यू इंटरनॅशनल डिक्शनरी'त वर्क या शब्दाच्या वीसहून अधिक व काम या शब्दापासून सुरू होणारे इतर जोडशब्द आणि वाक्प्रचार यांच्या शंभराहून अधिक व्याख्या दिलेल्या आहेत. त्यातील दोन मूळ धातू दाखवून लिहिलेले - पहिली व्याख्या टु डू (कृती करणे) साऱ्या अर्थांना समाविष्ट करणारी अशी वाटते. वर्क आउट (शरीरस्वास्थ्यासाठी केलेला व्यायाम) असो, की वर्क ऑफ आर्ट (कलाकृती) आपण करीत असलेल्या प्रत्येक कृतीत अर्थ असतो.

आयुष्य कुठल्याही परिस्थितीत अर्थगर्भित असते आणि शेवटच्या क्षणापर्यंत, अखेरच्या श्वासापर्यंत ते तसे राहते.

मात्र, आपण कुठलीही कृती का करत आहोत याची जाणीव असणं अत्यंत आवश्यक असतं. आपण अमुक एक गोष्ट का करत आहोत हे कळणं म्हणजे खऱ्या स्वातंत्र्याची आणि आयुष्यात अर्थ भरण्याची सुरुवात होणं. खोलवर विचार केला तर प्रेम व सदसद्विवेकबुद्धी या दोन गोष्टी आपल्याला सर्वांत अधिक प्रेरित करत असल्याचे आपणास आढळून येईल. याला Intuition (अंतःस्फुरित क्षमता) असं नाव दिलं आहे. म्हणजे बुद्ध्या विचार न करता समजण्याची शक्ती. ही शक्ती अगदी सखोल स्तरावरील आपले स्वत्व स्पष्ट करते. प्रेम हे माणसाने ज्याचा ध्यास घ्यावा असे अंतिम व उच्चतम साध्य आहे हेच सत्य आहे असे फ्रँकल आपल्या 'मॅन्स सर्च फॉर मिनिंग' या पुस्तकात म्हणतात.

प्रेम व सदसद्विवेकबुद्धी या कल्पनांनी आपल्या जीवनात नक्की केव्हा व कुठे प्रवेश केला हे सांगता येणे कठीण आहे; परंतु आपला निर्णय पडताळून पाहिला तर त्या कल्पनांचं अस्तित्व आपल्याला लगेच आढळून येतं. सकाळी मुलांबरोबर राहता यावं, त्यांना नीटपणे शाळेत पाठवता यावं म्हणून आपण रात्रपाळीची निवड करतो, आपल्या समाजाला आरोग्यदायी खाद्य मिळावे म्हणून नैसर्गिक खत

वापरून भाजीपाल्याची लागवड करतो, आर्थिक टंचाईच्या काळात तीन माणसांना वर्षभर काम मिळावे या उद्देशाने छोटासा उद्योग सुरू करतो, कविता करून मित्रांना पाठवतो, मानसिक ताणतणावाच्या वेळी त्यांना धीर यावा, संकटाशी सामना करता यावा म्हणून सल्ला देतो, गरिबीत राहणाऱ्या मुलांना नौकानयन शिकवतो, परदेशांतील कामगारांना योग्य वेतन मिळावे यावर भर देऊन आपण उद्योगाचं व्यवस्थापन करतो, बेघर अनिवासी लोकांसाठी आपण दुलया शिवतो, आवडत्या कार्यासाठी वेळ मिळावा म्हणून नावडती नोकरी करतो, आपल्या गावात बेताच्या भाड्यात लोकांना घरे मिळावीत म्हणून योजना व चळवळ करतो, स्थानिक परोपकारी संस्थांना हजार डॉलर्सचे दान देतो, पसरलेल्या हातावर नाणे ठेवतो, कडब्याच्या पेंढ्या वापरून कमी ऊर्जेत चालणारी घरे बांधतो. नट होण्याची आकांक्षा पुरी करता यावी, मुलांना नीट सांभाळता यावे, कुत्र्याला खाऊ घालता यावे, विजेचे बिल भरता यावे यासाठी उपाहारगृहात सेवकाचे काम करतो. शेवटी आपण हे सारे प्रेमासाठी आणि सदसद्विवेकबुद्धीमुळे करतो. या दोन्ही कल्पनांनी आपलं जग एकमेकांशी कसं बांधलं आहे हे आपल्याला कळून येतं. आपल्या कृतीमागील कारणांची जाणीव होते, तेव्हा आपल्याला जीवनातील अर्थाचा अर्थ समजतो.

वारसा आलेख

जसजसे आपण जीवनाबद्दल अधिकाधिक जागरूक होत जातो, तसतसे आपल्याला प्रत्येक क्षणातील अर्थ नि त्या अर्थांनी काढलेल्या नक्षीचे चित्र सुस्पष्ट होत असल्याचे दिसते. या मर्मज्ञ दृष्टी एकत्र गुंफून आपल्या आयुष्याचं चित्र साकार होत जातं. आपण कोणत्या मार्गावरून प्रवास करत आलो, कोणत्या थांब्याशी थांबलो, मार्गात आपल्याला कोणकोणते लोक भेटले आहेत, आपण काय काय केलं, काय काय अनुभवलं या साऱ्याचा पट उलगडत जातो. आता नकाशाकार बनून आपल्या आयुष्याचा नकाशा तयार करा. प्रतीकांचा वापर करून आयुष्याच्या मार्गावरील महत्त्वाच्या टप्प्यांची नोंद करा. या टप्प्यांचं काय महत्त्व होतं, त्यांचा काय अर्थ होता असा प्रश्न स्वतःला विचारा. ज्या अर्थी तुम्ही त्याची नोंद केली आहे त्या अर्थी त्याचे महत्त्व, त्यातला अर्थ शोधणे, ते महत्त्वाचं का वाटतं हे सांगणं तुम्हाला सहज शक्य होईल. नंतर हे टप्पे म्हणजे एक कापड आहे असं समजून आपल्या नकाशाचे तुकडे जोडत तुमचं जीवन व व्यवसायनिदर्शक दुलई बनवा. या दुलईत तुम्हाला तुमच्या वैयक्तिक वारशाचे धागे गुंफलेले आढळतील. तुम्ही अनुभवलेल्या क्षणांत सर्वांत महत्त्वाचं सर्वांत अर्थपूर्ण काय होतं? भविष्यकाळात आपलं आयुष्य कसं असू शकेल हेदेखील तुम्ही दृष्टीसमोर आणू शकता. आपल्या आयुष्याचा, त्यातील भूतकाळाचा, वर्तमानकाळाचा आणि भविष्यकाळाचादेखील

विचार करा. आता आपण शंभरी गाठली असा विचार करा आणि कल्पना करा की, तुम्ही आपल्या आयुष्याकडे मागे वळून पाहात आहात. तुम्हाला काय दिसेल? तुम्ही काय साध्य केलं आहे? तुम्ही इतरांच्या आयुष्यावर काय परिणाम केला आहे? दुसऱ्या शब्दांत सांगायचं तर तुमचा वारसा काय आहे? दुर्दैवाने वारसा या शब्दाचा अर्थ पुष्कळदा मृत्युपत्रात पैशाची किंवा इस्टेटीची वारसदारांसाठी ठेवलेली देणगी असा केला जातो. मात्र, येथे जेव्हा आम्ही वारसा हा शब्द वापरलाय तो पैसा या अर्थाने वापरलेला नाही तर एका पिढीने दुसऱ्या पिढीला शिकवलेले धडे, त्यांच्या आयुष्यावर केलेला परिणाम, त्यांना सांगितलेली गोष्ट, त्यांना शिकवलेले शहाणपण; ज्यायोगे एखादी व्यक्ती अनंत कालपर्यंत स्मरणात राहील अशा गोष्टी या अर्थाने वापरला आहे.

वारसा आलेखासारखाच श्रद्धांजली स्वाध्याय हादेखील एक महत्त्वाचा स्वाध्याय आहे. यात मृत्युलेख न लिहिता पाश्चिमात्य जगात अंत्यसंस्काराच्या वेळी दिला जातो तशा स्मृतिरुपी श्रद्धांजलीचा मसुदा लिहायचा आहे. तुमच्या अंतिम संस्काराच्या वेळी तुमच्याबद्दल उच्चारलेले हे शेवटचे शब्द असतील. तेव्हा सोबत दिलेल्या नमुना कागदावरच्या रिकाम्या जागा भरा आणि ते शब्द तुम्हाला हवे तसेच आहेत याची खात्री करून घ्या. स्वतःला दिलेली श्रद्धांजली लिहायची अनुपम संधी तुम्हाला मिळाली आहे. तुम्हाला महत्त्वाच्या वाटणाऱ्या गोष्टी त्यात समाविष्ट आहेत याची खातरजमा करा. जीवन आणि व्यवसाय हे दोन्ही तुम्ही अर्थपूर्ण रीतीने जगलात का? आता हीच श्रद्धांजली दुसऱ्या कुणीतरी लिहिली आहे असे समजा. दोन्हींत काय फरक असेल?

श्रद्धांजली स्वाध्याय

तुमचे कुटुंबीय, मित्र परिवार, सहकारी, ग्राहक यांनी तुम्हाला अर्पिलेली श्रद्धांजली. त्यांचे तुमच्यासाठी लिहिलेले अखेरचे बोल हे अगदी तुम्हाला हवे तसेच असतील, अशा प्रकारचे वैयक्तिक आणि व्यावसायिक जीवन तुम्ही जगला आहात का? आता तुमचा मृत्यू झाला आहे आणि तुम्हाला अंतिम संस्काराच्या वेळी वाचली जाणारी आपली श्रद्धांजली लिहायची संधी मिळाली आहे, अशी कल्पना करा. खालील नमुना कागदातील रिकाम्या जागा भरा.

आज आपण इथे एकत्र जमलो आहोत ते ———————————— यांना अखेरचा निरोप द्यायला.

जगाला जो——————————— आणि———————— असेल अशा एका माणसाची फार गरज होती.

—————— ही व्यक्ती ती गरज भरून काढण्याचे काम करण्यास अगदी सुयोग्य होती.

————————ला सर्वांत जास्त आनंद व्हायचा नि समाधान मिळायचे ते—————————————— करताना.

माझा विश्वास आहे की, देवाने———————— ला पृथ्वीवर पाठवले ते————————— साठी

———————— ही व्यक्ती जगात होती म्हणून ते अधिक सुमधुर झालं आहे. आम्हाला तिचा अभाव सतत जाणवत राहील.

वरील प्रत्येक स्वाध्याय तुम्हाला अंतर्मुख होऊन तुमच्या व्यावसायिक तसेच खासगी जीवनाबद्दल विचार करायला मदत करीलच; पण तो तुम्हाला तुमच्या आयुष्यात सर्वांत अधिक महत्त्व कशाचे वाटते, सर्वांत जास्त अर्थ कशात वाटतो ते शोधून काढायलादेखील मदत करील. वरील अभ्यासात स्वतःपासून थोडे अलिप्त होऊन आपल्या संपूर्ण जीवनचित्राकडे बघायला तुम्हाला उद्युक्त केले आहे. त्या प्रयत्नात जे दिसेल ते तुम्हाला आवडेल अथवा नाही आवडणार; पण व्हिक्टर फ्रँकलच्या म्हणण्यानुसार हे स्वाध्याय तुम्हाला आपल्या आयुष्यातील उच्चतम अर्थ शोधण्याची संधी देतील. कोणत्याही आध्यात्मिक अथवा धार्मिक तत्त्वांवर तुमचा विश्वास असो, जीवनातील उच्चतम अंतिम अर्थ ही अमूर्त, भाववाचक कल्पना आहे. तिचे मूळ (धार्मिक तत्त्वात नसून) आध्यात्मिक भावनेत रुजलेलं असतं. 'द डॉक्टर अँड द सोल' या आपल्या पुस्तकाच्या प्रस्तावनेत व्हिक्टर फ्रँकल लिहितात, 'जीवन हे एक कठीण काम आहे. आस्तिक किंवा नास्तिक माणसात फरक एवढाच आहे की, नास्तिक माणसाला जीवन केवळ कर्मकांड वाटतं तर आस्तिक व्यक्तीला ते पवित्र यज्ञासमान करण्याचं कार्य भासतं.' आता स्वतःला प्रामाणिकपणे विचारा की, तुम्हाला तुमचं आयुष्य आणि व्यवसाय कर्मकांड वाटतं की यज्ञकार्य?

आपल्या आयुष्याचा आराखडा बनवताना, आपली श्रद्धांजली अथवा मृत्युलेख लिहिताना, आपल्या जीवनाच्या वारशाचा आलेख लिहिताना, जीवनाची दुलई

विणताना, आयुष्याला होकार देणाऱ्या गोष्टींचं भान ठेवा. आयुष्यातल्या क्षणात अर्थ शोधण्याची, त्यापासून बोध घेण्याची जाणीव जागृत ठेवल्यामुळे आपल्या विचारांच्या शृंखलेमध्ये अडकून न पडण्याची ग्वाही तुम्ही देऊ शकता. आयुष्याच्या प्रत्येक क्षणात अर्थ शोधत आणि त्याच वेळी जीवनातील अर्थाच्या विशाल पटावर लक्ष केंद्रित केल्याने तुमचा जीवनातील अर्थ शोधण्याचा, अखेरपर्यंत न संपणारा शोध सुरू होतो.

अंतर्मुख होताना

अर्थक्षण

कल्पना करा की, तुम्ही आपलं आत्मचरित्र लिहिलं आहे. त्यात तुमच्या वैयक्तिक आणि व्यावसायिक जीवनाचं विस्तारित वर्णन आहे आणि आता ते 'न्यू यॉर्क टाइम्स'मध्ये प्रचंड खप होणाऱ्या पुस्तकांच्या यादीत समाविष्ट करण्यात आले आहे. तुमच्या आत्मचरित्राचं शीर्षक काय असेल? आत्मचरित्रातील प्रकरणांची नावे लिहून प्रत्येकाचं सारांशरूपी वर्णन लिहा. तुमच्या आत्मचरित्रात आणि त्यातील ऋणनिर्देशात कोणकोणत्या व्यक्तींचा समावेश असेल?

? अर्थ प्रश्न

* हे पुस्तक वाचताना त्यात तुम्हाला कोणता अर्थ प्रतीत होतो?
* आयुष्यातील क्षणाक्षणांचा अर्थ शोधताना तुम्ही कोणत्या प्रकारचे आध्यात्मिक उत्खनन केले?
* तुमचे जीवन आणि व्यवसाय हे कर्मकांडांची मालिका नसून एक पवित्र कार्य, एक यज्ञ आहे असे तुम्हाला कशामुळे वाटते?

अर्थाला होकार

माझ्या जीवनातील विविध अनुभवांत मी अर्थ शोधेन.

६

स्वतःच्या पायावर धोंडा पाडून घेऊ नका.

ज्या एखाद्या गोष्टीची खूप भीती वाटत असते,
तीच गोष्ट घडवून आणण्यास ती भीती कारणीभूत होते.
जबरदस्त इच्छा, इच्छित गोष्ट साकार करणे अशक्य करून ठेवते;
हा विरोधाभास आहे.

जीवनात तुम्हाला कधी मृगजळामागे धावल्यासारखा अनुभव आला आहे का? एखादी गोष्ट हस्तगत करण्यासाठी आपण जिवापाड श्रम करतो आहोत, पळतो आहोत आणि ती गोष्ट त्याहून वेगाने आपल्यापासून दूर जात आहे, असं तुम्हाला कधी वाटलं आहे का? एक पाऊल पुढे नि दोन पावलं मागे असं तुमचं कधी झालं आहे का? मला (ॲलेक्सला) माझ्या व्यावसायिक तसेच वैयक्तिक जीवनात असा अनुभव आलेला आहे. अमेरिकेतील उच्च महाविद्यालयात प्राध्यापकाचे काम करत असतानाचा हा अनुभव आहे. सामाजिक व्यवस्थापनाच्या पदव्युत्तर अभ्यासक्रमाचा संचालक असताना मला असा अनुभव आला होता.

महाविद्यालयातील आमच्या अभ्यासक्रमाला त्या विषयातल्या एका उच्चश्रेणी गटाकडून मान्यता मिळवून द्यायची हे त्या अभ्यासक्रमाचा संचालक म्हणून कराव्या लागणाऱ्या अनेक कामांतील माझे एक काम होते. अशी मान्यता मिळवणे हे त्या क्षेत्रात फार प्रतिष्ठेचं समजलं जात असल्यामुळे आमच्या महाविद्यालयाचं नाव अधिकृत मान्यताप्राप्त अभ्यासक्रम असलेल्यांच्या नामावलीत समाविष्ट झालं तर आमचा बराच फायदा होणार होता. आम्हाला जास्त विद्यार्थी आणि त्या अनुषंगाने जास्त शिक्षकवर्ग, संशोधनाकरता लागणारा पैसा व इतर साधनसामग्री, मानसन्मान मिळण्याची शक्यता होती. त्यायोगे आम्हाला आमच्या क्षेत्रात असणाऱ्या स्पर्धेत फायद्याचं स्थान मिळण्याची संभाव्यता वाढली असती.

त्या वेळी मीदेखील नव्यानेच प्राध्यापकाच्या पदावर रुजू झालो होतो. नव्या नोकरीत आपली छाप पडावी या ध्येयाने प्रेरित होऊन महाविद्यालयातील या अभ्यासक्रमाला मान्यता मिळवून द्यायची जबाबदारी मी माझ्या अंगावर घेतली आणि आपली कामाबाबत असलेली निष्ठा आणि उत्कटता सर्वांना दाखवून धडाडीने काम सुरू केले. थोड्याच कालावधीत आपल्याला अभ्यासक्रमास मान्यता मिळवून देता येईल असा मला पूर्ण विश्वास होता. दुसऱ्या एका महाविद्यालयात असताना मान्यता मिळवून द्यायच्या या चाकोरीतून गेलो असल्याने हा मार्ग आपल्याला माहीत आहे, काय करायचे ते ठाऊक आहे; आपला अनुभव आपल्याला यश मिळवून देण्यास सहायक होईल अशी माझी धारणा होती.

हाय! पण तसे घडले नाही. जिकडे पाहावे तिकडे विरोध करणाऱ्यांचा गट दिसायचा. जितकं जास्त पाहावं तेवढं विरोधाचं प्रमाण वाढलेलं दिसायचं. माझं ज्ञान आणि माझी त्या विषयातील कुशलता याचा फायदा होण्याऐवजी ते जणू काही माझं 'ओझं' बनल्याचं मला नंतर कळून आलं. मान्यता मिळवण्यासाठी काय करायचं, त्यासाठी सर्वोत्तम मार्ग कोणता हे चांगलं माहीत असल्यामुळे माझे सगळे सहकारी 'चुका करत असल्याचं' मला कळलं. योजनेतील लहानलहान कामंदेखील मी स्वतःच करू लागलो. मान्यता मिळवण्याच्या मार्गातील सारी अपूर्णता मी स्वतःच्या - एकट्याच्या बळावर दूर करू शकेन अशी मला खात्री होती.

अर्थात, माझा उद्देश खरोखरच चांगला होता. कदाचित कालांतराने माझे बहुतांश सहकारी माझ्या म्हणण्याशी सहमत होतीलही! दुर्दैवाने ध्येय गाठण्याची माझी अमाप जिद्दच माझी वैरीण ठरली. मला माझं ध्येय गाठता आलं नाही. योजनाप्रमुख म्हणून तेथे काम करत असेपर्यंत, आमच्या महाविद्यालयातील कार्यक्रमाला मला मान्यता मिळवून देता आली नाही.

माझे ध्येय गाठता न आल्याचा सारा किंवा निदान अधिकाधिक दोष, जास्तीतजास्त जबाबदारी मी इतरांवर ढकलू शकतो; परंतु मला तो मार्ग पत्करायचा नाही, कारण मागे वळून पाहता माझ्या स्वतःच्या कृती माझ्या ध्येयाआड कशा आल्या हे मला कळून आलं. मी सारे काही 'आपल्याच पद्धतीने' करण्याची खूप धडपड केली. मात्र, तसे करताना यश मिळवण्यासाठी ज्या सहकाऱ्यांच्या आधाराची मला अत्यंत गरज होती, त्यांनाच मी दुरावलो. बरोबर असलेल्या मार्गावर चालण्याच्या माझ्या जिद्दीने प्रक्रियेतील त्यांच्या योगदानाची किंमत मी कमी केली. एवढंच नव्हे तर कळत - नकळत कधी उघडपणे तर कधी सूक्ष्म स्तरावर घातपाती कारवाया करण्यास त्यांना प्रवृत्त केलं हे मी आता शिकलो आहे. विरोधाभासाच्या रीतीने मीच माझा सर्वांत प्रबळ शत्रू झालो आणि मला ते कळलेही नाही.

'अर्थ' हाच आयुष्याचा अर्थ आहे, 'अर्थ व्यावसायिक जीवनाचा अर्थ आहे.

आपण अर्थाचा शोध घ्यायला निघतो त्या शोधातही 'अर्थ' आहे. तो आपल्या सभोवार, आपल्या पलीकडे, आपल्या हृदयात व सर्वदूर आहे; पण आपण 'अर्थ' निर्माण करायचा जबरदस्त प्रयत्न केला तर ते आपल्या अंगावर शेकण्याचा संभव आहे. विशेष करून व्यावसायिक जीवनात हे सत्य आढळून येते. वैयक्तिक जीवनासारखीच आपल्या व्यावसायिक जीवनालाही आपली स्वतःची अशी एक गती, एक प्रेरक शक्ती असते. मात्र, वैयक्तिक जीवनातील नात्यासारखं व्यावसायिक जीवनातील सहकाऱ्यांना आपण तेवढ्याच भावनिकतेने, तितक्याच भावविवश प्रामाणिकपणे, हळवेपणाने तोंड देऊ शकत नाही; तसे संवाद करू शकत नाही. तेथे व्यावसायिकरीत्या 'गुणवत्तेचा मुखवटा घालून' वावरायला हवं असं आपल्याला वाटत असतं. कामावरील व्यावसायिक साध्य, जबाबदारी असं सारं काही तिथं जपायचं असतं. एक 'कामगिरी' करायची असते. मानवी संबंधांतील प्रेरक शक्तीकडे आपलं दुर्लक्ष होतं.

'व्यावसायिक' जग ही बहुधा अशी जागा असते की, जेथे वैयक्तिक वैशिष्ट्याचे परीक्षण सामाजिक संदर्भात केले जाते आणि त्यानुसार तिचे मूल्य ठरवले जाते. त्याचा अर्थ ठरविला जातो. हा अर्थ, हे मूल्य व्यवसायाशी निगडित नसून त्या धंद्याच्या सामाजिक उपयुक्ततेशी जोडलेले असते.

कधीकधी आपल्या कामाचं मोजमाप करता येतं. आपण केलेल्या उत्पादनाचा पुरावा स्पष्टपणे मांडता येतो. त्या कामाची किती विक्री केली, किती वस्तू बनवल्या, महिन्याचं नेमून दिलेलं काम केलं की नाही, रोज किती अंतर कापलं, ठरलेल्या वेळात काम संपवलं की नाही, कार दुरुस्त केली की नाही, ग्राहकाची सेवा केली की नाही अशी परिमाणे वापरून मोजमाप करता येते. मात्र, इतर काही व्यावसायिक कामांची, काही जबाबदाऱ्यांची सहजासहजी गणना करता येत नाही. त्यामध्ये दूर पल्ल्याच्या केलेल्या योजना असतात, सर्जनशीलतेची गरज असणारे प्रकल्प असतात आणि व्यक्तिसापेक्ष ध्येये असतात. अशा साऱ्या योजनांमध्ये कामगिरी व कृती करण्याची गरज असते. त्यांचे मूल्यांकन व परीक्षण करणेही आवश्यक असते. आपल्यापैकी बहुतांश व्यक्तींना दुसऱ्या कुणाला तरी आपल्या कामाचा अहवाल द्यावा लागतो. त्यांना खूश करायचा आपला प्रयत्न असतो. चांगलं काम करायची इच्छा असते. आपलं काम परिणामकारक असावं असं आपल्याला वाटतं. दुसऱ्यावर छाप पाडायचा अतोनात प्रयत्न करत असतानाच बहुधा आपण स्वतःचा घात करतो. आपले विचार परिस्थितीचे भान सोडून पुढे पळतात. परिणामांच्या विचाराने झपाटले जाऊन ज्या यशाच्या मागे आपण धावत असतो त्या यशाकडेच आपलं अनेकदा दुर्लक्ष होतं.

व्यावसायिक संबंध

व्यवसायातील संबंधांकडे झालेलं दुर्लक्ष हे व्यावसायिक यश हुकण्याचे एक कारण असते. आपला व्यवसाय हा केवळ व्यवसाय नसून त्यापेक्षा कितीतरी अधिक त्यात गोवलेलं असतं. आपल्या ग्राहकांशी, आपल्या उत्पादनांचा व्यापार करणाऱ्यांशी असलेले आपले संबंध, आपण कल्पित, निर्मित व योजित असलेल्या उत्पादनाशी, करत असलेल्या सेवेशी असलेले आपले नाते, भोवतालच्या वातावरणाशी असलेले संबंध, काम करण्याची आपली पद्धत या साऱ्यांचा जगावर परिणाम होत असतो. ही सारी स्वतःशी व इतरांशी असलेल्या आपल्या दुव्यांची प्रतीके असतात. सारे बंध एकमेकांत गुंफले जातात. त्यांना त्यांचे स्वतंत्र, वेगवेगळे, तसेच एकत्रित असे अर्थ असतात. जेव्हा आपण परिणामांवरच सारे लक्ष केंद्रित करतो, तेव्हा ही मधली नाती ताणली जातात. परिणामी, जेवढ्या उत्कटतेने आपण यशाकडे धाव घेतो तेवढे ते आपल्या हातातून निसटत जाते. 'आपण कोणतं काम करतो ते महत्त्वाचं नसतं. ज्या पद्धतीने आपण ते काम करतो त्याला महत्त्व असतं.'

अँजेलाचेच उदाहरण पाहा. महाविद्यालयातून व्यापार - व्यवस्थापनात पदवी घेऊन नुकतीच बाहेर पडलेली अँजेला, ती काम करत असलेल्या औषधाच्या दुकानात बढती मिळाल्यामुळे खूश होती. तिला औषधाच्या दुकानात इतरांवर देखरेख ठेवायचं - पर्यवेक्षकाचं काम मिळालं होतं. पर्यवेक्षकाची जबाबदारी असणारी ही तिची पहिलीच नोकरी होती. उद्योगधंद्यातील प्रगतीच्या शिडीवर पहिल्या पायरीवर आपण आता पाय ठेवलाय असं तिला वाटत होतं. अर्थातच आपण आपली नोकरी उत्कृष्टपणे करून वरिष्ठांची मर्जी संपादन करावी, बढतीसाठी आपली निवड करताना त्यांनी उत्तम निर्णय घेतलाय हे त्यांना पटवून द्यावं असं तिला वाटत होतं.

अँजेलाने ताबडतोब आपल्या पाळीतील साऱ्या सहकाऱ्यांजवळ जबाबदारी वाटून घेऊन चांगला गट जमवायचा, कामाची क्षमता वाढवायची इत्यादी आपले विचार बोलून दाखवले. तिचा उत्साह संसर्गजन्य होता. लवकरच ती कामात चांगल्या सुधारणा करू शकेल असं दिसायला लागलं. औषधाचे दुकान घराजवळच असल्याने (मी तेथील नेहमीचे गिऱ्हाईक होतो.) अँजेलाच्या स्वतःच्या तोंडूनच मला तेथे होणाऱ्या बदलांची इत्थंभूत माहिती मिळायची.

''माझे अत्यंत आळशी सहकारी, मी काही केलं आणि म्हटलं तरी ते आपल्या वाट्याचं काम करीत नाहीत.'' एक दिवस ती मला सांगू लागली. कामावरचा तिचा एखादा वाईट दिवस असेल हा, असं वाटून मी तिचं म्हणणं ऐकून घेतलं आणि दुकानातून बाहेर पडलो; परंतु लवकरच तिची तक्रार एका दिवसापुरती सीमित नव्हती हे माझ्या लक्षात आलं. त्यानंतर जेव्हा जेव्हा तिची आणि माझी गाठ

पडायची तेव्हा तेव्हा मला तिचा तक्रारीचा सूर ऐकू यायचा. कधी ती तक्रार माझ्याजवळ केलेली असायची तर कधी इतरांजवळ; कामाबाबतच्या वेगवेगळ्या समस्यांबद्दल ती तक्रार करताना मला ऐकू यायचं. कामाकडे बघायची तिची दृष्टी अधिकाधिक नकारात्मक होऊ लागली होती. बरोबरच्या सहकाऱ्यांचे दोष ती तत्परतेने इतरांच्या नजरेस आणून द्यायची. तिच्या कामावरचं वातावरण अकार्यक्षम, ढासळलेलं असं झालं होतं. माझ्या मते ते तसं होण्याला बऱ्याच अंशी तीच कारणीभूत होती.

अँजेलात दोन प्रवृत्तींची लक्षणं ठळकपणे दिसू लागली होती. जबरदस्त इच्छा, त्या इच्छेचं अखंड चिंतन, त्यावर अतिकेंद्रित केलेले लक्ष या त्या प्रवृत्ती होत्या. व्हिक्टर फ्रँकलच्या शिकवणुकीतील या मध्यवर्ती कल्पना आहेत. अँजेलाचे उदाहरण वापरून त्या कल्पनांचं स्पष्टीकरण करतो. स्वतःच्या नकळत आणि आपण चांगले व्यवस्थापक आहोत; समोर ठेवलेलं साध्य आपण प्राप्त करू शकतो हे सिद्ध करण्याच्या चांगल्या पण तीव्र उद्देशाने, आपल्या सहकाऱ्यांच्या प्रत्येक कामामध्ये ती लुडबूड करायला लागली होती. यशाच्या पायऱ्या चढण्याच्या, कामावरील ध्येयप्राप्तीच्या, हेतूवर तिने आपले लक्ष एवढे जास्त केंद्रित केले की, केवळ त्यातल्या अडथळ्यांवर तिची नजर जाऊ लागली (तीव्र चिंतन) आणि उणिवांवरच नजर ठेवण्याची वृत्ती तिच्यात बळावू लागली. व्यवस्थापनातील वाढत्या समस्यांवर असलेल्या उपायांकडे तिचं दुर्लक्ष व्हायला लागलं. परिणामी, जबाबदारी वाटून घ्यायचा, सहकाऱ्याचा, उत्पादनक्षमता वाढवण्याचा जेवढा जास्त आग्रह ती धरायला लागली, तेवढे तिचे सहकारी तिच्या म्हणण्याकडे लक्ष देईनासे झाले.

साध्य गाठण्याच्या कल्पनेचा अँजेलाने ध्यास घेतला. त्याचा तिला घोर (तीव्र हेतू) लागला. परिणामी, साध्य गाठण्याच्या प्रक्रियेकडे तिचे दुर्लक्ष झाले. आपण उत्तम व्यवस्थापक आहोत हे दाखविण्याच्या भरात आपण सहकाऱ्यांच्या कामात अतिशय लुडबूड करत आहोत हे तिच्या लक्षात आलं नाही. आपण ते गाठू शकणार नाही असं तिला दिसायला लागलं; त्यामुळे कामाकडे बघण्याच्या तिच्या दृष्टिकोनात नकारात्मक बदल होऊ लागला. हा नकारात्मक बदल सहकाऱ्यांनी कामाकडे अधिकच दुर्लक्ष करण्यात होऊ लागला. अपयशाचे चक्र सुरू झाले. तिचा हेतू उत्तम असला तरीही ती नकळतच स्वतःच्या पायावर धोंडा पाडण्याचे काम करू लागली. याचा परिणाम म्हणजे; अहेतुकपणे तिची अपयशी भविष्यवाणी खरी करण्यात झाला. साध्याची स्वतःची कल्पना शिथिल केल्याने समस्या सोडवायचा मार्ग आपल्याला सापडू शकेल आणि मगच आपण आपलं ध्येय गाठू शकू, हे दुर्दैवाने तिला समजलं नाही.

मी (इलेन) देखील वरील तीव्र हेतूबाबत दोषी आहे. सुदैवाने आंतरदेशीय कंपनीत चांगल्या व्यवस्थापकांबरोबर मला काम करायला मिळालं. त्यातील एक व्यवस्थापक मात्र नेहमी कामात मागे पडलेला असे. त्याला मार्गावर आणण्यासाठी रोज धडे द्यायची आणि माझ्या त्यांच्या बाबतच्या अपेक्षा सुस्पष्ट करायची गरज आहे, असे मला वाटू लागले; परंतु मी जेवढे त्याला वेगळे काढून शिकवायचा प्रयत्न करत असे, तेवढी त्याची परागती होऊ लागली. मागे वळून पाहताना माझ्या लक्षात येतं की, त्याला उत्तेजन देत, त्याचं काम करायला प्रवृत्त करायला लावण्याऐवजी मी त्याच्या कामात फार जास्त लुडबूड करू लागले होते. या अनुभवातून मला कळून आलं की, केवळ चांगला हेतू असणं हे पुरेसं नाही.

तीव्र हेतू आणि तीव्र चिंतन या दोन गोष्टी अनेक बाबतींत 'हायपोकॉन्ड्र्याक' नावाचा स्वतःच्या तब्येतीची अतिशय जास्त काळजी करणाऱ्याच्या रोगासारख्या आहेत. ही बाधा असलेला माणूस स्वतःच्या तब्येतीबद्दल अतिशय जास्त चिंतित असतो. स्वतःला, ज्याचं डॉक्टर निदान करू शकत नाहीत असा कुठलातरी असाध्य गंभीर रोग झाला आहे असं त्याला वाटत असतं आणि त्या काळजीने तो पछाडलेला असतो. जरी अशा माणसाला रोग झालेला नसला तरी त्याची काळजी त्याला सतावत असते आणि त्यामुळे तो खरोखर आजारी होण्याची शक्यता वाढते. दुसऱ्या शब्दांत सांगायचे झाले तर अशी व्यक्ती स्वतःच्याच पायावर धोंडा पाडून घेत असते.

विरोधाभासयुक्त हेतू

समोर असलेल्या क्षणाची जाणीव ठेवल्याने आपल्याला अर्थ गवसू शकतो आणि त्यापासून फार दूर गेलो तर आपली परिणामकारकता कमी होते. जेव्हा जोखीम मोठी असते, हितसंबंध गुंतलेले असतात आणि यशस्वी होणं अत्यावश्यक असतं, तेव्हादेखील केवळ साध्यावरच लक्ष ठेवून त्याकडे जाण्यासाठी आवश्यक असलेल्या मार्गावरील प्रक्रियेकडे दुर्लक्ष केलं तर तसं वागणं साध्यप्राप्तीच्या आड येऊ शकतं. हे कसं घडतं ते आपणा सर्वांना ठाऊक असतं. कामात परिपूर्णता आणायच्या तीव्र इच्छेमुळे आपण बेजार होतो. काळजी केल्याने आपण व्यवस्थितपणे काम करू शकत नाही. कोणत्याही गोष्टीबद्दल आपल्या अपेक्षा जेवढ्या जास्त असतात, तेवढे त्या साकार करण्याच्या प्रक्रियेपासून आपण विलग होतो आणि परिणामी, त्याच्या यशस्वी पूर्णतेत भाग घेण्याची आपली क्षमता, शक्यता कमी करतो. व्हिक्टर फ्रँकलने या चक्राला 'विरोधाभासयुक्त हेतू' (पॅराडॉक्सिकल इंटेन्शन) असे नाव दिले आहे. आपले चांगले हेतूच आपल्या अपयशाला कारणीभूत होतात. जेव्हा एखाद्या विशिष्ट साध्याची आपल्याला एवढी तीव्र इच्छा असते की, त्याच्या

पूर्ततेसाठी लागणाऱ्या इतरांच्या सहकार्याचा आपल्याला विसर पडतो, त्याकडे आपले दुर्लक्ष होते; तेव्हा यशाच्या मार्गात आपण अडचणीचे बी पेरत जातो. स्वतःबरोबरच्या लोकांचा, साऱ्या प्रक्रियेचा आणि स्वतःचाही मूळ अर्थ विसरून आपणच आपल्या यशाच्या आड येतो.

'माझा वरिष्ठ एक मूर्ख माणूस आहे', 'तो माझा द्वेष करतो', 'सारे श्रेय तो स्वतःच घेतो' असं भाष्य कित्येकदा तुम्ही केलं किंवा ऐकलं आहे. क्षणभर थांबा, आपण काय बोलतो आहोत याचा विचार करा. त्याचा खरोखर अर्थ काय आहे? त्याचा तुमच्यावर किंवा तुमच्या सहकाऱ्यांवर काय परिणाम होतोय, याकडे लक्ष द्या. वरिष्ठामध्ये दोष असतात. पुष्कळदा ते दोष मोठे, ढोबळ असतात हे खरे. उलटपक्षी बहुतांश वरिष्ठ व्यंगचित्रात दाखवतात त्याप्रमाणे अगदीच मूर्ख नसतात. कंपनीत त्यांची बढती होण्याचं काही ना काही कारण असतं. मग त्यांच्या दोषांमुळे तुम्ही त्याला नगण्य ठरवलं तर कदाचित त्यांच्याकडून काही शिकून स्वतःची वाढ करून घ्यायची संधी तुम्ही दवडत असाल.

पुन्हा विचार करा. तुमच्या वरिष्ठात कोणते गुण आहेत, त्यांच्याकडून किंवा तिच्याकडून तुम्हाला काय शिकता येईल, कोणत्या प्रकारचे लोक त्याच्याशी चांगले जमवून घेऊ शकतात, ज्यायोगे त्यांच्यातील वाईट गुण प्रकट होतात असे तुम्ही काही करता का? व्हिक्टर फ्रँकलच्या विरोधाभासयुक्त हेतू या दृष्टिकोनातून पाहता, तुमच्या वरिष्ठाला मग तो कितीही वाईट, दुखावणारा, दुष्ट का असेना; आपल्या लहानलहान कामांत लक्ष घालायला तुम्ही काही कारण पुरवता का? उदाहरणार्थ– आपलं काम नीटपणे करण्याऐवजी वारंवार त्याला शंभर प्रश्न विचारायचे. आता स्वतःला विचारा, हे असं वागणं - असं वातावरण तुम्हाला खरंच हवंय का? तसं नसेल तर तुम्ही हिताविरुद्ध वागत आहात.

आपल्या सगळ्यांना अंतःप्रेरणा असते. भोवतालच्या लोकांच्या वागण्याचा आपल्या मनावर परिणाम होतो. विश्वास, अविश्वास कळतो. आपल्याला 'काहीतरी बरोबर नाही', याची जाणीव होते. वैयक्तिक अथवा व्यावसायिक जीवनात आपल्याशी कोणी वाईट वागत असेल; वरवरचे, निष्काळजीपणे किंवा अप्रामाणिकपणे वागत असेल तर ते आपल्याला कळते. या साऱ्यांची बेरीज-वजाबाकी आपले त्याच्याशी विशिष्ट नातेसंबंध निर्माण करण्यासाठी कारणीभूत होत असते. जेव्हा दुसरे कोणीतरी आपला वापर करत असेल तर ते आपल्याला जाणवते. माणूस म्हणून आपले मूल्य कुणाच्या तरी आकांक्षांसाठी कमी केले जाते, तेव्हा ते आपल्याला कळते. या साऱ्यांत हरवलेला असतो तो अर्थ. शक्य तेवढे उत्तम काम करण्यास प्रोत्साहित करण्यामागची आपली प्रेरणा आपली प्रवृत्ती ठरवत असते.

आता नीलचे उदाहरण घ्या. एका मोठ्या तंत्रविज्ञान कंपनीत तो संगणकाची आज्ञावली निर्माण करणारा अभियंता होता. नुकतंच त्याचं लग्न झालं होतं. एका नावाजलेल्या महाविद्यालयातून त्याने एमबीए ही पदवी प्राप्त केली होती. लवकरात लवकर व्यवस्थापकपदावर जाऊन पोहोचण्याची त्याची आकांक्षा होती. आपले नव्याने मिळवलेले कौशल्य साऱ्यांच्या लक्षात यावे, कंपनीच्या प्रगतीच्या पायऱ्या भराभर चढता याव्यात या हेतूने तो स्वतःला वरिष्ठांच्या नजरेत आणण्याचा आटोकाट प्रयत्न करायचा. या प्रयत्नात आपलं सहकाऱ्यांकडे दुर्लक्ष होत आहे आणि त्यामुळे त्यांना चीड येते आहे, हे त्याच्या गावीही नव्हतं. त्याची तंत्रज्ञानातील कुशलता सारेजण ओळखून होते. त्याचबरोबर इतरांशी वागण्याची त्याची अक्षमतादेखील त्यांना दिसत होती. नेता किंवा वरिष्ठ म्हणून मान्यता मिळणे तर सोडाच; पण त्याचे सहकारी त्याला साधी, 'सर्वांस धरून चालणारी व्यक्ती' म्हणूनदेखील मानत नव्हते. शक्य असेल तेव्हा त्याच्याविषयी वाटणारी तुच्छता प्रकट करायला ते चुकत नसत. सामूहिक चर्चागटात, कामाचा आढावा घेताना, कचेरीत जेवणाच्या टेबलावर बसून गप्पा मारताना नीलवर साऱ्यांचा रोख असायचा. ज्यांचा वरिष्ठ बनण्यासाठी तो आतुर होता, त्यांपैकी कुणालाही तो आवडत नव्हता.

दुर्दैवाने बढतीवर नजर खिळवून असलेल्या नीलला आपल्याभोवती काय चालले आहे, भोवतालचे पाणी हळूहळू तापून उकळी फुटायच्या बेतात आहे याचा पत्ताच नव्हता; त्यामुळे व्यवस्थापक म्हणून आपण सक्षम आहोत, बढतीयोग्य आहोत असे दाखवायचा त्याने कितीही प्रयत्न केला, तरीही बढती मिळवणं त्याला अशक्य होऊन बसलं. बढतीच्या कल्पनेने तो झपाटला गेला होता. बढती मिळवण्यासाठी तो जेवढा जास्त प्रयत्न करायचा तेवढी ती हस्तगत करणे त्याच्यासाठी दुरापास्त होऊन बसले. आलेल्या क्षणांनी त्यांच्यातील अर्थ ओळखण्यासाठी घातलेली निकडीची हाक ऐकणं, ती ऐकून आपल्या वागण्यात बदल करणं त्याला जमत नव्हतं. त्याच्यात ती क्षमता नव्हती. तो स्वतःच्या हिताविरुद्ध वागत होता.

जेव्हा जेव्हा आपण बरोबरच्या सहकाऱ्यांशी आदरयुक्त, अर्थपूर्ण संबंध जोडायची संधी घालवतो, तेव्हा तेव्हा आपण आपल्या अंतिम हिताला बाधा आणतो. उलटपक्षी जेव्हा आपण त्यांच्याकरता वेळ काढून, अर्थपूर्ण संबंध जोडायचा प्रयत्न करतो, तेव्हा आपल्या यशाच्या व्याख्या अनेक पटीने विस्तारित होतात. आपलं क्षणा-पळांचं दररोजचं आयुष्य अधिक यशस्वी व सुखकर होतं. साध्य साधण्याच्या संधी जवळ येऊ लागतात.

या संदर्भात वैयक्तिक आणि व्यावसायिक जीवनातील विषय अनेकदा एकमेकांशी निगडित असलेले आढळतात. व्यक्तीची मैत्री व संबंध जोडण्याची क्षमता ही त्या कंपनीचे प्रेरणास्त्रोत, त्याचं मूल्य असतं; याचे यशस्वी संस्थांना भान असते.

एकमेकांवर विश्वास असणे, तो तसा ठेवता येणे हेदेखील वर्तमानकाळात तसेच भविष्यातील यश मिळवण्यासाठी अत्यावश्यक असते. विश्वासाचा अभाव असला तर दुसरे आपल्याविरुद्ध घातपाती कारवाया तर करत नाही ना किंवा त्यांच्या कारवायांना कशा तऱ्हेने हाताळायचे याची मोजदाद, काळजी करण्यातच आपण अडकून पडतो. असलेल्या वेळात अर्थ शोधायचं राहून जातं. मग कंपनीच्या कामास खीळ बसते. त्यातील मूल्यांची वाट लागून कंपनीची यशस्विता खालावते.

इतरांना, सहकाऱ्यांना आपल्या विचारांच्या पिंजऱ्यात अडकवणं म्हणजे आपल्या हेतूविरुद्ध काम करणं आहे. 'सेटअप टु फेल सिंड्रोम' (यशस्वी होण्यास नियुक्त करणारा लक्षणसमूह) या आपल्या लेखात जीन फ्रंकाइस मनझोनी आणि जीन लुइस वारसी यांनी अनेकदा वरिष्ठ कमी क्षमता असलेल्यास ती व्यक्ती निष्क्रिय, काम न करू इच्छिणारी, नवीन - कल्पक मार्ग आखता न येणारी आहे असे गृहीत धरून त्यांना कसे बाजूला टाकतात याचे वर्णन केले आहे. व्यवस्थापकाच्या अशा दृष्टिकोनामुळे कामगारदेखील अडेलतट्टूपणा करतो. कामगारांवर दुर्बल, अकार्यक्षम असे शिक्के मारून वरिष्ठ त्यांच्याकडून कुठलीच मोठी अपेक्षा करीत नसल्याने कामगारांना काम करण्याची गरज भासत नाही. त्यांचं काम आणि वरिष्ठांची अपेक्षा यांचा मेळ बिघडतो. वरिष्ठाच्या वैयक्तिक दृष्टिकोनामुळे आणि त्याच्या व्यावसायिक निर्णयामुळे 'बाजूला टाकल्याने तरी हे काम करतील' या वरिष्ठाच्या हेतूचा विरुद्ध परिणाम होतो.

लहानलहान गोष्टींत लुडबूड करणाऱ्या पर्यवेक्षकांमुळे आपल्यापैकी कितीजण हैराण झाले आहेत? जबाबदार राहून उत्पादनक्षम होण्याच्या स्वतःच्या कुवतीवर त्यांचा मुळीच विश्वास नसतो. त्यांचं असं अहंकारयुक्त आणि शिष्टपणाचं वागणं बेचैन करणारं असतं. मग आपल्या कामाची पातळी नकळत खालावते. आपण वरिष्ठांची आपल्याविषयी असलेल्या नकारात्मक अपेक्षांची पूर्ती करतो. आपला मार्ग हाच सर्वश्रेष्ठ मार्ग आहे असं समजून कर्मचाऱ्यांच्या कामात लुडबूड करणारा व्यवस्थापक आणि आपल्या हाताखाली काय चाललं आहे याचा मुळीच पत्ता नसणारे; त्यामुळे काहीच साध्य न करू शकणारे बहुतांशी गैरहजर असणारे व्यवस्थापक हे दोघे सारख्याच स्तरावर असतात. तिसऱ्या प्रकारचे व्यवस्थापक असतात ते कंपनीत सर्वदूर फिरून व्यवस्थापन बघण्यावर विश्वास असलेले. ते आपल्याला 'तुम्ही कुणीही असा, तुमचं काय चांगलं चाललं आहे ते चालू द्या' म्हणत आहेत असं वाटतं. असे लुडबूड करणारे व्यवस्थापक, गैरहजर व्यवस्थापक आणि फिरते व्यवस्थापक यांनी क्षणभर थांबून, कामगारांना त्यांचं काम अर्थपूर्ण असावं असं वाटत असतं या भावनेचा आदर केला, कामगारांची कदर केली, त्यांना मोल आहे असं दर्शवलं, कामगारांची कंपनीला किंमत आहे असं दाखवलं,

कामगारांचा हेतू चांगला आहे यावर विश्वास ठेवला तर प्रगतीची संभावना आहे. तसं झालं नाही तर मात्र अनिश्चितता आणि अस्थिरता यात अडकून आपण डळमळीत राहू. परिणामी, कामगार, कंपनी किंवा व्यवस्थापक यांपैकी कुणाचेच हित साधले जाणार नाही.

माणसाचं त्याला स्वतःला वाटणारं मोल, त्याची प्रतिष्ठा ही त्याला केवळ काम करण्यास लागणारे उपकरण म्हणून, प्रक्रियेतील एक साधन म्हणून, उत्पादनातील एक खीळ म्हणून वापरले जाण्यास मज्जाव करते. केवळ 'काम करण्याची क्षमता' म्हणजे सर्वस्व नव्हे. अर्थपूर्ण जीवनासाठी ती पुरेशी नसते किंवा अत्यावश्यक घटकही नसते. एखादा माणूस काम करण्यास सक्षम असूनही अर्थपूर्ण जीवन जगू शकत नाही, दुसरा कामात अक्षम असूनही आपल्या जीवनात अर्थ भरू शकतो.

ध्येयाच्या वाटेवर स्वतःला जाणवणाऱ्या अर्थावर विश्वास ठेवायला हवा. आयुष्याच्या वाटेवरून फारच थोड्यांना दुःख न होता, जखमी न होता प्रवास करणं शक्य होतं. आयुष्यात घटस्फोट होतात, अनेक वर्षे विश्वसनीयरीत्या झटून काम केल्यानंतरही नोकऱ्या जातात, दुखणी येतात, आरोग्य ढासळते, आपली मुले आपल्याला अयशस्वी करतात; आपण एकमेकांना अपयशी करतो. यशाइतकेच अपयशानेही जीवन खच्चून भरलेले असते. तरीसुद्धा अपयशातही आपण उदंड 'अर्थ' शोधू शकतो आणि त्या अर्थातच अपयशाचा उपयुक्त वारसा असतो. अपयश असं उपयोगी झालं तर त्यावर मात करणं शक्य होतं. मग नोकरी गेल्यामुळे, नाती तुटल्यामुळे येणारी कटुता आणि नैराश्य यांना पुढे घालून चालण्याऐवजी, त्यापासून शिकलेली स्वतः आणि इतरांबाबत वाटणारी अनुकंपा, दुसऱ्यांना समजून घेण्याची कला यांसारख्या जाणिवा घेऊन पुढचा प्रवास करता येतो. असे झाले तर दुसरी नोकरी शोधताना, दुसरी नाती जोडताना, आपण अनुभव आणि त्यायोगे आलेले शहाणपण दाखवतो. आपली आकर्षकता वाढते आणि शक्यता विस्तारतात.

व्यापारी जगातील लिखाणात तसेच प्रेरणादायक भाषणात, 'अपयशातील शक्ती' या विषयाकडे हल्ली बरंच लक्ष दिलं जात असल्याचं आढळून येतं. उदाहरणार्थ– व्यवस्थापन या विषयातील मान्यवर टॉम पीटर्सने अलीकडेच, 'केवळ अपयशाने चुकीच्या मार्गाची सिद्धता होते आणि त्यामुळे यशाच्या आड येणाऱ्या त्या मार्गाचा तुम्ही त्याग करू शकता', असे एका भाषणात म्हटले आहे. आव्हानांशी सामना करून यशाच्या पुनर्प्राप्तीचे धडे शिकवणाऱ्या अपयशांच्या कथा नवीन पिढीचे वक्ते सांगत आहेत. पराजयातील नाट्याचा उपयोग ते प्रेरणा निर्माण करण्यासाठी करत आहेत.

विरोधाभासयुक्त हेतूचा उपयोग

'विरोधाभासयुक्त हेतू' अथवा 'बळजबरीचा हेतू' या केवळ संकल्पना नसून त्याहून अधिक असं काही आहे. व्हिक्टर फ्रँकलनी प्रस्थापित केलेलं, त्यांच्या लोगोथेरपी नावाच्या उपचार पद्धतीत वापरलेलं ते एक तंत्र आहे. त्यांनी १९३९ सालापासून, त्यांच्या पेशंटना आपल्या चिंता, घोर, अनेक प्रकारची अनैसर्गिक भीती, ओसीडी (ऑब्सेसिव्ह कम्पल्सिव्ह डिसॉर्डर) (कशाच्या तरी इच्छेने, सवयीने झपाटले गेल्याची विकृती होऊन जीवन नीट जगता न येणे) यांसारख्या विकृतींवर मात करण्यासाठी या तंत्राचा उपयोग केला. त्यांनी पेशंटला थोडा वेळ का होईना पण ज्या गोष्टीची भीती वाटते त्याच गोष्टीची इच्छा करायला, त्याचा हेतू बाळगण्यास शिकवले. भीती कमी करण्याच्या किंवा तिचे संपूर्ण उच्चाटन करण्याच्या या तंत्राचा नाट्यमय परिणाम झालेला त्यांनी पाहिला. फ्रँकलच्याच शब्दांत सांगायचे तर, जेव्हा या तंत्राचा योग्य परिणामकारकपणे उपयोग केला जातो, तेव्हा ते आपल्या दृष्टिकोनात विरुद्ध दिशेने बदल करून, भीतीची जागा इच्छेला देऊन, विरोधाभास निर्माण करत, चिंतेच्या शिडातील वाराच काढून टाकते. भीतीची भीती वाटण्याऐवजी तिचे स्वागत करायला, अतिशयोक्ती करायला शिकवते. तसे केल्यामुळे व्यक्ती, भीतीबरोबर येणाऱ्या चिंतेतील हवा काढून टाकायला, तिच्याशी सामना करायला शिकते. चिंता पुनःपुन्हा लक्षणांना प्रकट करते तर विरोधाभासयुक्त हेतू लक्षणांची वारंवार गळचेपी करते.

डॉक्टर फ्रँकलच्या लिखाणात त्यांनी हे तंत्र वापरून पेशंटवर सहायक उपचार केल्याची अनेक उदाहरणे दिलेली आढळतात. त्यातील व्यावसायिक जीवनातील समस्यांशी निगडित असलेल्या दोन ठळक केसेसचा येथे उल्लेख करतो. पहिली केस आहे, अत्यंत निराश होऊन आत्महत्येस प्रवृत्त होण्याच्या बेतात असलेल्या एका हिशेबनिसाची. काही वर्षांपासून त्याला 'रायटर्स क्राम्स' (लिहिताना अनेकदा अनुभवास येणाऱ्या स्नायूंचे, विशेषतः हाताच्या बोटांच्या स्नायूंचे दुखरे आकुंचन) नावाची व्याधी जडली होती. त्या व्याधीची तीव्रता एवढी वाढली होती की, त्यामुळे काम करता येणे अशक्य होऊन त्याची नोकरी जाण्याचा धोका निर्माण झाला होता. यासाठी पूर्वी केलेले सारे उपचार निरुपयोगी ठरल्यामुळे उद्विग्न होऊन पेशंट हातघाईवर आला होता. डॉक्टर फ्रँकलनी त्याला पुढील सल्ला दिला. 'नेहमी करतोस त्याच्या विरुद्ध काम कर. नेहमी सुवाच्च अक्षरात लिहायचा प्रयत्न करतोस, तो न करता वाईटातील वाईट, गिचमिड अक्षर काढून लिहायचा कसोशीने प्रयत्न कर.' (हाताने लिहायचा काळ होता तो) आता मी किती उत्तम प्रकारे खरडू शकतो ते दाखवतोच सगळ्यांना, असं स्वतःला बजाव.'' तो सल्ला ऐकून पेशंटने अत्यंत घाणेरडे अक्षर काढण्याचा प्रयत्न केला. तसं करणं त्याला

जमलं नाही. उलट तो सुवाच्च अक्षरात लिहू लागला आणि ४८ तासांत त्याची स्नायूंच्या आकुंचनाच्या विकारापासून सुटका झाली. आनंदित होऊन तो परत आपले काम करण्यास सज्ज झाला.

दुसरी केस आहे ती व्हिक्टर फ्रँकलकडे उपचारासाठी आलेल्या एका डॉक्टरची. अतिशय घामाघूम होण्याच्या भीतीने तो व्यस्त झाला होता. एकदा त्याला त्याचा वरिष्ठ रस्त्यात भेटला. हस्तांदोलनासाठी पुढे केलेला आपला हात घामाने डबडबलेला असल्याचं त्याच्या लक्षात आलं. पुढे होणाऱ्या प्रत्येक भेटीत घामेजून जायची त्याची काळजी वाढली; त्यामुळे त्याला येणाऱ्या घामाचं प्रमाणदेखील वाढत गेलं. व्हिक्टर फ्रँकलनी त्याला सल्ला दिला, ''घाम येऊ लागला की, लोकांना आपण किती जास्त घाम काढून दाखवू शकतो हे सिद्ध करायचा निर्धार कर.'' आठवडाभराने तो डॉक्टर परत फ्रँकलकडे आला आणि म्हणाला, ''पूर्वी ज्यांच्या भेटीने मला घाम फुटेल अशी चिंता वाटत होती त्यांना भेटल्यावर, मी स्वतःला, आता पाव गॅलनऐवजी अर्धा गॅलन घाम काढून दाखवतो यांना,'' असं सांगितलं. व्हिक्टर फ्रँकल लिहितात : परिणामी, केवळ एकदा केलेल्या उपचाराने त्या तरुण डॉक्टरची चार वर्षे त्याला सतावीत असलेली चिंता नाहीशी झाली. त्याचं इतरांना भेटल्यावर दरदरून घाम फुटायचं बंद झालं. 'नेटवर्क न्यूज' नावाच्या चित्रपटात वार्ताहराच्या भूमिकेतील एका अविस्मरणीय प्रसंगाचे चित्रण करताना अशा व्याधीने पीडित असलेल्या अल्बर्ट ब्रुक्स नावाच्या नटाने व्हिक्टर फ्रँकल लिखित वरील तंत्र वापरल्याचे दृश्य आपण डोळ्यांसमोर आणू शकतो.

आपल्या आत्मचरित्रात व्हिक्टर फ्रँकल एकदा विरोधाभासयुक्त हेतू हे आपलं तंत्र वापरून मोटार चालवताना रहदारी नियंत्रणाच्या नियमाचे उल्लंघन केल्यामुळे मिळणाऱ्या दंडातून मुक्तता करून घेण्याचा यशस्वी प्रयत्न केल्याची आठवण सांगतात. मोटार चालवताना पिवळ्या दिव्याचा इशारा पाहून ते थांबले नव्हते. ते पाहून पोलिसाने त्यांना रस्त्याच्या कडेला थांबण्याचा इशारा केला. दहशत दाखवत पोलीस जवळ येऊ लागल्याचे पाहून व्हिक्टर फ्रँकलनी त्याचं स्वागत करून स्वतःला दूषणं द्यायला सुरुवात केली. ''तुमचं बरोबर आहे पोलीस साहेब! मी अशी गोष्ट केलीच कशी याचं काहीच समर्थन नाही. माझी खात्री आहे की, मी असं पुन्हा कधीच करणार नाही. मला चांगला धडा मिळाला आहे. नक्कीच या गुन्ह्याला शिक्षा व्हायला हवी इत्यादी.'' असा व्हिक्टर फ्रँकलचा शाब्दिक धबधबा सुरू झाला. पोलीस अधिकारी त्याला थांबवू लागला. ''कुणाच्याही हातून अशी गोष्ट घडू शकते; मला माहीत आहे की, तू पुन्हा कधी असं करणार नाहीस,'' असं म्हणत पोलीसच फ्रँकलना शांत करायचा प्रयत्न करू लागले. तंत्र लागू पडले. होणाऱ्या संभाव्य दंडातून फ्रँकलची सुटका झाली!

"विरोधाभासयुक्त हेतू हा मन वळवण्याच्या अगदी विरुद्ध असा मार्ग आहे. हे तंत्र वैचारिक विश्लेषण करून, भीती साधारित आणि वास्तव नाही असं पटवून, पेशंटने ती दाबून टाकावी, त्यावर मात करावी असे सुचवत नाही किंवा सांगत नाही तर ते अतिशयोक्ती करून त्यावर विजय मिळवायला शिकवते."

प्रत्येक क्षणाचे महत्त्व जाणून घेण्यात अर्थ भरलेला आहे. जेव्हा आपले लक्ष भूतकाळ व भविष्यकाळ यांवर केंद्रित असते, तेव्हा आपलं वर्तमानाशी असलेलं नातं तुटतं. वर्तमान क्षणात असलेला अर्थ आपण हरवून बसतो. व्यावसायिक जीवनात तसेच वैयक्तिक जीवनात आपण आपलं लक्ष भोवताली आणि आपण अनुभवत असलेल्या क्षणी केंद्रित करायला हवं. या प्रक्रियेत आपण जेवढा अर्थ पाहू तेवढं जीवनात अधिक समाधान अनुभव शकू. मग फलित काहीही का असेना. आपण आत्ताच्या क्षणात जगू, तेव्हा आपण अर्थाशी निगडित राहू. आपण आपल्या वैयक्तिक मूल्यांबाबत निष्ठावान राहून काम करतो, तेव्हा आपण अर्थाचा पाया घालतो. जेव्हा वर्तमान क्षणांची जाणीव ठेवून काम करतो, तेव्हा आपण अर्थाशी निगडित राहतो. आपले अस्तित्व तसेच साऱ्या जीवांचे अस्तित्व अर्थमय आहे. तो अर्थ फक्त शोधला जाण्याची वाट पाहत आहे. आपण बांधकामाच्या जागी काम करत असू किंवा ब्रेड बनवायच्या जागी, हायस्कूलमध्ये असू किंवा चित्रपटगृहात, आंतरराष्ट्रीय उद्योगधंद्यात असू अथवा कचरा टाकून जमीन भरण्याच्या जागी, हॉटेलमध्ये असू किंवा घरीच काम करायच्या कचेरीत किंवा राष्ट्रपती भवनात. आपल्या विचारांच्या पिंजऱ्यात अडकून पडलो नाही आणि स्वतःविरुद्ध काम केले नाही तर आपल्या व्यवसायात अर्थ भरून आपण तो अर्थपूर्ण करू.

अंतर्मुख होताना

अर्थक्षण

आपल्या वैयक्तिक आयुष्यात किंवा व्यावसायिक जीवनात आलेल्या एखाद्या आव्हानात्मक प्रसंगाची आठवण करा. आता यातून वाईटातील वाईट काय होऊ शकते, याचा विचार करा. आता तुम्ही व्हिक्टर फ्रँकलनी सांगितलेला आपल्या भीतीची अतिशयोक्ती करण्याचा प्रयोग करत आहात. जरी तुम्ही या क्षणी चिंतिलेली वाईट गोष्ट अनुभवू शकला नाही तरी हा स्वाध्याय तुम्हाला प्रक्रिया तसेच फलित यांविषयी काय शिकवतो?

? अर्थ प्रश्न

* आपण स्वतःविरुद्ध कार्य करत नाही याची ग्वाही तुम्ही कशी देऊ शकाल?
* कोणती काळजी, भीती किंवा इतर नकारात्मक विचार तुम्हाला मागे खेचून धरत आहेत? त्यांच्यावर तुम्ही कशी मात करू शकाल?
* 'विरोधाभासयुक्त हेतू' हे तंत्र तुम्ही तुमच्या वैयक्तिक आणि व्यावसायिक जीवनात कसे वापरू शकाल?

अर्थाला होकार

स्वतःच्या पायावर कसा धोंडा पाडून घेतो आहे, याबद्दलची माझी जाणीव मी वाढवेन.

७

स्वतःकडे अलिप्ततेने पाहा

"आपण स्वतः आणि दुसरे काही यातील अंतर वाढविण्यासाठी विनोद हे सर्वाधिक महत्त्वाचं साधन आहे. असेही म्हणता येईल की, विनोद माणसाला स्वतःकडे अलिप्ततेने पाहायला शिकवत, त्याच्या आपत्तीतून बाहेर पडावयास मदत करतो."

"मला माझ्या विद्यार्थ्यांचा उबग आलाय." जेनेट (janet) वैतागून म्हणत होती. असिस्टंट प्रोफेसर या हुद्द्यावर अनेक वर्षे त्या आर्ट्स कॉलेजमध्ये ती काम करत होती. जेव्हा केव्हा मी (इलेन) तिला भेटत असे, त्या प्रत्येक वेळी ती आपल्या विद्यार्थ्यांवर आणि तिच्या पेशावर अधिकच वैतागलेली असे. "मी जेव्हा कॉलेजमध्ये होते, तेव्हा आम्ही आमच्या शिक्षकांना मान देत असू, वर्गात असताना आम्ही कानात दूरध्वनीच्या तारा अडकवून बसत नसू किंवा दूरध्वनीवर किंवा संगणकावर घडीघडी आपले संदेश बघत नसू, शेजारी बसलेल्या वर्गमित्रांबरोबर संवाद करत नसू. ही हल्लीची मुलं किती बिघडली आहेत, याची मला कल्पनाच करता येत नाही. शिक्षकांनी त्यांना आयता घास भरवून द्यावा अशी ते अपेक्षा करतात. एक विकिपीडिया सोडला तर बाकी कुठल्याही प्रकारचं संशोधन करायची तसदी ते घेत नाहीत. पाच पाने सोडली तर त्यापुढे वाचण्यावर त्यांना लक्ष केंद्रित करता येत नाही. यावर कडी म्हणजे मी त्यांना त्यांच्या कामाबद्दल उत्तम गुण द्यावेत अशी त्यांची अपेक्षा असते. कधीकधी तर त्यांचे पालक मला कॉल करून मागणी करतात की, त्यांच्या मुलाला दिलेल्या कमी गुणांचा मी पुनर्विचार करावा. हेलिकॉप्टरसारखे आपल्या मुलांच्या जीवनाभोवती ते सतत घोटाळत असतात." मी थांबवलं नसते तर जेनेटचा भडिमार सुरूच राहिला असता.

"तू शिक्षकाचं काम कशाला करतेस?" मी तिला विचारलं. मला वाटलं की,

या प्रश्नावर जेनेट आपल्या सततच्या तक्रारीच्या सुराबद्दल अंतर्मुख होऊन विचार करेल. ''अनेक वर्षे खर्च करून मी मास्टर्स आणि डॉक्टरेट या पदव्या घेतल्या आहेत आणि आता माझ्यासाठी शिकवण्यापलीकडे इतर नोकऱ्या आहेत कुठे? मला पिंजऱ्यात अडकल्यासारखे वाटते आहे. तसा पगार आणि इतर फायदे आहेत. नोकरीचे आणि कामाचे तासदेखील ठीक आहेत.'' ती म्हणाली. जेनेट चुकीच्या क्षेत्रात गेली होती हे उघड होतं. ती स्वतःच्या पायावर धोंडा पाडून घेत होती, स्वतःच्या हिताविरुद्ध वागत होती. आपल्या विद्यार्थ्यांसाठी आणि महाविद्यालयासाठी माहितीचा एक उत्तम शैक्षणिक स्रोत बनावे, अशी इच्छा असूनसुद्धा तिचा नकारात्मक दृष्टिकोन तिला स्वतःलाच कमी दर्जाचे गुण देत होता. स्वतःकडे अलिप्ततेने बघण्यास ती असमर्थ होती. आपला दृष्टिकोन आणि वागणे कसे बदलता येईल हे तिला कळत नव्हतं.

असे बरेच प्रसंग असतात की, जेथे आपण स्वतःकडे आणि जीवनातील संकटांकडे अलिप्ततेने पाहून आणि थोडीशी विनोदबुद्धी वापरून आपली परिस्थिती सुधारू शकतो, त्यात अर्थ भरू शकतो. 'द डॉक्टर अँड द सोल' या आपल्या पुस्तकात व्हिक्टर फ्रँकलने एक उदाहरण दिलंय. लंडनच्या वृत्तपत्रात एक जाहिरात होती. 'बेरोजगार आणि बुद्धिमान मेंदू, विनावेतन आपल्या सेवेस तत्पर! शरीर जगवण्यासाठी पुरेसा पगार आवश्यक.' या जाहिरातीचे उदाहरण देऊन बेरोजगारी ही विशेष गंभीर समस्या नाही, असं त्यांना मुळीच सुचवायचं नव्हतं. बहुतेकांसाठी नोकरी हे पोट भरण्याचं एकुलतं एक साधन असतं; त्यामुळे नोकरी नसणं किंवा ती जाणं, बेरोजगार असणं ही अतिशय दुःखद गोष्ट आहे असं ते वारंवार सांगायचे. वर दिलेली जाहिरात नोकरी नसलेली सारीच माणसे; आंतरिक रितेपण अनुभवत नाहीत, नोकरी नाही म्हणून आपण अगदी निरुपयोगी आहोत अशी भावना करून घेत नाहीत एवढेच दर्शविते.

पहिली गोष्ट अशी की, आपण पगार मिळवून देणारे काम करत नाही याचा अर्थ आपल्या आयुष्याला काही अर्थ नाही असा होत नाही. दुसरे असे की, बेरोजगारी आणि जीवनातील इतर संकटांकडे बघण्याचा आपला दृष्टिकोन, त्या विशिष्ट आव्हानाला जबाबदारीने तोंड देण्याच्या आपल्या तयारीची व क्षमतेची दिशा ठरवतो. लंडनमधील वृत्तपत्रात जाहिरात देणारी व्यक्ती एका गंभीर परिस्थितीला खेळकर, हसरे रूप देऊ शकली, कारण ती स्वतः व स्वतःसमोर असलेले आव्हान यातील अंतर समजू - जपू शकली, स्वतःकडे अलिप्ततेने पाहू शकली. आपले संकट, ते दूर करण्यास आवश्यक अशी कृती करू शकले - शकली. जाहिरातीतील मजकूर त्या व्यक्तीची स्वाभाविक विनोदबुद्धी तसेच मानव जातीचे वैशिष्ट्य असलेली, स्वतःकडे अलिप्ततेने पाहण्याची क्षमता हे दोन्ही गुण प्रतिबिंबित करते.

विनोद आणि आनंदी वृत्ती

अत्यंत हानिकारक कॅटरिना नावाचे वादळ येण्यापूर्वी वर्षभर आधी न्यू ऑर्लिन्स या गावी एका परिषदेसाठी गेलो असताना आमची विन्स्टन नावाच्या माणसाची भेट झाली आणि त्याच्या स्वभावाचा अनुभव मला घेता आला. परिषदेला आलेल्या सभासदांसाठी करारबद्ध केलेल्या बसेसचा वाहनचालक होता तो. सुरुवातीला त्याच्या ग्राहकांसाठी, विन्स्टन केवळ एक हॉटेलपासून परिषदेच्या जागी सुरक्षितपणे आणि वेळेवर घेऊन जाणारा वाहनचालक होता. मात्र, प्रवासी म्हणजे त्याच्या व्यावसायिक जीवनात अर्थ भरण्याचे साधन आणि त्याच्या चक्रवर्ती अनुभवांचं एक सुंदर वळण होता.

"नालीन्समध्ये तुमचे स्वागत आहे!" असे म्हणत आपल्या दक्षिणी हेल असलेल्या आवाजात तो बसमध्ये चढणाऱ्या प्रवाशांचे स्वागत करायचा. वाटेत लागणाऱ्या, त्याला महत्त्वाच्या वाटणाऱ्या ठिकाणांची माहिती देत तो प्रवाशांना, तुम्हाला काही प्रश्न विचारायचे आहेत का?" असे म्हणत संवादासाठी उद्युक्त करायचा. न्यू ऑर्लिन्समधील वास्तव्य अधिक सुखकर करण्यासाठी काय करावे याबद्दल उत्साहाने आपल्या शिफारशी सादर करायचा, सगळ्यांना हसवायचा आणि शेवटचा थांबा येण्याच्या आधी सर्वांना आपल्याबरोबर 'बसमध्ये काही विसरायचं नाही हं', असा घोष करायला लावायचा. थोडक्यात सांगायचं झालं तर विन्स्टन त्या अगदी साध्या बसप्रवासाचे एका असाधारण अनुभवामध्ये रूपांतर करून टाकायचा.

परिषदेसाठी आलेल्या सर्वांनाच त्याची स्वागतशील वृत्ती, त्याचे विनोद आणि सल्ले आवडायचे असं नाही. सकाळच्या वेळी काहीजण त्याचा विनोद, सल्ल्यापेक्षा शांत बसून प्रवास करणे अधिक पसंत करायचे; परंतु विन्स्टनने ग्राहकांविषयी दाखवलेली आस्था व जिज्ञासा प्रामाणिक असल्याने- तुम्ही कोण कुठले, इथे कशासाठी आलात, काय करता इत्यादी- त्याने बहुतेकांशी जवळीक निर्माण करण्यात यश मिळवले होते. त्याचा सर्वांना खिळवून ठेवणारा स्वभाव, त्यातील अस्सलता, दुसऱ्याबरोबर संवाद साधण्याची त्याची हातोटी यामुळे त्याने परिषदेतील अनुभवाच्या आमच्या परिसीमा वाढविल्या, त्या अविस्मरणीय तशाच अर्थपूर्ण होत्या. त्याच्या वागण्यात त्याला माणसं मनापासून आवडतात, त्यांच्याशी होणाऱ्या भेटी विन्स्टनला अर्थपूर्ण वाटतात, हे प्रकर्षाने प्रतीत होत होते. बसचा मार्ग आक्रमत असतानाच आपल्या अंतरीच्या चक्रव्यूहाचाही– पूर्णपणे शोध घ्यायचा त्याचा निर्धार आहे हे आम्हाला जाणवत होतं. त्याच्या कामात त्याला हेतू आढळला होता. परिणामी, त्याचं काम त्याच्यासाठी आणि त्याच्या सान्निध्यात येणाऱ्या साऱ्यांसाठी अर्थपूर्ण बनत होतं. विन्स्टन या बसच्या प्रवाशांकडे इतरांच्या

अलिप्तपणे, दृष्टिकोनातून पाहू शकत होता. अलिप्त राहण्याच्या त्याच्या क्षमतेमुळे तो इतरांबरोबर जवळीक साधू शकत होता. तो केवळ was चालवणारा आपलं काम करणारा चालक नव्हता. बसमधून प्रवास करणारे करणारे अनेक प्रवासी त्या गावात नवीन होते. त्यांना कुठे जायचं आहे आणि पुढे काय आहे याबद्दल विशेष माहिती नव्हती. विन्स्टनने त्यांच्या या गरजेबाबत अनुकंपा दाखवली आणि विनोदबुद्धी वापरत साऱ्यांचा प्रवास अर्थपूर्ण केला.

कदाचित अर्थाशी निगडित असलेल्या या पुस्तकात विनोदबुद्धीबद्दल लिहिणे हे विचित्र, विसंगतपणाचदेखील वाटू शकते. फ्रँकलला विश्वास होता की, 'माणसाला विशेषत्व प्रदान करणारा कोणता गुण असेल तर त्याची विनोदबुद्धीची क्षमता.' आपल्याला हसणारं कुत्रं माहीत आहे असे अनेकजण सांगतात; परंतु शंभर वेळा आपण हाडुक कुठे लपवून, पुरून ठेवले आहे ते विसरून गेल्यामुळे खो-खो करत स्वतःला हसणारे कुत्रे कुणी पाहिले आहे का? स्वतःविषयी, स्वतःवर केलेला विनोद हे स्वतःकडे अलिप्ततेने बघता येण्याचं लक्षण त्याचं सार असतं. अनेक विनोदवीरांनी, विनोदवृत्ती आणि अलिप्त राहून जगाकडे पाहण्याचा हा गुण वापरत, आपल्या भोवतालच्या वातावरणात विनोद आणि अर्थ शोधत त्याला आपल्या पोटापाण्याचा व्यवसाय बनवला आहे. तो विनोद आपण स्वतःकडे उगाचच अति गांभीर्याने बघत नसल्याचं सुचवून, स्वतःला आणि आपल्या भोवतालच्या इतर लोकांना दिलासा देतो. मनुष्यामध्ये असलेला स्वतःकडे बघून हसू शकण्याचा हा गुण व्यवसायातील गंभीर समस्येच्या तीव्रतेची धार बोथट करतो. प्रत्येक गंभीर समस्येला विनोदाच्या उताऱ्याची गरज असते; तो तिचा अधिकार असतो.

विनोद, आपण लहानलहान गोष्टींचा बाऊ करत नसल्याचे इतरांना दर्शवतो आणि आपल्या स्वतःला आपणदेखील अलिप्ततेचा नियमात अपवाद नसल्याचे सिद्ध करून दाखवतो.

मृत्युशय्येवर असताना कुणी, अरेरे! मी अजून थोडा वेळ ऑफिसमध्ये जायला हवे होते असे म्हटल्याचे तुमच्या ऐकिवात आहे का? असं म्हणणारा महाभाग मला तरी अजूनपर्यंत आढळलेला नाही. आपला व्यवसाय कितीही महत्त्वाचा असला, तरी त्याला अर्थ येतो तो आपण बाळगत असलेल्या मूल्यांमुळे; आपल्या कलांमुळे, आपल्या प्रवृत्तीमुळे! आयुष्यातल्या आपल्या अर्थाचा, नोकरी आणि व्यवसाय हा एक भाग असतो. स्वतःला, कुटुंबाला पोषण करण्याच्या हेतूचं, समाजाप्रति, भोवतालच्या जगाप्रति असलेल्या आपल्या जबाबदारीच्या जाणिवेचं ते प्रतीक असतं. आपला व्यवसाय म्हणजे आपण नव्हे. आपण काय आणि कसा व्यवसाय करतो याचं दर्शक असतो. आपण करत असलेल्या कामाबद्दल आपल्याला विनोद करता आला तर एक प्रकारे आपल्या स्वत्वाची दखल घेतल्यासारखे होते.

आयुष्य हे व्यवसायाहून कितीतरी अधिक असे असते. अलिप्ततेने पाहिल्यास आपल्याला हा धडा शिकता येतो.

या वचनाचे आश्चर्यजनक उदाहरण म्हणजे तिबेटियन लोकांच्या आध्यात्मिक व ऐहिक जीवनाचे गुरू दलाई लामा. त्यांनी आपल्या प्रियजनांचा निर्घृण नरसंहार झालेला पाहिला. त्यात करोडो तिबेटियन, तसेच अनेक बौद्ध भिक्षू आणि भिक्षुणीही होत्या. मारण्यापूर्वी चायनीज लोकांनी त्यांचा अन्वनित छळ केला. या सर्वांत साक्षी असूनसुद्धा दलाई लामांइतका स्वतःला हसणारा दुसरा माणूस आढळणे कठीण. सौख्य-समाधानाची त्यांच्याएवढी प्रसन्न झाक दुसऱ्या कुणाच्या मुखावर दिसणे विरळा! त्यांना त्यांच्या काळाची शोकांतिका ठाऊक आहे. तसेच समाधान, विनोद आणि आनंदाने भरून आलेल्या हृदयाचीदेखील त्यांना चांगलीच ओळख आहे.'

'द आर्ट ऑफ हॅपीनेस ॲट वर्क' (व्यवसायात सुखी असण्याची कला) नावाचं पुस्तक लिहिणारे दलाई लामांचे सहलेखक हार्वर्ड कटलर पूज्य दलाई लामांविषयी आपलं निरीक्षण खालील शब्दांत व्यक्त करतात.

शेवटी साऱ्यांचा मेळ जमला. कामाबद्दल विचारता, 'मी काहीच काम करत नाही' असं दलाई लामा का म्हणतात, कसे म्हणू शकतात ते मला अखेरीस कळून आले. त्यांच्या खेळकर, विनोदी स्वभावाची मला माहिती होती. या विधानातील थट्टेचा भाग मला कळत होता. 'काहीच काम करत नाही या म्हणण्यामागे असलेली विनाकारण स्वतःचे मूल्यमापन न करण्याची, महत्त्व न वाढविण्याची त्यांची प्रवृत्ती मी अनेकदा अनुभवली होती. या प्रवृत्तीचा उगम होता तो, कशातही गुंतून न राहण्याच्या त्यांच्या सवयीत. आत्मकेंद्रितपणाच्या अभावात आणि दुसऱ्याला मदत करण्याची आपली तळमळ सच्ची असल्यावर इतर आपल्या कार्याबद्दल काय म्हणतात याची काळजी न करण्याच्या त्यांच्या वृत्तीत.'

विनोद ही एक महान देणगी आहे. जेव्हा आपण व्यवसायाच्या ठिकाणी विनोदवृत्ती आणू शकतो, तेव्हा ती देणगी असते. विनोद सर्वांना समान पातळीवर आणून सोडतो; त्यामुळे उद्योगधंद्यातील मुख्य व्यवस्थापक आपल्याला धाकदपटशा दाखवणारा वाटत नाही, तो आवडता होतो. टॅक्सी चालवणाऱ्याची भीती वाटत नाही. तो अधिक जवळचा वाटतो. आवडता व्यवस्थापक कामावरील उल्हास आणि नीतिधैर्य वाढविण्याचे काम पगारवाढीपेक्षाही अधिक परिणामकारकपणे करू शकतो. विन्स्टनसारखा विनोदी टॅक्सीचालक जबाबदारीने दडपलेल्या दिवसाचं खेळकर दिवसात रूपांतर करू शकतो.

स्वतःकडे व स्वतःच्या परिस्थितीकडे पाहून सहजपणे हसणं मला (ॲलेक्स) जर लहान वयात शिकता आलं असतं तर बरं झालं असतं. लहान वयात आणि तारुण्यात मी काळजी करत बसणारा, गंभीर प्रवृत्तीचा असा होतो. माझ्या लहानपणी

घरी आणि शाळेतदेखील, आयुष्यातील संक्रमणास तोंड द्यायला सहायक होण्याऐवजी विनोदबुद्धी मला अधिक अडचणीत आणण्याची संभावनाच जास्त होती. स्वतःतील विनोदबुद्धीची जाणीव आणि तिचे महत्त्व मला आयुष्यात बऱ्याच उशिरा कळलं. एकदा तिचा परिणामकारक उपयोग कसा करावा हे कळल्यानंतर मात्र अनेक प्रसंगी विशेषतः कठीण प्रसंगांतून मार्ग काढताना ती माझ्या खूप कामी आली. तिने मला स्वतःकडे अलिप्तपणे पाहायलादेखील शिकवलं.

विनोदबुद्धीबरोबर आनंदी वृत्तीचा वावरही आढळून येतो; पण 'आनंदी वृत्ती' हा गैरसमज वाढविणाऱ्या काही शब्दांतील एक शब्द आहे. आनंदी वृत्ती असलेल्या अनेक लोकांनी आपल्या आयुष्यात अमाप शोक व दुःख अनुभवलेलं असतं. दुःखाचा प्रहार झाल्यावर आपण शोकाच्या खोल गर्तेत जाऊन पडतो. त्या दुःखाच्या खाईतून वर येताना आपल्याला आनंद दिसतो. जेव्हा आपल्याला आयुष्य हादरवून सोडणारी कोणकोणती वादळे येऊ शकतात याची जाणीव होते, तेव्हा प्रसिद्ध अभिनेता जॅक निकोलसने म्हटल्याप्रमाणे आयुष्य किती चांगलं असू शकतं हेही आपल्याला कळतं. खरीखुरी प्रफुल्लित वृत्ती म्हणजे अनेकदा वरवर कृत्रिमपणे आपण चांगल्या दिवसासाठी शुभेच्छा देत पुढे जातो, तसं वागणं नव्हे. स्वाभाविक प्रफुल्लित वृत्ती असणं म्हणजे सगळ्या जगाचं ओझं आपल्या खांद्यावर पडत आहे असं वाटत असतानाही, मनाचं आभाळ भरून आलेलं असतानाही समोर असलेल्या क्षणांचा अनुभव घेता येणं. अशी खुलवून टाकणारी वृत्ती अवतीभोवतीच्या प्रत्येक गोष्टीत असलेल्या अर्थाचा आस्वाद, आनंद घेणारी असते. वैयक्तिक काळजीतून वर यायला खुणावत साऱ्यांना उल्हसित करते, त्यांना भोवतालच्या परिस्थितीत असलेला आनंद धुंडाळायला शिकवते. याचा अर्थ खोट्या आनंदाचा मुखवटा घालून फिरणे नव्हे तर आपलं ओझं खाली ठेवून हसायला शिकणं असा आहे.

योग्य वेळी वापरलेल्या, अनुभवलेल्या विनोदाच्या क्षणांत स्वतःवर लादलेल्या दुःखाच्या दशेतून वर काढण्याचे सर्वांत अधिक सामर्थ्य असते. आपल्या स्वतःला स्वतःपासून व भोवतालच्या परिस्थितीपासून विलग केल्यामुळे आपण परिस्थितीचे, त्यातल्या तीव्रतेचे महत्त्व कमी करत नाही तर तिला ओलांडून, तिच्या पलीकडे जाऊ शकतो. ते नाकारत नव्हे तर स्वीकारत त्यावर मात करू शकतो. स्वतःला आणि इतरांना दाखवून देऊ शकतो की, आपण स्वतःच्या विचारांच्या शृंखलात अडकण्याचे नाकारत आहोत.

स्वतःपासून अलिप्त होणे

आता गेल्या काही वर्षांत अमेरिकन उद्योगधंद्यास ज्यांनी झाकाळून टाकले आहे अशा काही गंभीर समस्यांकडे आपण लक्ष वळवू या. हिशेबातील अप्रामाणिकपणा

आणि व्यापारातील उतरती नैतिक मूल्ये ही त्याची काही उदाहरणे. तुम्ही विचाराल, 'उद्योगधंद्यातील या दंडनीय गुन्ह्याच्या वाढत्या लाटांत विनोद कुठे आहे आणि येत्या वर्षात खेळकर वृत्ती वापरून परिस्थितीत सुधारणा कशी करता येईल?'

'हू मूव्हड माय सोप?', 'द सी इ ओ जू गाइड टू सर्व्हाइव इन द प्रिझन' नावाच्या पुस्तकाचा लेखक आणि विनोदवीर अँडी बोरोव्हिझ हास्यरस व गंभीर वृत्तीने केलेले आत्मपरीक्षण यांचा समन्वय साधणारा एक मार्ग सुचवतो. उद्योगधंद्याचे शिक्षण देणाऱ्या अमेरिकेतील नावाजलेल्या महाविद्यालयात भाषण करताना बोरोव्हिझने दाखवून दिले की, नेहमीच्या वहिवाटीपासून वेगळा असला तरी, उपहासगर्भ हास्यरस, उद्योगधंद्यातील मुख्य व्यवस्थापक आणि उद्योगधंदे यांच्या विश्वासार्हतेच्या विषयाला वाचा फोडण्यासाठी परिणामकारक होऊ शकतो. हास्यरस वापरत, 'उद्योगधंद्यातील नैतिक मूल्ये' या विषयाची उघडपणे चर्चा केली तर ती उद्योजक नेते आणि त्यांच्या कंपन्या, उभयतांसाठी उपकारक होऊ शकते, असं त्याचं म्हणणं आहे. उद्योगधंद्याविषयीच्या शिक्षणात सुधारणा घडवून आणण्यासाठी 'व्यापार धंद्यातील मूल्ये' या परंपरागत शिकवल्या जाणाऱ्या अभ्यासक्रमाला जर आपल्या विनोदगर्भ शिक्षण पद्धतीची जोड दिली तर उद्योगधंदेविषयक शिक्षणात सुधारणा घडवून आणण्यासाठी त्याचा खचितच उपयोग होऊ शकेल, असं बोरोव्हिझला आढळून आलं. पेनसिल्वानियातील महाविद्यालयात केलेल्या बोरोव्हिझच्या सादरीकरणानंतर एम.बी.ए. पदवी अभ्यासक्रमातील दुसऱ्या वर्षात असणाऱ्या विद्यार्थ्याने पुढील विधान केले. तो म्हणाला, 'उद्योगधंद्यातील नेत्यांकडे अजूनही लोक कावीळ झालेल्या दृष्टीने पाहत आहेत. हसता येण्याची आणि आल्या प्रसंगात विनोद शोधण्याची कला ही उद्योगधंद्यातील प्रगतीस सहायक ठरेल.' नव्यानेच एम.बी.ए. अभ्यासक्रम सुरू करणारा एक विद्यार्थी म्हणाला, 'हे सादरीकरण मन प्रसन्न करणारं होतं. त्यात स्वतःकडे अति गांभीर्याने पाहू नका ही शिकवण होती.'

आणीबाणीच्या वेळी वैद्यकीय मदत पुरवणारे, अर्थातच त्यांच्या कामात बराच अनुभव असलेले कुशल कारागीर असतात. त्यांच्या कामाची व्याख्याच मुळी 'ताणतणावाचे, प्रचंड दबाव आणणारे पण अर्थपूर्ण काम', अशी असते. यशस्वीपणे जीवन-मरणाच्या प्रसंगाला तोंड देता येण्यासाठी त्यांना स्वतःपासून आणि आपल्या पेशंटपासून अलिप्त राहणे आवश्यक असते, त्यांच्यातील अलिप्तता त्यांच्यात व त्यांच्या पेशंटमध्ये अंतर राखायला मदत करते. असे केल्यामुळे ते निकडीच्या वेळी पेशंटमध्ये अवास्तव गुंतून न राहता स्वतःकडे आणि आपल्या कामाकडे त्रयस्थपणे बघू शकतात व परिणामकारकपणे त्या क्षणातील ताणतणाव झेलून त्यावर मात करू शकतात. विनोदाचे म्हणाल तर वैद्यकीय आणीबाणी असलेल्या जागी काम करणारे लोक शेअर बाजारात चढती कमान असलेल्या दिवशी काम करत

असलेल्या व्यक्तीपेक्षाही अनेक पटीने अधिक गमतीशीर असतात.

अमेरिकेतील ११ सप्टेंबरच्या घटनेनंतर देशभरातील साऱ्या जनतेस, मोटार अपघात आणि आग ते बॉम्बहल्ले, जैविक शस्त्रहल्ले इथपर्यंत येऊ शकणाऱ्या विविध प्रकारच्या आणीबाणीच्या प्रसंगांना तोंड देण्यासाठी असलेल्या स्वतःच्या जबाबदारीची जाणीव झाली. जबाबदारी पार पाडण्यात ते गुंतले आहेत. अमेरिकेतील एका जिल्ह्यात त्यासंबंधात भरत असलेल्या बैठकीस दरमहा डझनावारी लोक हजर राहतात. त्यात पोलीस, अग्निशामक दलाचे कर्मचारी, वैद्यकीय क्षेत्रात काम करणाऱ्या व्यक्ती, गाव, तालुका, प्रांत वगैरे वेगवेगळ्या स्तरांतील सरकारी क्षेत्रातील लोक, रेडक्रॉस, आकाशवाणी, आरोग्य खात्यातील लोक, दूरध्वनी व वीजपुरवठा करणाऱ्या कंपनीतील कर्मचारी या साऱ्यांचा समावेश आहे. ते सारे दोन तास अति गंभीर स्वरूपाची विशिष्ट आणीबाणी आणि त्याला तोंड देण्यासाठी करायच्या कामाची पद्धत यावर चर्चा करतात; तेव्हा दर मिनिटाला हास्याचा फवारा उडताना दिसतो. आवश्यक गंभीर स्वरूपाचे काम चालू असताना ते स्वतःला व एकमेकांना हसवत ठेवतात, एकमेकांशी जवळीक साधत असतात.

आपल्या लिखाणात आणि पत्रात व्हिक्टर फ्रँकल छळछावणीतील कैदी कुठलीही पूर्वतयारी केलेली नसताना, सादर करत असलेल्या, एक प्रकारच्या गायन-नृत्याच्या कार्यक्रमाचे वर्णन करतात. छावणीत नृत्य, गायन, विनोद ही कल्पनाच अगदी अकल्पनीय वाटली तरी या कार्यक्रमात गाणी, कविता, विनोदी गप्पा (यातील काही छळछावणीतील जीवनावर आधारित उपहासगर्भ गमती व गोष्टी असत.) समाविष्ट असत. आपल्या इच्छेनुसार कुणीही सादरकर्ता बनू शकत असे. या कार्यक्रमांना फार महत्त्व असायचं, कारण क्षणभरासाठी का होईना ते कैद्यांना आपल्या आयुष्यातील भयाणता विसरायला मदत करायचे. व्हिक्टर फ्रँकल प्रांजलपणे लिहितात, 'छळछावणीत कोणत्याही कलेचा मागोवा घेणं हे विचित्र, वेडेविद्रेपणाचं, विक्षिप्तपणाचं होतं; पण तुम्हाला त्याहून आश्चर्य वाटेल अशी गोष्ट म्हणजे त्या परिस्थितीतही विनोदबुद्धी आढळून यायची. विनोद हे आत्म्याने स्वसंरक्षणार्थ घेतलेलं हत्यार होतं.'

छळछावणीत व्हिक्टर फ्रँकलने आपल्या एका मित्राला विनोदबुद्धी कशी विकसित करावी याचे धडे दिले. 'रोज एकतरी विनोदी गोष्ट रचून एकमेकांना सांगायची', असं वचन द्यायला त्यांनी या मित्राला सुचवलं. गोष्टीचा विषय ठरवला. 'सुटकेनंतर घडू शकणाऱ्या विनोदी घटना.' त्यांनी एकमेकांना सांगितलेल्या गोष्टीतील एक गोष्ट होती– सुटकेनंतर कुणाच्या तरी घरी भोजनाला गेलेल्या प्रसंगाची; त्या वेळी, आपण कोठे आहोत हे विसरून, घरची गृहिणी खूप वाढत असताना तिला, 'जरा पातेल्याच्या बुडाशी डाव घालून वाढ ना' अशी विनंती करत

असल्याची. या विनंतीस विशेष महत्त्व होते, कारण छळछावणीत जेवायला फक्त पातळ - पाणीदार सूप मिळायचे; तळापाशी डाव घालून वाढलेलं सूप म्हणजे कपिलाषष्ठीचा योग होता. तसं झालं तर पातेल्याच्या बुडाशी असलेले मटारचे दाणे मिळण्याची शक्यता होती. छावणीतील कैद्यांसाठी ती मेजवानी असायची.

स्वतःला परिस्थितीपासून विलग करणे आणि परिस्थिती नाकारणे यातील फरक जाणून घेणं महत्त्वाचं आहे. जेव्हा आपण परिस्थितीपासून स्वतःला विलग करून त्याकडे अलिप्ततेने पाहतो, तेव्हा ती कृती जाणीवपूर्वक आणि हेतुपूर्वक केलेली असते. समोरच्या प्रसंगाची आपल्याला पूर्ण कल्पना असते. आपली वागणूक भोवतालच्या माणसांना आधार देणारी अशी असते. कामावर परिस्थितीनुसार, आपण आपले ओझे इतरांबरोबर वाटून घेतो किंवा घेत नाही; पण ते काय आहे, आपण काय करतोय हे आपल्याला पूर्णपणे माहीत असते. उलटपक्षी, परिस्थिती मान्य न करणे हे तिचा अनुभव घेण्याच्या आणि त्यापासून होऊ शकणाऱ्या फायद्याच्या आड येतं. आपण आपला स्वतःचा अनुभव नाकारताना आपले तिच्याशी असलेले दुवे तुटतात. परिस्थितीकडे अलिप्ततेने पाहताना ते दुवे जोडले जातात. संबंध दृढ होतात. तसं करणं आपल्याला शिकवतं, शिकवताना विकसित करतं.

कुणाच्या वैयक्तिक आयुष्यात काय चाललं आहे हे आपल्याला कळायला मार्ग नसतो. त्यात आव्हाने असतात आणि फलश्रुतीही असते एवढंच आपल्याला माहीत असतं. आपले काही सहकारी एकाकीपणा असलेल्या घराकडे जात असतील तर काही सुखी कुटुंबात; साऱ्यांनाच आयुष्यातील आनंद तसेच दुःख दोन्ही अनुभवावं लागतं. सगळ्यांनाच रोजच्या जीवनातील महिन्याची तोंडमिळवणी करणे, पौगंडावस्थेतल्या मुलांचे प्रश्न, लहान मुलांच्या तसेच मुले सांभाळणाऱ्या व्यक्तींच्या समस्या, मुले नसण्याचं दुःख, वृद्ध आई-वडिलांचे प्रश्न, मोटारीचे हप्ते, आजारपणाचा खर्च या आणि अशा अनेक प्रश्नांना तोंड द्यावं लागतं. जगभर माणसं आयुष्यातील समस्यांशी सामना करत असतात आणि कामावर जात असतात. हाताशी असलेल्या कामावर लक्ष केंद्रित करत असताना त्यांचे सारे आयुष्य त्यांच्या बरोबर असते. तेथे विनोद वृत्तीची गरज असते.

प्राचीन ग्रीक तत्त्ववेत्ता प्लेटो म्हणतो, 'तुम्हाला भेटत असलेला प्रत्येकजण आपापल्या समस्यांशी लढत आहे, तेव्हा तुम्ही दयाळू राहा.' आपण त्यांच्यासारख्या समस्यांना तोंड देत असल्याखेरीज त्यांच्या समस्यांची आपल्याला कल्पना नसते. ज्याप्रमाणे आपण आपल्या वैयक्तिक आणि व्यावसायिक आयुष्यात कठीणपणाला तोंड देत असतो, त्याप्रमाणे तेदेखील त्यांची लढाई लढत असतात. जशी आपल्याला इतरांच्या आधाराची गरज असते, तशीच त्यांनादेखील असते. जेव्हा आपण इतरांबरोबर आपल्या आयुष्यातल्या काही गोष्टी वाटून घेतो, तेव्हा आपल्याला

आपल्या आयुष्यात अर्थ सापडतो आणि आपण दुसऱ्याला त्यांच्या आयुष्यात अर्थ शोधायलासुद्धा मदत करतो. प्रत्येकाच्या आयुष्यात गुंतागुंतीच्या समस्या अटळ असतात, तो जीवनाचा भाग असतो. इतर आपल्या आयुष्यातील क्लिष्ट, गुंतागुंतीच्या प्रसंगाला कसे तोंड देत आहेत हे पाहून आपणही त्यांच्याकडून काही शिकू शकतो. इतरांच्या जीवनाद्वारे स्वतःच्याही जीवनात आपण अलिप्ततेने डोकावू शकतो आणि त्यात अर्थ शोधू शकतो.

प्रमाद

स्वतःच्या व इतरांच्या चुकांपासून स्वतःला विलग करता येण्याची क्षमता ही व्यावसायिक जगात फार उपयोगी पडणारी कला आहे. चुका करायला कुणालाच आवडत नाही. आपल्या चुकीचा स्वीकार करत त्याकडे पाहून हसता आलं तर भोवतालच्या लोकांचाही ताण कमी होतो. शेवटी चुका म्हणजे तरी काय, आयुष्यातील एक धडाच असतो ना? प्रत्येकानेच या ना त्या कारणामुळे, कधी ना कधी, कामावर असताना 'हा काय वेडेपणा केला आपण!' या भावनेचा अनुभव घेतलेला असतो तो जीवनाचा एक भाग आहे. मात्र, चुका केल्याची किंवा त्या झाल्याची कबुली आपण द्यायला हवी.

समजा, व्यवसायाच्या जागी कुणी आपल्याकडे येऊन, 'माझी जरा एक चूक झाली', असं म्हणतो, तेव्हा आपल्यापैकी बहुतेकांना त्या व्यक्तीबद्दल अनुकंपा वाटते. आपल्या चुकीचा स्वीकार करता येण्यासाठी स्वतःपासून अलिप्त होता यावे लागते. 'माझ्या हातून वेडेपणा झाला', असं म्हणून काम आणि जीवन पुढे चालू ठेवावे लागते. चूक करायची नसते आणि ज्याच्या हातून चूक झालेली असते, अशी दोन्ही माणसे आपणच असतो. चूक करायची इच्छा नसणारा आपला भाग बहुतांश वेळी हातात लगाम धरून सारथ्याच्या भूमिकेत वावरत असतो. जेव्हा आपण चुकीवरच लक्ष केंद्रित करतो, तेव्हा आपण तिला अवास्तव महत्त्व देतो. तिचा स्वीकार करतो, तिला सोडून देत पुढे जातो, तेव्हा आपल्या भोवताली असलेल्या इतर माणसांनाही आपण, 'तुमच्या चुकादेखील क्षणिक आहेत, त्या चुका म्हणजे तुम्ही नव्हे', असे आश्वासन देत असतो. मला इथे 'कॅल्व्हिन अँड हॉब्स' नावाच्या एका व्यंगचित्राची आठवण येते. कॅल्विन कशात तरी अडखळून पडतो, पलटी खातो; पुन्हा पडतो आणि पटकन हात बाहेर पसरत, जणू काही रंगमंचावर येत प्रेक्षकांचे अभिवादन स्वीकारत आहे अशा थाटात, 'आ हा!' म्हणून उभा राहतो. साऱ्यांनीच चुका झाल्यानंतर 'आ हा!' म्हणत उभे राहिले पाहिजे. जीवनाला 'आ हा!' म्हणत स्वीकारले पाहिजे.

अर्थातच चुका अनेक प्रकारच्या असतात. काही लहान तर काही मोठ्या.

साऱ्याच चुकांना हसून घालवता येणं शक्य नसतं. त्यात विनोद नसतो; पण शिकण्यायोग्य धडा मात्र नेहमी असतो. त्या आपल्याला नम्रता शिकवतात आणि सरतेशेवटी आयुष्यातील अर्थाची शिकवण देतात. आपण आपल्या अत्यंत गंभीर अशा चुकांहूनही अधिक असे काहीतरी आहोत हे आपल्याला दाखवून देतात. व्हिक्टर फ्रँकल जर छळछावणीतही विनोद शोधू शकले तर जिच्यात कुठेही, कुठल्याही क्षणी विनोद निर्माण होऊ शकणार नाही अशा कोणत्याही परिस्थितीची कल्पना करता येईल का?

स्वतःपासून अलिप्त होऊ शकण्याची कला शिकणे

छावणीत असताना फ्रँकल अनेकदा परिस्थितीपासून स्वतःला विलग करण्याचं तंत्र वापरत असत. आपण कैदी नसून निरीक्षक आहोत अशी कल्पना करून स्वतःचा बचाव करत; त्यांनी छळछावणीत स्वतःच्या बचावासाठी अलिप्ततेच्या तंत्राचा कसा वापर केला त्याची हकिकत त्यांच्याच शब्दांत ऐका.

"मी वारंवार माझ्या भोवती असलेल्या दुःखद परिस्थितीपासून, कल्पनेस हाती घरून, स्वतःस विलग करण्याचा प्रयत्न करायचो. एकदा छळछावणीत आमच्या झोपडीपासून ते कामाच्या जागेपर्यंत आम्हाला पळवत नेले जात असतानाचा प्रसंग मला आठवतो. मी भुकेने व्याकुळ झालेला होतो, थंडीने गारठलो होतो, माझे पाय गोठून गेले होते. उपासमारीमुळे त्यांवर भयंकर सूज आली होती. पावलांना छाले पडले होते. असह्य वेदना होत होत्या. सुजलेले पाय जोड्यात मावत नसल्याने ते घट्ट आवळल्यासारखे वाटत होते. सारे काही सहनशक्तीच्या पलीकडे गेल्यासारखं वाटत होतं. माझी स्थिती अंधकारमय, निराशाजनक झाली होती. मी कल्पना केली की, मी एका उबदार, सुंदर, मोठ्या, उजेड असलेल्या सभागृहात भाषण देण्याच्या तयारीने मंचावर उभा आहे. समोरचा श्रोतृवृंद भाषण ऐकायला इच्छुक व आतुर आहे. भाषणाचा विषय आहे, 'छावणीतील मानसोपचाराचा अनुभव' (सुटून आल्यावर फ्रँकलने हाच विषय भाषणासाठी निवडला होता.) कल्पनेतील त्या भाषणात मी त्या वेळी भोगत असलेल्या अवस्थेचे वर्णन करत होतो. स्त्री-पुरुषहो, विश्वास ठेवा, त्या क्षणी एक दिवस खरोखर हे भाषण देऊ शकण्याएवढा मी सुदैवी असेन अशी कल्पना करायलादेखील मी धजावत नव्हतो."

डोळ्यांसमोर एखादं चित्र उभं करता येणं आणि कल्पनेचा परिणामकारक उपयोग करू शकणं या दोन कला 'अलिप्ततेचा' वापर करता येण्यासाठी सहायक होतात. अनुभवांती आढळून आलं आहे की, नट-नट्यांसारखे, स्वतःव्यतिरिक्त कुठल्यातरी भूमिकेशी एकरूप होऊन गेल्याने आणि त्या पात्राचा अनुभव घेतल्याने, अलिप्तता विकसित करता येते. म्हणून स्वतःपासून अलिप्त होता येण्याची कला

हस्तगत करता येण्यासाठी, आपल्या आयुष्याच्या चित्रपटात किंवा इतर कुठल्याही चित्रपटात, स्वतःसाठी एखादी भूमिका तयार करून त्यामध्ये वावरायचे, या स्वाध्यायाचा वापर करा.

उदाहरणार्थ– 'डिफेंडिंग युवर लाइफ' या मागे वर्णन केलेल्या चित्रपटात तुम्हाला प्रमुख भूमिका मिळाली आहे अशी कल्पना करा. आता 'न्यायालयाच्या गावात' तुमच्या आयुष्यातल्या तुम्हाला भयप्रद वाटणाऱ्या क्षणांची चित्रफीत दाखविली जात आहे. जर तुम्ही त्या न्यायालयाच्या गावात असाल तर तुमच्या भीतीपैकी कोणत्या भीतीचे आव्हान तुम्ही स्वीकाराल, त्याच्याशी कसा सामना कराल, भूतकाळातील तुमच्या कृतीचं समर्थन कसं कराल, बाजू मांडून त्यांचा बचाव कसा कराल? आयुष्याच्या आपल्या जबाबदारीची जाणीव विकसित होण्यासाठी अशा काल्पनिक आत्मचरित्रपर आणि स्वतःकडे अलिप्ततेने पाहणाऱ्या भूमिकेशी एकरूप होणं महत्त्वाचं असतं हे लक्षात घ्या.

परिस्थितीपासून स्वतःला विलग करणे हे सत्यस्थितीपासून अलग होण्याविषयी नसतंच मुळी. न टाळता येणाऱ्या संकटांपासून ते इतर अनेक प्रकारच्या प्रसंगांना तोंड देता येण्यासाठी उपयुक्त ठरलेलं ते एक साधन असतं. त्याची अत्युत्तम उपयुक्तता, त्याचे मूल्य आहे ते आयुष्याला खरा अर्थ देऊन ते परिपूर्ण करण्यासाठी असलेल्या त्याच्या असीमित संभाव्यतेत. अलिप्ततेत असलेली शक्ती एकवटून या संभाव्यतेचा स्रोत धुंडाळण्यासाठी आवश्यक असतं, विचारांचे स्वातंत्र्य आणि अर्थासाठी असलेली तळमळ! स्वतःला आपल्या विचारांच्या शृंखलेत बद्ध न केलं तरच त्या शोधाची पूर्तता करता येते.

अंतर्मुख होताना

अर्थक्षण

व्यावसायिक जीवनात आलेल्या प्रसंगाला तोंड देऊन, त्यातून मार्ग काढता येण्याआधी, स्वतःला या प्रसंगापासून विलग करण्याची गरज आहे असं तुम्हाला वाटलं, अशा एखाद्या घटनेची आठवण करा. कदाचित तुमच्यावर आपल्या नैतिक मूल्यांच्या चौकटीत न बसणारा व्यावसायिक निर्णय घेण्याची वेळ आली असेल. कदाचित तुमच्यावर आणीबाणीच्या प्रसंगाला तोंड देण्यासाठी तत्काळ निर्णय घ्यायची वेळ आली असेल. तुम्ही त्या प्रसंगापासून स्वतःला कसं विलग केलंत? मागे वळून पाहताना तुम्ही त्यापासून काय बोध घेतला? विशेषतः स्वतःकडे अलिप्ततेने पाहता येण्याच्या तुमच्या क्षमतेबद्दल तुम्ही काय शिकलात?

अर्थ प्रश्न

* व्यावसायिक जीवनातील आव्हानांना तोंड देताना, स्वतःला त्याचा घोर लावून घेण्याऐवजी, आपण आणि आपल्यासमोरील आव्हाने यातील अंतर जपण्यासाठी विनोद या साधनाचा वापर तुम्ही कसा करता?
* आपले सहकारी, मित्र किंवा कुटुंबीय यांना, त्यांच्या वैयक्तिक आणि व्यावसायिक जीवनात आव्हान पेलता येण्यासाठी, ताणतणाव सहन करता येण्यासाठी आणि स्वतःला विकसित करता येण्यासाठी, आयुष्यातील अर्थ शोधण्यासाठी 'स्वतःपासून अलिप्त होण्याचे तंत्र' तुम्ही कसे शिकवाल?
* 'डिफेंडिंग युवर लाइफ' या चित्रपटात दाखवल्याप्रमाणे, तुम्हाला तुमच्या आयुष्याची चित्रफीत दाखवली तर ती पाहून तुम्ही आनंदित व्हाल का?

अर्थाला होकार

माझ्या कृतीतील मर्मज्ञ दृष्टी शोधण्यासाठी आणि आयुष्यात अधिक अर्थ भरण्यासाठी मी स्वतःपासून अलिप्त होण्याचं तंत्र वापरायला शिकेन.

८

लक्ष परिवर्तन

सकारात्मक गोष्टींची जाणीव करून घेतल्यानंतरच आणि तेवढ्या प्रमाणातच, लक्ष परिवर्तन करणे आपणास शक्य होते

जेव्हा अतिशय कठीण समस्यांशी झुंजावे लागण्याचा प्रसंग येतो, तेव्हाच अनेकदा आपण आयुष्याला अर्थ देण्यावर लक्ष केंद्रित करतो. पॅट्रिक स्वेझी हा उत्तम नट आणि नावाजलेला नर्तक १४ सप्टेंबर, २००९ रोजी वारला, 'डर्टी डान्सिंग' आणि 'घोस्ट' अशा नावाजलेल्या चित्रपटांनी त्याला प्रसिद्धीस आणले. तो केवळ ५७ वर्षांचा होता. "मी करत असलेल्या कामाचा मला अभिमान आहे," आपल्या मृत्यूपूर्वी एक वर्ष त्यांनी 'न्यू यॉर्क टाइम्स'जवळ हे बोल बोलून दाखवले होते. त्या वेळी तो 'द बीस्ट' नावाच्या सत्रमालिकेत एफ.बी.आय. एजंटचे काम करत होता. "जेव्हा सारे तथ्यांकशास्त्र तुम्ही मृत्यूच्या दारात उभे आहात असे सांगत असते, तेव्हा तुम्ही सकारात्मक दृष्टिकोन कसा ठेवू शकता?" 'काम करत राहून' हे त्याचे उत्तर होते.

स्वर्गवासी झालेले अनेक लोक आपल्याला माहीत आहेत. त्यांच्यापैकी काही आपले निकटवर्तीदेखील आहेत. अनेकांनी पॅंक्रियाटिक कॅन्सर आणि ब्रेस्ट कॅन्सर यांसारख्या गंभीर आजारांशी सामना केलेला आहे. जर आपण सुदैवी असतो तर पॅट्रिक स्वेझी आणि इलेनची आई (तिची कहाणी पूर्वीच्या पहिल्या प्रकरणात सांगितलेली आहे.) यांसारखे लोक आपल्या आयुष्यात आले असतील. असे लोक आपले प्रेरणास्रोत आणि आदर्श बनतात. व्यक्तिगत निकराचा संग्राम आणि आव्हाने यांच्याशी झगडत असतानादेखील त्यांनी माणुसकीचा उत्कृष्ट नमुना

आपल्यापुढे सादर केलेला असतो. त्यांच्यातील मानवी स्थितिस्थापकत्व, अमर्याद मनोबल आणि आत्मिक बल पाहताना आपल्या साऱ्यांनाच प्रेरणा मिळत असते. त्यांना पाहून जीवनातील अर्थ शोधणे हा माणसाचा प्रमुख प्रेरणास्रोत कसा असतो ते आपल्याला कळून येते...

अँडी हा संगणकासाठी आज्ञावली लिहिणाऱ्या एका मोठ्या कंपनीत माजी व्यवस्थापक आहे. त्याला वर्षाकाठी एकशे तीस हजार डॉलर्स एवढा मोठा पगार होता, शिवाय कंपनी देऊ करत असलेले सुट्ट्या, विमा, प्रवास खर्च इत्यादी अनेक फायदे होते. अनेक प्रांतांतील, संगणकासाठी आज्ञावली लिहिणारे लोक त्याच्या हाताखाली काम करत होते. परदेशात त्याचं ऑफिस होतं. त्यातलं काहीही आता उरलेलं नाही. कर्मचाऱ्यांची कपात करण्यात आलेल्या कपातीच्या वावटळीत अनेक उत्तम नोकरी असलेल्या पांढरपेशा वर्गातील लोकांप्रमाणेच त्याचीही नोकरी गेली. अजून तरी त्याला पूर्वीसारखा पगार, फायदे, प्रतिष्ठा आणि जबाबदारी असणारी नोकरी मिळालेली नाही. शेवटी उद्विग्न होऊन त्याला पूर्वीपेक्षा पुष्कळ कमी पगार असलेल्या नोकरीचा शोध घ्यावा लागला.

हलाखीच्या परिस्थितीत निकराचे उपाय करावेच लागतात. अँडी म्हणतो, 'ही निवड करत बसण्याची वेळ नाही. माझी नोकरी गेल्यापासून मी दुकानात दागिने विक्रेत्याचं काम केलं आहे, स्कीचा खेळ खेळण्याच्या जागी रोखपालाचे काम केले आहे. दोन्ही ठिकाणी मला ताशी केवळ आठ डॉलर्स एवढा पगार होता... सध्या मी गोल्फ खेळण्यासाठी लागणारी साधने विकायचं काम करतो आहे.'

मात्र, अँडीचे अस्तित्व हे हल्लीच्या हतबल करणाऱ्या, नोकरीतील उलाढालीच्या काळातील संकटात बचावलेला एक योद्धा एवढ्यापुरतं सीमित नाही. अशा लोकांबद्दल अँडीला अनुकंपा वाटत असली तरी, नोकरी गेलेल्या आणि त्यामुळे निकराचे प्रयत्न करावे लागत असलेल्या इतर पांढरपेशा माणसांसारखा तो उगाच बुडत्या काडीच्या आधारामागे धावत नाही. 'मी त्यांच्यापेक्षा वेगळा आहे', असं तो म्हणतो. तो उद्विग्नता, पैशाची काळजी, शरमिंदेपणा, वैफल्य अशा भावनांनी खच्ची होऊन जाणं नाकारतो. आपण पुच्छप्रगती करत आहोत असं त्याला वाटत नाही. आपण पुढे जात आहोत अशी त्याची धारणा आहे. त्याला गोल्फ खेळायचा छंद होताच. आपल्या हौशीशी निगडित असलेल्या व्यवसायात तो जातो आहे. सुरुवातीला त्याने गोल्फ खेळायच्या मैदानावर असलेल्या दुकानात मदतनिसाचं काम केलं. आता तो मॉलमधल्या खेळाच्या दुकानात गोल्फसाठी लागणाऱ्या साधनसामग्रीची विक्री करतो. सध्याच्या त्याच्या व्यवसायामध्ये त्याला अनेक सकारात्मक गोष्टी आढळतात.

"हल्लीचा माझा व्यवसाय साधाच आहे. त्यात माझ्या पूर्वीच्या नोकरीत

असलेली आव्हाने नाहीत हे खरं आहे; पण मी नम्रता शिकलो. गोल्फ मैदानावर येणाऱ्या अनेक व्यक्ती आवळलेल्या स्प्रिंगवर चालत असल्यासारख्या– घट्ट बांधून ठेवलेल्या अशा वाटतात. स्वतः गोल्फ मैदानावर खेळ सुरू करायच्या जागी उशिरा पोहोचल्यावर, मी त्यांच्या वतीने काही करावं असं त्यांना वाटतं. त्यांच्याशी व्यवहार करायला मला आवडतं, कारण एके काळी मी कसा होतो याची ते मला आठवण करून देतात.''

२००१ साली मोठ्या पदाची नोकरी गेल्यापासून अँडी बरंच काही शिकला आहे. ही परिस्थिती मनात निराशेचे काळेकुट्ट ढग निर्माण करणारी, आंतरिक पोकळी वाढविणारी होऊ शकली असती; पण अँडी त्यांना असलेल्या सोनेरी कडा बघायला शिकला आहे. तसे करताना त्याला जीवनातील खोल अर्थ गवसला आहे. उदाहरणार्थ– आता त्याला आपल्या कुटुंबाबरोबर पुष्कळ वेळ घालवता येतो, तो साऱ्या जगभर धावपळ करत फिरत नाही.

बाकी सारं काही समान असताना या धकाधकीच्या युगात, जो बेरोजगार माणूस आपलं नीतिधैर्य, आपला उल्हास टिकवून धरू शकतो, तो उदासीन आणि निरुत्साही माणसापेक्षा अधिक यशस्वी होऊ शकतो. दोघांनी अर्ज केलेल्या जागी उत्साह टिकवून धरलेल्या माणसाला नोकरी मिळण्याची अधिक शक्यता असते.

लहानपणापासून जेव्हा जेव्हा आयुष्यात काही बिनसलं आहे असं मला वाटायचं, तेव्हा तेव्हा एक आवाज माझ्या (ॲलेक्सच्या) डोक्यात घुमत राहायचा. 'दुसऱ्या कशावर तरी लक्ष केंद्रित कर' तो मला सांगायचा आणि मी तसं करायचो. पौगंडावस्थेत असताना एकदा मी घोड्यावर बसून उडी मारण्याच्या शर्यतीत भाग घेत असताना घोड्यावरून फेकला गेलो. अश्वारूढ होऊन पाण्यावरून उडी मारत असताना मी पाण्यात फेकला गेलो आणि घोडा माझ्यावर येऊन आदळला. मला अजूनही आठवतं. पाण्याखाली बुडालेला असताना माझ्या मनात; 'माझा घोडा बरा असेल ना? अजूनही शर्यत पुरी करता येईल का? सोमवारी शाळेत जायच्या आधी दिलेला अभ्यास पूर्ण करायला मला वेळ मिळेल का?' इत्यादी विचार आले होते. आपण जिवंत असल्याची खात्री करून घेण्यासाठी स्वतःला आपलं नाव वगैरे विचारल्याचंही मला आठवतं.

लहान वयात आपली स्थितिस्थापकता अधिक लवचीक असते. कुठलीही गोष्ट आपल्याला फार वेळ निराश ठेवू शकत नाही. एखाद्या गोष्टीवर लक्ष केंद्रित करायची आपली क्षमता सीमित असते. अनेक गोष्टींत आपल्याला रस असतो. भोवताली काय चाललं आहे हे जाणून घेण्यात आपण पूर्णपणे गुंतलेले असतो.

कोणी आपल्या भावना दुखावल्या, आपलं खेळणं हिसकावून घेतलं, आपली गोळी अथवा चॉकलेट खाल्लं तर इतर कशात तरी स्वतःला गुंतवायचं' हे आपल्याला सहजप्रेरणेने ठाऊक असतं. आपण रडतो-ओरडतो हे खरं आहे; पण ते रडणं-ओरडणं फार काळ टिकणारं नसतं. त्याच विचारात गुंतून राहणं; झालेल्या अन्यायाने आपल्या मनाचा पगडा घेणं हे स्वाभाविक नसतं. आपलं लक्ष लगेचच कुठेतरी दुसरीकडे जातं. आपल्याला उत्तेजित करणारे इतर काहीतरी पुढे असतेच. वय वाढतं तशा या साऱ्या कला कुठेतरी कोपऱ्यात ठेवल्या जातात. प्रौढ वयात आपण प्रत्येक गोष्टीचा चारी बाजूंनी विचार करायला शिकतो. तसं करणं उपयुक्त असतं हे खरं आहे; पण विचारातच गुंतून राहणं आणि नकारात्मक बाजूंवर लक्ष केंद्रित करून बसणं हे निरुपयोगी ठरतं.

लक्ष परिवर्तन, सतत स्वतःकडेच बघत राहण्याच्या प्रवृत्तीस आळा घालण्याचे काम करते.

आपण गुंतागुंतविरहित, सरळ - साधं, सुखी जीवन जगण्याची इच्छा करत असतो; परंतु संघर्ष हा जीवनाचा भाग आहे. जेव्हा आपण जगाने आपल्याला अपेक्षित असल्याप्रमाणे वागावे, दुसऱ्यांच्या विचारांवर आपला ताबा असावा, त्यांनी काय करावे आणि करू नये यावर आपल्याला नियंत्रण ठेवता यावे असे वाटते, तेव्हा संघर्ष निर्माण होतो. जेव्हा आपल्याला वाटतं तेच योग्य आहे, जगात न्याय नाही असं वाटतं आणि आपण तो न्याय जगात आणू पाहातो, तेव्हा संघर्ष निर्माण होतो. जेव्हा लोक आपल्याला नीट वागवत नाहीत, आपला मान ठेवत नाहीत किंवा आपण अन्यायाचे बळी झालो आहोत असं वाटतं, तेव्हा संघर्ष निर्माण होतो. या खऱ्याखुऱ्या अथवा काल्पनिक संघर्षावर आपण काय आणि कशी प्रतिक्रिया करतो ती आपल्याला आपल्या विचारांच्या पिंजऱ्यात अडकवण्याचे काम करू शकते. आपला वेळ आपण रागात, प्रतिकार करण्यात, आडमुठेपणे एका जागी बसून राहण्यात घालवतो, तेव्हा आपण आपल्या विचारांच्या पिंजऱ्यात अडकलेलो असतो. आपली ऊर्जा मुक्तपणे वाहू शकत नाही. त्याचा आपल्या आरोग्यावर, मनावर, शरीरावर व चैतन्यावर परिणाम होतो.

आपल्यापाशी दोन उपाय असतात. एक तर आपण राग आणि प्रतिकार यांना धरून बसू शकतो किंवा ते सोडू शकतो. ते सोडून द्यायचा व आपले लक्ष दुसरीकडे किंवा दुसऱ्या कुणावर तरी केंद्रित करण्याचा मार्ग पत्करल्यास आपल्या शारीरिक आणि मानसिक जखमा बऱ्या होऊ लागतात. नकारात्मक विचार आणि परिस्थिती यांवरून लक्ष काढून आपण ते सकारात्मक गोष्टींवर केंद्रित करू शकतो. तसे केल्याने आपल्या भावनांवर व विचारांवर आपल्याला ताबा मिळवता येतो, ताणतणाव

सैल होऊन विरघळू लागतो. लक्ष दुसरीकडे परावर्तित केल्यास आपल्याला आपल्या संकटातील मर्म कळून येते. आपण त्याकडे इतरांच्या दृष्टिकोनातून पाहू शकतो. आठवण ठेवा, प्रत्येक गोष्टीस तीन किंवा अधिक पैलू असतात. लक्ष परावर्तित केल्याने आपल्याला इतर पैलूंकडे पाहून आपल्या दृष्टिकोनात आणि आपल्या वागण्यात बदल करता येतो. अशा अर्थपूर्ण प्रक्रियेने आपला मनोविकास होतो. सीमित करणाऱ्या गोष्टींतून बाहेर पडून आपण नवीन निष्ठा स्थापू शकतो. लक्ष केंद्र परिवर्तनाचे तंत्र आपल्याला जीवनातील आणि व्यवसायातील निरुपयोगी गोष्टींकडे दुर्लक्ष करायला मदत करते, असे फ्रँकल सांगतात.

सकारात्मक गोष्टींवर लक्ष केंद्रित करा

अनेक वर्षांपूर्वी मी (ॲलेक्स) इलिनॉय प्रांतातील प्रांतीय मानसिक आरोग्य विभागात काम करत असतानाची एक आठवण येते. माझ्यावर शिकागो शहराच्या एका भागातील समाजकार्य करणाऱ्यांच्या कामात सुसूत्रता आणण्याचं काम सोपवलं गेलं होतं. त्याचबरोबर मनोरुग्णांसाठी असलेल्या एका प्रांतीय चिकित्सालयातील मानसोपचार केंद्रातही मी काम करत होतो. शिकागो महानगरपालिकेतील इतर मानसोपचार केंद्रांप्रमाणेच या केंद्रातही मनोरुग्णांचा खच्चून भरणा होता. त्यातील अनेक रुग्ण गंभीर मनोविकृतीने पछाडलेले असून अनेकदा ते हिंसक, आक्रमक बनायचे. आमच्या विभागात कर्मचाऱ्यांचा विलक्षण तुटवडा होता. अशा अनेक कारणांमुळे संघटित व असंघटित असे सारे कर्मचारी कामावरच्या समस्यांबाबत सतत तक्रारी करताना दिसायचे. मनोरुग्णांवर माणुसकीने नीट उपचार करण्याची अत्यंत गरज आहे हे आम्हाला कळत होते; पण परिस्थितीमुळे आम्ही तसं करायला असमर्थ ठरत होतो. खरं सांगायचं तर आम्ही त्यांच्यावर अपेक्षित गुणवत्तेच्या पातळीनुसार उपचार करू शकत नव्हतो. चिकित्सालय रुग्णांनी एवढं खचाखच भरलेलं होतं की, अनेकांना हॉलमध्ये जमिनीवर झोपवावं लागायचं. आपल्या आजारी बांधवांची नीट काळजी घ्यायची आमची नैतिक जबाबदारी आम्ही पार पाडू शकत नव्हतो. कर्मचाऱ्यांच्या तक्रारी सुरूच राहिल्या. ते वाढत्या प्रमाणात 'आजारपणाची रजा' घेऊ लागले; त्यामुळे परिस्थिती अधिकच चिघळली. व्यवस्थापन आणि पर्यवेक्षकवर्गात मोडणारे आमच्यासारखे कर्मचारी आपल्या कामांबरोबर इतरांचीही कामे करायला लागले. अनेकदा आम्ही अनेक पातळींवर काम करायचो. शेवटी याचा व्हायचा तोच परिणाम झाला. वाढत्या तक्रारींचं व प्रतिकाराचं रूपांतर संघटित कर्मचाऱ्यांनी संप करण्यात झालं.

माझी वरिष्ठ होती रिटा. ती होती एक नर्स आणि अनेक वर्षांचा अनुभव गाठीशी असलेली चिकित्सालयातील व्यवस्थापक. ती म्हणाली, ''बरं झालं त्यांनी

संप केला ते; पण काम तर चालू राहायलाच हवं. आता त्यांच्याशिवाय आपण काय करू शकतो ते बघू या.'' 'त्यांच्याशिवाय!' मी मनात म्हटलं. त्यांच्याशिवाय आम्ही काम कसं करणार होतो? परिस्थिती गंभीर आहे, समस्या सुटण्याची लक्षणे दिसत नाहीत. बहुधा परिस्थितीचं गांभीर्य रिटाच्या लक्षात आलेलं दिसत नाही. रिटाच्या बाबतीत तसं नव्हतं हे मला आता कळून चुकलं आहे. मला वाटलं त्यापेक्षा तिला खूप जास्त कळत होतं. पहिली गोष्ट म्हणजे तिने संपातून चांगलं काय निष्पन्न होऊ शकेल याकडे, काळ्या ढगाच्या रुपेरी कडांकडे पाहिलं. कदाचित आता व्यवस्थापनाकडून आपल्याला इतक्या दिवसांपासून हवी असलेली मदत मिळेल. दुसरी गोष्ट चिकित्सालयातील काम सांभाळायला मागे उरलेल्या कर्मचाऱ्यांत संकटसमयी सहकार्याची भावना कशी उफाळून आली, या निरीक्षणावर तिने भर दिला. बरोबर काम करताना आम्ही सारे एकमेकांना जवळून पाहू शकलो, अधिक चांगलं ओळखू लागलो; परिणामी, एकमेकांवर विसंबून राहू शकलो. व्हिएतनाम युद्धात रिटाने वैद्यकीय गटात काम केलं होतं. आमची परिस्थिती तिला तंबूत काम करणाऱ्या आघाडीवरील वैद्यकीय गटाची आठवण करून देणारी वाटली. त्या युद्धातून तावून-सुलाखून निघाली होती ती. येथेही तोच परिणाम घडून येईल याची तिला शंभर टक्के खात्री होती. काही पेशंटमध्ये आम्हाला आमच्या गरजेच्या वेळी मदत करण्याची क्षमता आहे हेदेखील तिने ओळखले. खरोखरच आम्हाला पेशंटनी मदत केली; त्यामुळे आमच्यात एक सुंदर दुवा निर्माण झाला. नेहमीच्या उपचार पद्धतीने साध्य झालं असतं ते सारं घडवून आणता आलं.

आमचं लक्ष सकारात्मक अनुभवांवर केंद्रित करत आमच्या समस्येत असलेली संभाव्यता आणि त्यातील अर्थही आम्ही पाहू शकलो. रिटाचे मार्गदर्शन आणि व्हिक्टर फ्रँकलच्या शब्दांत सांगायचं तर 'लक्ष परिवर्तन' करण्याची तिची क्षमता; त्यामुळेच आम्ही अतिगंभीर वाटणाऱ्या प्रसंगाने ढासळून गेलो नाही. साहजिकच आम्ही आजही रिटाबाबत कृतज्ञ आहोत.

सृजनशील लक्ष परिवर्तन

फ्रँकलनी म्हटल्याप्रमाणे, कल्पनाशक्तीचा वापर करूनदेखील आपण नकारात्मक परिस्थितीपासून आपले लक्ष परावर्तित करू शकतो. रॉबर्ट बेनिनी नावाचा एक नट आणि चित्रपट निर्माता आहे. कुठेही जावं न लागता प्रेक्षकांना एक मौजेची काल्पनिक सहल करायला न्यायची त्याची हातोटी व त्याच्या कल्पनाशक्तीची अचाट भरारी जगविख्यात आहे. त्याचा चित्रपट 'लाइफ इज ब्युटीफुल'ने जगभरात अनेक पारितोषिके व आंतरराष्ट्रीय ख्याती मिळवली आहे. गोष्ट आहे, आपल्या मुलाला नाझी नरसंहारक छळछावणीतील भीषणतेपासून वाचवायचा प्रयत्न करत

असलेल्या गाइडो नावाच्या एका ज्युइश बापाची. गाइडो आपल्या मुलाबरोबर कल्पनेत निर्माण केलेले खेळ खेळतो. खेळात छावणीतील मुलाला भयंकर वाटल्या असत्या अशा दुःखद गोष्टींना, खेळकर कल्पनारम्य रूप देत, मुलाचं लक्ष केंद्र परावर्तित करून, तो मुलाला सकारात्मक दृष्टिकोन देतो. परिणामी, गाइडो आपल्या मुलाला वाचवण्यात यशस्वी होतो. (काही समीक्षक या चित्रपटावर एका अत्यंत गंभीर घटनेचे अयोग्य आणि अनैसर्गिक रीतीने हलक्याफुलक्या प्रसंगात रूपांतर करून, भयानक घटनेवर विनोद केल्याचा आणि त्यायोगे त्यांचं गांभीर्य कमी केल्याचा आरोप करतात.) बेनिनीच्या या आनंदपर्यवसायी चित्रपटाचं आधार विधान आहे त्याच्या वडिलांनी नाझी छळछावणीत काढलेली खडतर भयानक दोन वर्षे. त्याचा पाया वस्तुस्थितीवर उभारलेला आहे.

बेनिनीच्या गाइडोप्रमाणेच व्हिक्टर फ्रँकलनेही छळछावणीत असताना आपल्या कल्पनाशक्तीच्या साह्यानेच असीम नैराश्याशी लढा दिला. आईबरोबर होणाऱ्या आपल्या पुनर्भेटीचे दृश्य ते डोळ्यांसमोर आणायचे, बायकोच्या पुनर्मीलनाची स्वप्ने पाहायचे. त्यांचा आवडता छंद जोपासण्याच्या, गिर्यारोहणाच्या कल्पनाजालात ते स्वतःला हरवून टाकायचे. गरम पाण्याने केलेली अंघोळ, भरगच्च भरलेल्या सभागृहात केलेलं भाषण अशा अनेक कल्पनाविश्वांत ते मनाला रमवायचे. त्यांच्या स्वतःच्या आशा-आकांक्षांनी त्यांना विषण्णतेच्या खाईत पडण्यापासून वाचवलं असं ते सांगायचे.

कैद्यांसाठी जेवण, अन्न हे विषय त्यांना उत्तेजक ठरणारे, त्यांना कल्पनाविलासाच्या सहलीला पाठवणारे असायचे. सुटका झाल्यानंतर काय काय खायचं याच्या कल्पना ते वारंवार करत. आपल्या कल्पनेत ते विशिष्ट पदार्थाला स्पष्टपणे पाहू - स्पर्शू शकत. त्यांना त्याची चव, गंध घेता येई. वर्षानुवर्षे सर्वांपासून दूर एकटे असलेल्या अंधाऱ्या दिवसांत खाद्यपदार्थांच्या, मस्त जेवणाच्या कल्पनांनी त्यांना तीव्र निराशेच्या खाईत पडण्यापासून वाचवलं, त्यांच्या आयुष्याला अर्थ दिला.

यातनामय व्यावसायिक परिस्थितीत सापडल्यावर आपल्यासमोर दोन मार्ग असतात. एक तर तो व्यवसाय सोडून देऊन त्यातून बाहेर पडायचं; नाहीतर करत असलेल्या कामात अर्थ शोधायचा. अगदीच हत्यारबंद नाझी पहारेकरी सतत तुमच्यावर नजर ठेवून, तुमची प्रत्येक हालचाल टिपत असेल तर गोष्ट वेगळी! नाहीतरी कामावर राहायचं की नाही हे ठरवण्याचं स्वातंत्र्य तुमच्याजवळ असतं. अर्थात, 'अर्थ शोधणे' याचा अर्थ कधीकधी कामावरील त्रासदायक वाटणाऱ्या गोष्टींवरून आपलं लक्ष इतरत्र वळवणे असाही होऊ शकतो. आपला व्यवसाय आपल्याला आवडणारा असला तरीही तेथील काही वाईट दिवस ताणतणावाचे अनुभव देणारेही असू शकतात. जेव्हा कामावरचा ताण अतिशय वाढतो, तेव्हा

आपण आपलं लक्ष कामावरून दुसऱ्या कशावर तरी केंद्रित करू शकतो. एखादी आवडती जागा, आवडतं काम, अगदी आवडतात असे गंधसुद्धा आपल्या मनाला दुसरीकडे नेऊ शकतात. आमच्या ओळखीच्या एका व्यक्तीने आपलं ऑफिस तिने जगभर केलेल्या प्रवासातील आठवणींच्या स्मरणचिन्हांनी सजवलं आहे. जेव्हा जेव्हा कामावरील ताण वाढायला लागतो तेव्हा तेव्हा ती आपलं लक्ष एखाद्या आवडीच्या सहलीच्या स्थानावर केंद्रित करते आणि 'स्टार ट्रेक' नावाच्या दूरदर्शनवरील एका कार्यक्रमात दाखवल्याप्रमाणे स्वतःला मनाने त्या जागी घेऊन जाते. असं केल्यामुळे तिच्या मनावरचा ताण हलका, शिथिल होतो. दुसरी एक व्यक्ती नौकानयनाच्या कल्पनेत बुडून जाते. सुवासिक अर्क नि गायन याचा वापर करून सारे डोळ्यांपुढे आणत त्या क्षणाशी एकरूप होते. ज्याचा तुम्हाला उपयोग होईल अशा कुठल्याही गोष्टीची, जागेचीं कल्पना तुम्ही करू शकता. अखेरीस ते तुमचे कल्पनाविश्व आहे. अल्बर्ट आइन्स्टाइनने म्हटले आहे की, 'कल्पनाशक्ती ही ज्ञानापेक्षा अधिक महत्त्वाची आहे.'

जेव्हा आपल्यासमोर असलेल्या समस्येवर- एखादा दडपशाही करणारा वरिष्ठ, भरकटत असलेला हाताखालचा माणूस, गुंतागुंतीच्या समस्या, तेच तेच करावं लागणारं कंटाळवाणं काम- तेव्हा आपण आयुष्यातील अर्थाकडे दुर्लक्ष करत असतो. ताण देणाऱ्या स्थितीपासून स्वतःला अलिप्त करता येण्याची आपली क्षमता आणि कल्पनाशक्ती वापरून, एखाद्या आवडत्या गोष्टीवर लक्ष केंद्रित करून, आपण आपल्या आयुष्यातील अर्थपूर्ण गोष्टींवर लक्ष केंद्रित करायचे स्वातंत्र्य पुन्हा हस्तगत करू शकतो... 'सर्जनशील विचलितता' याला व्हिक्टर फ्रँकल लक्ष परावर्तन (डी रिफ्लेक्शन) असं म्हणतात. ही कल्पना जेव्हा कामावर एखादं महत्त्वाचं सादरीकरण करणे किंवा एखाद्या निर्णायक बैठकीत भाग घेणे यासारखं महत्त्वाचं काही काम करायचं असतं, तेव्हा उपयोगी पडू शकते. स्वतःला शांत करत, खोलवर श्वास घेत, शरीराशी तन्मय होत आपण कुठल्यातरी सुरक्षित, मन प्रोत्साहित करणाऱ्या जागी आहोत अशी कल्पना करू शकतो. आपल्याला आता कोणती भूमिका बजावायची आहे, याचा विचार न करता स्वतःशी प्रामाणिक राहत स्वतःला अधिकाधिक बलवान बनवू शकतो. स्वतःला जाणीव असो किंवा नसो; असे केल्याने जरी त्या घटकेला समोरच्या प्रश्नाचं अगदी बिनतोड उत्तर माहीत नसलं तरीसुद्धा, आपल्यात एका तज्ज्ञ अधिकाऱ्याची हुकूमत येते. ती हुकूमत आपल्या प्रामाणिक अस्सल 'स्व'त्वाची असते. त्या गुणाला सगळेजण प्रतिसाद देतात, कारण साऱ्यात तो गुण समजून घेण्याची क्षमता असते. जेव्हा कुणी प्रामाणिकपणे मनापासून काही बोलत, करत असेल, तेव्हा आपल्याला ते समजतं आणि त्या बिनमुखवट्याच्या वातावरणात आपण चिंताविरहित स्थिती

अनुभवतो. मग ती व्यक्ती आपल्याला आवडते. जेथे आपल्याला स्वतःतील प्रामाणिकपणा जाणवतो, तेथून कल्पकतेने सुरुवात केली तर भूमिका बजावणाऱ्या पात्रातून बाहेर पडून आपण काम करू शकतो. त्यातून अस्सल नैतिक मूल्यांचा जन्म होतो आणि मग खऱ्या कामाला सुरुवात होते.

लक्ष परावर्तन करण्याची क्षमता आपल्याला वैयक्तिक तसेच व्यावसायिक जीवनात अधिक स्थितिस्थापक बनायला मदत करते; त्यामुळे आपला आत्मविश्वास-देखील वाढू शकतो, कारण आपल्या जवळ कठीण प्रसंगाशी सामना करायला एक विश्वासार्ह आणि विधायक मार्ग उपलब्ध असतो. असा दृष्टिकोन कामावरील; कुठल्या योजनेवर पैसे खर्च करायचे अशा लहान कामी किंवा नोकरी गेल्यावरचे संकट कसे हाताळायचे अशा मोठ्या संकटसमयी उपयोगी पडतो. आयुष्यात जे काही समोर वाढून येईल त्याला हाताळायची आपली क्षमता वाढते. आपण आपल्या समस्या काही काळासाठी विसरू शकतो आणि ज्यामुळे आपल्याला हलके वाटेल अशा गोष्टींवर लक्ष केंद्रित करू शकतो. स्वतःच्या विचारांच्या शृंखलात बद्ध न होता आपली अर्थाची जाणीव जागृत करून, जीवन संपूर्णपणे अनुभवू शकतो.

अंतर्मुख होताना

अर्थक्षण

हा 'मनोविहार' स्वाध्याय तुम्हाला लक्ष परावर्तन करण्याच्या कामी उपयोगी पडेल. हा स्वाध्याय तुमच्या कल्पनाशक्तीचा उपयोग करून, तुमच्या व्यावसायिक किंवा वैयक्तिक जीवनात असलेल्या समस्यांपासून इतरत्र नेऊन, तुम्हाला त्याबाबत सर्जनशील नवीन मर्मज्ञ दृष्टी देतो.

प्रथम एका कागदावर तुमच्या समोरील समस्या, अडचणी, कठीण परिस्थिती इत्यादींची नोंद करा. त्यानंतर तुमच्या अडचणींशी साम्य असलेल्या इतर अडचणींची नोंद करा. तसे करताना आपल्या कल्पनाशक्तीस भरारी घेऊ द्या. समस्येबाबत न्यायनिवाडा करण्याचं, आपलं मत मांडण्याचं टाळा. मनात त्यांचे एकमेकांशी दुवे जोडत, त्या प्रक्रियेतील आनंदाचा आस्वाद घ्या. तुम्ही तुमच्या समस्येपासून लक्ष इतरत्र वळवू इच्छित आहात हे लक्षात घेऊन एकमेकांपासून वेगळ्या असलेल्या काही समस्यांची नोंद करा. तसं करण्यास थोडी चालना मिळावी आणि मार्गदर्शन व्हावे म्हणून खालील वाक्यांतील रिकाम्या जागा भरून घ्या.

माझी समस्या आहे, ती अशी की, ——————————————
ती —————————— अशासारखी आहे.

उदाहरणार्थ : दोन वेगवेगळ्या संस्थांचे एकत्रीकरण, विलीनीकरण करायचं आहे. ते लग्न करण्यासारखं आहे. इथे आपल्या कल्पनेला स्वर सोडा.

आता लग्न करताना कोणकोणत्या गोष्टी कराव्या लागतील याची नोंद करा. नोंद केलेल्या काही गोष्टी तुम्हाला तुमच्या समस्येबाबत कार्य करताना तोडगा काढण्यासाठी मर्मज्ञ दृष्टी देण्यास उपयोगी पडू शकतील.

उदाहरणार्थ - लग्न झाल्यावर कुठे राहायचे याचा निर्णय घेणे हे संस्थांच्या एकत्रीकरणानंतर नवीन कार्यालयासाठी जागा शोधण्यासारखे आहे. वाङ्‌निश्चयाच्या वेळी कुणाला जेवायला बोलवायचे हे संस्थांच्या एकत्रीकरणाच्या वेळी कोणाला बोलवायचे यासारखे आहे.

मनोविहार स्वाध्याय तुम्हाला तुमच्या समस्येने पछाडले जाण्यापासून वाचवतो. पछाडले गेल्याने आपण नवीन उपाय शोधायला अक्षम होतो.

? अर्थ प्रश्न

* अडचणीच्या प्रसंगी आपलं लक्ष इतरत्र परावर्तित करण्यासाठी तुम्ही आपल्या कल्पनाशक्तीचा कसा वापर करता?
* जेथे आपल्या स्थितीत बदल करण्याचा प्रसंग तुमच्यावर आला होता, अशा प्रसंगाची कल्पना करा. आपल्या मनातील बदलाच्या भीतीस तोंड देण्यासाठी लक्ष परावर्तनाचे तंत्र तुम्हाला कसे उपयोगी पडू शकेल?
* इतरांना त्यांच्यावर आलेल्या कठीण प्रसंगात- उदाहरणार्थ आजार, बेरोजगारी, आर्थिक टंचाई -लक्ष परावर्तनाचे तंत्र शिकून त्यावर मात करण्यासाठी तुम्ही कशी मदत करू शकाल?

अर्थाला होकार

नवीन दृष्टिकोन मिळवून, आयुष्यातील सखोल अर्थ धुंडाळण्यासाठी मी लक्ष परावर्तनाचे तंत्र वापरीन.

९

स्वतःपलीकडे पाहत (मनो) विस्तार करा

'यशाला लक्ष्य बनवू नका. तुम्ही त्याला जेवढे जास्त लक्ष्य बनवाल, त्या मागे धावाल, तेवढे ते तुमच्या हातून निसटते. यश सुखासारखेच आहे. त्याचा पाठपुरावा करता येत नाही; ते मागोमाग यावं लागतं. केवळ स्वतःला आपल्याव्यतिरिक्त इतर कोणत्यातरी मोठ्या कार्यास वाहून घेतल्यावर किंवा स्वतःव्यतिरिक्त इतर कुणाशीतरी पूर्णपणे एकरूप झाल्यानंतरच, त्या कृतीचा अहेतुक परिणाम म्हणून ते मागे येते. यश आणि सुख घडवता येत नाही. ते घडावं लागतं. त्याची चिंता न केल्यामुळे तुम्ही त्याला घडू देता.'

'व्हिटा' दररोज माझी पत्रे मोठ्या हसतमुखाने मला आणून देते. तिचा तो प्रसन्न चेहरा जणू तिचे ओळखपत्र झाले आहे. शीळ घालत पत्राचे वाटप करताना मी तिला अनेकदा पाहिले आहे. एक दिवस अगदी वाईट हवामान असताना, आम्ही तिला शीळ घालत पत्र वाटताना पाहिले. न राहवून मी तिला हाक मारली अन् म्हटलं, 'इतकं छान काम करत असल्याबद्दल खरोखर धन्यवाद बरं का.' ती आश्चर्यचकित होऊन थबकली आणि म्हणाली, ''ओ हो! धन्यवाद असे शब्द ऐकायला मिळत नाहीत ना मला. खरेच बरे वाटले. कृतज्ञ आहे मी तुमची.'' तिच्याबद्दल अधिक जाणून घ्यायची आम्हाला जिज्ञासा होती. ''रोज रोज पत्राचे वाटप करूनही, एवढी उत्साही आणि आनंदी कशी राहू शकतेस तू?'' आम्ही तिला विचारले. ''मी काही नुसती पत्रे वाटत नाही. लोकांचा एकमेकांशी दुवा सांधायच्या कामी मी मदत करते. जणू आपण सामाजिक बंध निर्माण करायला हातभार लावतोय असे मला वाटते. शिवाय लोक माझ्यावर अवलंबून असतात ना? मला त्यांना निराश करायचे नाही.'' उत्तर देताना तिचा ऊर अभिमानाने आणि उत्साहाने फुलून आलेला दिसत होता.

व्हिटाचा तिच्या कामाबाबतचा दृष्टिकोन पाहून मला न्यू यार्क शहरातल्या

टपाल खात्याच्या इमारतीवर कोरलेल्या वचनांची आठवण झाली. 'हिमपात, पाऊस किंवा रात्रीची काळोखी खिन्नता, काहीही आमच्या टपाल वाहकास नेमलेल्या मार्गावरील त्याचे काम तत्परतेने पूर्ण करण्यापासून थांबवू शकणार नाही' – हे ते वचन. इसवी सनापूर्वी पाच शतके, 'हेरोडोटस' नावाच्या ग्रीक इतिहासकाराने लिहिलेले शब्द आहेत हे. 'धावत जात एका माणसाने दुसऱ्याच्या हाती देत पाठवलेले खलिते हे प्राचीन काळापासून अस्तित्वात असलेल्या संपर्क साधनेचे, माहितीची देवाणघेवाण करण्याच्या पद्धतीचे द्योतक आहेत; आजच्या आपल्या ज्ञानाचे देवघेव करणाऱ्या युगाचे ते मूळ आहे.'

दुर्दैवाने आजकाल अनेकदा पोस्ट खात्यातील कर्मचाऱ्यांना त्यांच्या कामातील नसलेल्या नैतिक मूल्याबद्दल अनेक तक्रारी ऐकून घ्याव्या लागतात. न्याय्य असो वा नसो, दुर्दैवाने आजकाल 'गोइंग पोस्टल' या शब्दाला नवीनच नकारात्मक रूप आले आहे. रटाळपणा, तोचतोपणा, थंडीवाऱ्याशी द्यावी लागणारी झुंज, आक्रमक कुत्र्यांशी पडणारी गाठ, चिडचिडे गिऱ्हाईक, अधिकृतपणे ठरवलेल्या कामाचा हिस्सा पूर्ण करायची शिरावर असलेली टांगती तलवार, यंत्रवत केलेले व्यवहार आणि या सर्व कारणांमुळे उफाळून येणारा राग या शब्दांतून व्यक्त होतो. सरतेशेवटी काम करणाऱ्या व्यक्तीस आपल्या दृष्टिकोनाबद्दल आणि इतरांनी केलेल्या तक्रारीवर त्यांच्या होणाऱ्या प्रतिक्रियेबद्दल जबाबदार राहावे लागते. व्हिटाच्या बाबतीत बोलायचे तर ती आपल्या जबाबदारीकडे गंभीरपणे पाहते. आपलं काम हे केवळ स्वतःच्या गरजेपेक्षा अधिक काहीतरी उच्च हेतुपूर्वक काम आहे, असा तिचा विश्वास आहे. आपल्या कामात तिला अधिक विशाल हेतू आढळतो. ते आयुष्यातील पवित्र कार्य आहे आणि तिचे जीवितकार्य तीच पार पडू शकते असा तिला विश्वास आहे. परिणामी, ती आपल्या कामात अर्थ भरून ते अर्थपूर्ण करते.

स्वतःपलीकडे पाहणे

आपली दृष्टी विस्तारित करून स्वतःपलीकडे पाहण्याची क्षमता ही मानवाला मिळालेली अनुपम देणगी आहे, असे व्हिक्टर फ्रँकल म्हणतात. मानवतेचे ते सार आहे असे वाटल्याचे त्यांनी त्यांच्या लोगोथेरपीमध्ये लिहून ठेवले आहे. माणूस असणे म्हणजे स्वतःपलीकडे इतर कुणावर तरी, कशावर तरी लक्ष केंद्रित करता येणे. त्यांनी आपल्या डोळ्यांचे उदाहरण देऊन या विधानाचे स्पष्टीकरण केले.

'एक प्रकारे तुमचे डोळे हे स्वतःपलीकडे पाहत असतात. विचार करा. भोवतालची सृष्टी पाहण्याची, ती जाणून घेण्याची डोळ्यांची क्षमता त्यांच्या स्वतःकडे न पाहता येण्याच्या क्षमतेवर अवलंबून आहे. आरशात स्वतःकडे

बघता येणे एवढाच या नियमात अपवाद आहे. ज्या क्षणी डोळे दिव्याभोवतालच्या तेजोवलयासारखे दिसणारे स्वतःचेच काही बघतात, त्या क्षणी ते काचबिंदू नावाचा नेत्रविकार पाहतात. जेव्हा मी अंधूकसे काही पाहतो, तेव्हा मी मोतीबिंदू नावाचा माझ्या डोळ्यांतील विकार पाहतो. निरोगी डोळे स्वतःचे कुठलेही अंग पाहत नाहीत. जेवढ्या प्रमाणात डोळे स्वतःकडे बघू लागतात तेवढ्या प्रमाणात बघता येण्याची त्यांची क्षमता कमी होते.''

निरोगी मानवी डोळ्यांप्रमाणेच, आपल्यातदेखील स्वतःपलीकडे पाहण्याची क्षमता आहे. या अनुपम क्षमतेचा वापर करणे ही आपली निवड आहे. फ्रँकलच्या जीवनापासून आणि त्यांच्या कार्यापासून आपण काही शिकू शकलो तर ते हे की, आपल्या क्षमतेची निवड करण्याची आपल्याला संधी असते. आपण स्वतःवरच लक्ष केंद्रित करून स्वार्थी बनू शकतो किंवा स्वतःपलीकडे बघत दुसऱ्यांच्या उपयोगी पडू शकतो. कुठल्याही मार्गाची निवड करणे ही संभाव्यता आपल्यात आहे; परंतु फ्रँकलचा विश्वास आहे की, केवळ स्वतःपलीकडे पाहण्यानेच आपण अंतिम अर्थ अनुभवू शकतो.

'छळछावणीतील या जिवंत प्रयोगशाळेत आणि या कसोटीच्या मैदानावर आपले काही सहकारी डुकरासारखे गलिच्छ, तर काही संतांसारखे वागताना आम्ही पाहिले आहेत. त्याचे आम्ही साक्षीदार आहोत. माणसात दोन्ही प्रकारे वागण्याची संभाव्यता, क्षमता असते. त्यातील कोणती साकार करायची हे परिस्थितीवर नव्हे तर आपल्या निर्णयावर अवलंबून असते.'

स्वतःपलीकडे पाहण्याच्या कल्पनेचे दुसरे उदाहरण साउथ आफ्रिकेतील 'उबंतु' नावाच्या संकल्पनेत आढळून येतं. झुलू भाषेत ही संपूर्ण संकल्पना, 'उबंतु नगुमन्तु नगब्न्तु' या शब्दांत मांडली जाते. याचं स्वैर भाषांतर, 'दुसऱ्या माणसातूनच माणसातील माणुसकी प्रतीत होऊ शकते, असं होईल. उबंतु हा शब्द नात्याबद्दल वापरलेला नाही हे लक्षात घेणं महत्त्वाचं आहे. ते आहेत माणुसकीबद्दल काढलेले उद्‌गार! आणि केवळ माणूसच दुसऱ्यातील माणुसकी ओळखून आणि तिच्याशी दुवा सांधून ती सिद्ध करू शकतो. व्हिक्टर फ्रँकलच्या मानवतावादी तत्त्वप्रणालीशी हे विचार मिळतेजुळते आहेत. मी म्हणेन की, 'उबंतु' म्हणजेच आपली माणुसकी. ही केवळ दुसऱ्याच्या तिच्या बाबतच्या प्रतिबिंबातूनच सिद्ध केली जाऊ शकते. या तत्त्वामुळे स्वतःपलीकडे जाणं शक्य होतं. थोडक्यात, आपल्यातील माणुसकीचं दर्शन व्हायला ती प्रतीत होऊ शकण्यासाठी आपण स्वतःपलीकडे पाहणं आवश्यक आहे, कारण आयुष्य प्रतिबिंबित आहे. दुसऱ्याशी जोडले जाण्यानेच आपण पूर्णपणे

स्वतः बनू शकतो. समाजात राहिल्याने आपल्याला आपल्यातील माणुसकीची, समाजातील सभासदत्वाची आणि अर्थाची सखोल जाणीव होते.

स्वतःपलीकडे जाता येणं या संकल्पनेमागील चिंतनशील विचारांचे महत्त्व समजून घेण्यासाठी, मी एक 'द एको' (प्रतिध्वनी) नावाची गोष्ट सांगतो.

आम्ही आमची कार वळणावळणांच्या एका रस्त्याच्या बाजूला उभी केली आणि पर्वतारोहणास आरंभ केला. आम्ही आता पर्वताच्या बाजूला असलेल्या खिंडीपाशी होतो. आपला प्रवास घाईने न संपविण्याची आमची इच्छा होती. जरा वेळ थांबून आम्ही आमच्या समोर असलेल्या देखाव्याचा आनंद घेत होतो.

समोर 'क्रीट'मधील सर्वांत उंच असलेल्या 'सिलोरितींस' नावाच्या पर्वतराजींची दिमाखदार शिखरे पसरलेली होती. यालाच माउंट 'आयडा' असेही म्हणतात. ग्रीक मिथकामध्ये या पर्वताला एक विशेष स्थान आहे. येथे 'झूस' नावाच्या देवाचा जन्म झाला आणि तो तेथे वाढला असे सांगण्यात येते. निसर्गाबरोबर राहणे किती शांतिकारक असते याबद्दल आम्ही एकमेकांबरोबर बोलू लागलो. दरीतून हलकासा प्रतिध्वनी आला असे वाटले. 'मी तुमच्यावर प्रेम करतो' आम्ही म्हणालो. पर्वतातून उत्तर आले, 'मी तुमच्यावर प्रेम करतो.' तो एक सुंदर, अर्थपूर्ण अनुभव होता. त्या क्षणी आम्हाला तो पर्वत आणि झूस देव काहीतरी विशेष शिकवत असल्यासारखे वाटले. आपल्या आयुष्यात आपण जे काही चिंतितो, बोलतो आणि करतो ते सारे कुठल्यातरी स्वरूपात, आपल्या आरोग्यात, एकमेकांशी असलेल्या आपल्या संबंधात, आपल्याला परत मिळते.

जे (दिले) जाते तेच परत येते असे म्हणतात. आपलं आयुष्य आपण इतरांबरोबर वाटून घेतलेल्या आपल्या विचारांचं, शब्दांचं आणि कृतींचं प्रतिबिंब असतं. आता क्षणभर थांबून विचार करा. तुम्ही तुमच्या प्रतिध्वनीकडे लक्ष देत आहात का? तुम्ही जीवनाला कोणती हाक घालता आहात आणि जीवन तुम्हाला कोणती साद देते आहे?

टेनिसपटू म्हणून गाजलेली अँड्रिया जॅगर आपला सारा मोकळा वेळ जगभरातील दवाखान्यांत असलेल्या आजारी मुलांना भेटण्यात घालवायची. मनापासून केलेल्या या भेटीगाठीमुळे अँड्रियामध्ये हळूहळू परिवर्तन होत होते. टेनिस खेळण्याचे दिवस संपल्यानंतर अँड्रियाने आपलं जीवन प्राणांतिक आजाराने व्यथित असलेल्या मुलांसाठी वाहून घ्यायचं ठरवलं. त्यांना जीवन उपभोगायची संधी मिळवून देणे हा तिचा उद्देश बनला. गंभीर व्यथेने पीडित असलेल्या मुलांना त्यांचे जीवन अधिक समृद्ध करायची संधी मिळवून देणे आणि हे कार्य दीर्घ काळपर्यंत चालू ठेवणे अशी तिची लांब पल्ल्याची योजना होती. तिने 'किड्स स्टफ फाउंडेशन' नावाची एक धर्मादाय संस्था स्थापन केली. आपले मित्र-मैत्रिणी आणि आधार देणाऱ्या इतर सहायक लोकांच्या

मदतीने तिने दवाखान्याव्यक्तिरिक्तच्या इतर जीवनाचा अनुभव घेण्यासाठी एका वेळी एक आठवडा असे करत जगभरातील आजारी मुलांना कोलोरॅडोमध्ये आणण्याचं काम सुरू केलं. हळूहळू देणगी म्हणून मिळालेल्या पैशातून खास या कार्यक्रमासाठी दहा एकर जमिनीवर वसलेली, 'सिल्वरलाइन रँच' नावाची वास्तू तयार झाली. तिथे आलेल्या मुलांची प्रत्येक वैयक्तिक गरज नीटपणे भागवणारी गावातील ही जागा सार्‍यांसाठी एक हृदयस्पर्शी वास्तू बनली आहे. 'एका वेळी एक मूल' या तत्त्वावर माझा विश्वास आहे असं ती म्हणते. पुढे ती असं सांगते की, जर तुम्ही एका मुलाच्या चेहर्‍यावर हसू फुलवू शकलात तर या जगातील तुमचं स्थान निश्चित होईल. मुलांचे मनोबल, त्यांचे व्यक्तिविशेष, त्यांच्या डोळ्यांत नि हृदयात आढळणारी आशा हे सारं पाहिलं की, तुम्हालाही बळ मिळतं. देणगी मागताना आलेल्या काही निराशावादी अनुभवांशी सामना करायला धीर मिळतो.

एन.बी.सी. दूरदर्शनवरील 'डेटलाइन' नावाच्या कार्यक्रमात अँड्रियाची मुलाखत घेण्यात आली. त्या वास्तूची पाहणी केल्यानंतर मुलाखत घेणारा वार्ताहर कौतुकाने भारावून गेला; त्याने "अँड्रिया, लोकांच्या मनात आपली स्मृती कोणत्या रूपाने टिकावी असं तुला वाटतं," असा प्रश्न विचारला. क्षणाचाही विलंब न लावता अँड्रिया उत्तरली, 'माझी आठवण ठेवायची मुळीच गरज नाही. लोकांनी या मुलांची आठवण ठेवावी हे मला हवंय.' जेव्हा आपण आपल्या व्यक्तिगत जीवनापलीकडे जगात अर्थ भरण्याचे काम करतो, तेव्हा आपल्याला मानवी हृदयातील चैतन्याची ज्योत सर्वांत अधिक तेजाने तळपत असलेली आढळते या उक्तीची प्रचिती येते.

क्षमाशीलतेचा मार्ग

अनेकदा ज्यांनी अत्यंत दुःख भोगलं आहे असे लोक आपले आदर्श बनतात. ते आपल्याला कटुता न ठेवता, आपल्या दुःखात बुडून न राहता, इतरांबरोबर क्षमाशील राहून जगायला शिकवतात. व्हिक्टर फ्रँकल, नेल्सन मंडेला, महात्मा गांधी, दलाई लामा, आंग सॅन सू ची या सर्वांनी आपल्या दुःखाचं परावर्तन इतरांसाठी काम करण्यात केलं. स्वतःपलीकडे पाहणं हे त्यांचं जीवनसाध्य बनलं.

स्वतःपलीकडे पाहून इतरांना क्षमा करणे हे अत्यंत कठीण काम असू शकते. व्हिक्टर फ्रँकलनी चांगलं उदाहरण घालून दिलं आहे. त्यांनी छळछावणीतील पहारेकर्‍यांना क्षमा केली. त्यांना त्यांच्याबद्दल अनुकंपादेखील वाटली. 'मॅन्स सर्च फॉर मीनिंग' या पुस्तकात त्यांनी एका एस. एस. ऑफिसर (छावणीतील क्रूर पहारेकरी) याची गोष्ट लिहिली आहे. हा पहारेकरी छावणीतील मुख्याधिकारी होता. या छावणीतून अखेरीस फ्रँकलची मुक्तता करण्यात आली होती. मुक्ततेनंतर फ्रँकलना कळलं की, हा पहारेकरी आपल्या स्वतःजवळील बराच पैसा खर्च करून

जवळच असलेल्या औषधांच्या दुकानातून छावणीतील कैद्यांसाठी औषधे आणण्याचे काम करत असे. 'सामुदायिक अपराधीपणाची बोच' (कलेक्टिव्ह गिल्ट) या कल्पनेचे फ्रँकल पुरस्कर्ते नव्हते. जेव्हा जेव्हा शक्य असेल तेव्हा तेव्हा त्यांनी अशा तत्त्वाला विरोध केला. दुसऱ्या महायुद्धानंतरच्या काळात तसं करणं हे लोकमान्य किंवा लोकप्रिय नव्हतं. सारे जर्मन, अगदी पुढच्या पिढीतील जर्मनसुद्धा हिटलरने केलेल्या कृत्यासाठी जबाबदार धरले जावेत, अशी तेव्हा अनेकांची धारणा होती.

नेल्सन मंडेला यांनीही जवळजवळ तीस वर्षांच्या कारावासानंतरही असाच क्षमाशीलतेचा मार्ग अनुसरला. आपल्यापैकी बहुतेकांनी व्हिक्टर फ्रँकल आणि नेल्सन मंडेलांनी त्यांच्या आयुष्यात अनुभवलेल्या दुःखाइतके भयंकर दुःख आणि आव्हान अनुभवले नाही. तरीदेखील आपण त्यांच्या आयुष्यापासून बरेच धडे घेऊ शकतो. नीट लक्ष देऊन पाहिल्यास क्षमाशीलतेच्या गाभ्यात अर्थपूर्णता वसते, हे आपण पाहू शकतो. जीवन दररोज आपल्याला स्वहितापलीकडे जाऊन पाहण्यासाठी साद घालत असते. आपल्याला काहीही भोगावं लागलं तरी आपली प्रतिक्रिया कशी असावी, हे ठरवण्याचे स्वातंत्र्य आपल्याकडे असते. आपण दुसऱ्याच्या अपराधाकडे बोट दाखवू शकतो; परंतु तसे केल्याने आपण स्वतःलाच बंदिस्त करून ठेवतो. याउलट फ्रँकल आणि मंडेला यांच्याप्रमाणे आपण क्षमाशीलतेचा मार्गदेखील स्वीकारू शकतो.

क्षमा करणे म्हणजे आपल्या स्वतःच्या दुःखालादेखील तिलांजली देण्यासारखेच असते. क्षमा केल्याने ज्याला क्षमा करतो त्याच्यापेक्षाही आपलंच अधिक हित होतं. आपण आपला भोग-राग-दुःख यांनाच कुरवाळत बसलो तर स्वतःची कीव करत स्वतःतच अडकून बसतो. ज्या बुरख्यातून आपण जगाकडे पाहतो त्या भावनांना खतपाणी घालून जिवंत ठेवणे, त्यांचे समर्थन करत राहणे आवश्यक होऊन बसते. तसं केलं नाही तर दुसऱ्याची - आपल्यावर अन्याय करणाऱ्याची - बाजू बरोबर असल्याचं सिद्ध होईल असं आपल्याला वाटतं. क्षमा करणं म्हणजे विसरून जाणं, अन्यायाकडे दुर्लक्ष करणं, त्याचं महत्त्व कमी करणं असा आहे असं आपल्याला वाटतं; पण ते तसं नसतं. क्षमा केल्याने आपण स्वतःला पोखरणाऱ्या भावनांच्या बंधनातून मुक्त होतो. जेव्हा आपण स्वतःपलीकडे जात राहतो; मग ते क्षमाशीलता, निःस्वार्थीपणा, औदार्य, विचारपूर्वक केलेली कृती असो किंवा इतरांना समजून घेण्याच्या आपल्या क्षमतेत असो; आपण जीवनातील अर्थाच्या एका आध्यात्मिक पातळीवर प्रवेश करतो, आपलं जीवन समृद्ध बनवतो. अनंत काळापासून साऱ्या आध्यात्मिक रूढींना या तत्त्वाचं मर्म कळलेलं आहे. जेव्हा आपण त्याचा अनुभव घेतो, तेव्हा आपण आपल्या विचारांच्या पिंजऱ्यात अडकलेले राहत नाही. कालांतराने आपण इतरांबद्दल अनुकंपा बाळगायला, त्यांच्या कृतीमागील दृष्टिकोन समजून

घ्यायला शिकतो. क्षमाशीलतेचा मार्ग अनुसरल्याने एका आगळ्यावेगळ्या अतर्क्य पद्धतीने आपण आपलं हित साधत आहोत, आपलं आयुष्य अर्थपूर्ण बनलं आहे हे आपल्या लक्षात येतं.

हडसन नदीवरील अद्‌भुत घटना

अनेक प्रसंग असे असतात की, जेव्हा स्वतःपलीकडे जाऊन कार्य करायचं आव्हान आपल्यासमोर ठाकतं. १५ जानेवारी, २००९ या दिवशी पंधराशे एकोणपन्नास नंबरचे उड्डाण, न्यू यॉर्कमधील लाग्वार्डिया हवाई अड्ड्यावरून शार्लेट, नॉर्थ कॅरोलिना येथे जायला निघाले. विमानाने उड्डाण केल्यानंतर थोड्याच मिनिटांनी कॅप्टन चेल्सी सलेनबर्गर (सली), याने हवाई अड्ड्याला संदेश कळवला की, एक मोठा पक्ष्यांचा थवा विमानासमोर आला आहे. अनेक पक्षी विमानाच्या इंजिनमध्ये ओढले गेले आहेत. परिणामी, विमानाची दोन्ही इंजिने निकामी झाली आहेत. हवाई अड्ड्यावरील वाहतूक नियंत्रकाने सलीला लाग्वार्डियाला परत ये, नाहीतर न्यू जर्सीतील जवळच्या हवाई अड्ड्यावर जा असा सल्ला दिला. इंजिन निकामी झाल्यामुळे, दोन्हीही शक्यता असंभव असल्याचे सलीने नियंत्रकास कळवले. 'आम्ही हडसन नदीवर उतरत आहोत' सलीने संदेश पाठवला.

विमान हळूहळू नदीतील थंडगार प्रवाहात बुडू लागले. किनाऱ्यावरील प्रेक्षकांनी, डोके शांत ठेवून प्रवासी आणि विमानातील कर्मचारी हे एकमेकांशी सहकार्य करून प्रत्येकाला बाहेर काढत असल्याचे पाहिले. त्यामध्ये एक तान्हे मूल आणि अपंगांसाठी असलेल्या चाकाच्या खुर्चीत बसलेली एक वृद्ध महिलादेखील होती. विमानातील प्रवासी, प्रत्येकाला लवकरात लवकर आणि सुरक्षितपणे बाहेर येता यावे म्हणून शक्यतोवर, गोंधळ न करता शांतपणे विमानाच्या दारातून आणि पंखावरील आणीबाणीच्या वेळी वापरायच्या घसरगुंडीमार्गे बाहेर पडत होते. हे सारं अतिशय दुष्कर परिस्थितीत चाललेलं होतं. बहुतेक प्रवाशांच्या अंगावर बाहेरच्या थंडगार पाण्यात उतरण्यासाठी योग्य असे कपडे नव्हते. अनेकांना विमान अपघातात घालतात तसे जॅकेट्स घालायला वेळ मिळाला नव्हता. काहीजण छत्तीस डिग्री फॅरेनहाइट तापमान असलेल्या पाण्यात पडले. ते काही क्षणांत तेथे गारठून मरण्याची शक्यता होती. सहप्रवाशांनी निःस्वार्थी धैर्य दाखवून, प्रसंगी स्वतःचा जीव धोक्यात घालून त्यांना पाण्याबाहेर काढले.

सली, त्याचा सहवैमानिक जेफरी स्काइल आणि विमानातील इतर कर्मचारी या साऱ्यांनी शांत राहून, असामान्य कौशल्य आणि गुणवत्ता दाखवली. सली स्वतः त्या विमानात वर-खाली फिरत प्रत्येक प्रवासी आणि कर्मचारी सुखरूपपणे बाहेर पडला आहे, याची खात्री करत होता. तो स्वतः विमानातून बाहेर पडणाऱ्यांतील

शेवटची व्यक्ती होता. आसपासचे, पाण्यावरची सुरक्षा राखणारे गार्ड्स, प्रवाशांची ने-आण करणाऱ्या नदीवरील बोटी आणि नावा साऱ्यांनी विमानातून बाहेर पडणाऱ्या प्रवाशांना वाचवायला मदत केली. अनेकांनी प्रवाशांना थंडीपासून वाचविण्यासाठी आपल्या जवळचे जॅकेट्स व हातमोजे दिले. विमानातील सारेच्या सारे प्रवासी आणि कर्मचारी सुखरूपपणे बाहेर पडू शकले. हे खरोखरच हडसन नदीवरील अद्भुत होते. त्या दिवशी आपण सारे कठीण, अशक्य वाटणाऱ्या प्रसंगी स्वतःपलीकडे पाहत, मानवी चैतन्याचे प्रदर्शन करत जीवनात अर्थ देऊ शकतो, हे दिसून आले.

सहकार्यातील चैतन्य

हडसन नदीवर त्या दिवशी दिसलेले सहकार्यातील चैतन्य इतरत्र पाहण्याची संधी मिळत नाही. दुर्दैवाने आजकाल अनेक लोक एकाकीपणा अनुभवतात. आपत्काली किंवा नित्याच्या गरजेसाठी ज्याच्याकडे धावून जाता येईल असं त्यांच्या आयुष्यात कोणी नसतं. कोणाशी निगडित असण्याऐवजी काही लोकांना स्वतःवरच अवलंबून राहायची वेळ येते. नाहीतर त्यांना परकीयांकडून मदत घ्यावी लागते अथवा एखाद्या संस्थेवर अवलंबून राहावे लागते. काही लोकांचं म्हणणं असं आहे की, दुवे क्षीण करणारे हल्लीचे जीवन हा तंत्र-विज्ञानाचा परिणाम आहे; परंतु आम्हाला वाटतं की, स्वतःवर भर देणारी वृत्ती त्याला कारणीभूत असावी. स्वतःच्या अधिकारांवर अवास्तव भर देणे हे हल्लीच्या एकटेपणाचं कारण आहे. परिणामी, आपला सारा समाज दुःखी आहे.

आपणा सर्वांमध्ये, सर्वांशी मिळून सहकार्याने काम करायची इच्छा असते. आपल्याला सामुदायिक चैतन्याची, गटातील चैतन्याची गरज आहे. मग तो गट दोन ते तीन व्यक्तींचा असो किंवा शेजाऱ्यापाजाऱ्यांचा किंवा संस्थेचा. सामुदायिक चैतन्याशी समरस झालेला असताना त्यातील ऊर्जा आपल्याला जाणवते, कळते; पण ती ऊर्जा म्हणजे नक्की काय आहे, याची व्याख्या करणं सोपं नसतं. 'सामुदायिक शक्ती' या विषयातील तज्ज्ञ खालील शब्दांत आपले निरीक्षण मांडतात. 'एका उत्तम गटाचा भाग असणे म्हणजे काय व कसे असते,' असा प्रश्न जर तुम्ही कुणाला विचारलात तर दिलेल्या उत्तरात ते स्वतःहून काही अधिक असलेल्या गोष्टीचा हिस्सा असणे, दुवा साधणे, कृतिशील, निर्मितिक्षम बनणे असे शब्द वापरतात. 'उत्तम गटाचा भाग असणे हा अनुभव त्यांच्या आयुष्यातील पूर्णपणे आणि कृतार्थतेने जगलेला असा काळ असतो, हे आपल्या लक्षात येते. काहीजण आपलं सारं उर्वरित आयुष्य त्या अनुभवाची पुनरावृत्ती करण्याच्या प्रयत्नात घालवताना दिसतात.'

गट कितीही लहान किंवा मोठा असो, त्यातील चैतन्य हे आपल्या प्रत्येकाच्या वैयक्तिक चैतन्याहून अधिक असते. गट आपल्याशिवाय असू शकत नाही. गटाचं

लक्ष्य काहीही असो, सहकार्याची भावना ही ध्येयाशी निगडित नसते, ती सर्वांनी एकत्र, एकजुटीने, काहीतरी करण्यातून निर्माण झालेली असते. तो प्रक्रियेचा भाग असतो. उत्पादन, फळ हे सारं मागून येतं. सामुदायिक चैतन्य जागृत असलं तर काहीही करणे शक्य असते. जेव्हा आपण एकमेकांचा आधार बनतो, एकमेकांशी देवाणघेवाण करतो, तेव्हा त्यातील खेळकरपणा आपल्याला एकमेकांच्या जवळ यायला मदत करतो. आपण प्रत्येकाचं तसेच संपूर्ण गटाचं चैतन्य वाढवायला मदत करतो. जेव्हा हे चैतन्य वाढलेलं असतं, तेव्हा आपण सारे दडपण झुगारून, प्रक्रियेचा आनंद घेऊ शकतो. चैतन्यात वाहवत जाऊन आपण अधिक आनंदी व खेळकर होतो. साऱ्यांची निर्मितिक्षमता वाढते आणि त्या तिथे कुठेतरी असणाऱ्या अर्थाच्या पाशाने आपल्याला स्थैर्य येते.

स्वतःपलीकडे

आपणा साऱ्यांना वैयक्तिक आणि व्यावसायिक जीवनात स्वतःपलीकडे बघत इतरांसाठी झटणाऱ्या व्यक्ती माहीत आहेत. तसं वागणं हा त्यांचा स्थायीभावच असावा असं वाटतं. त्यांच्या जीवनात स्वतःच्या वर्तनाने चांगली जडणघडण घालून देणारे आई-वडील, गुरू, वरिष्ठ लाभण्याचे सौभाग्य त्यांना प्राप्त झाले असेल. त्यांच्या स्वभावातील औदार्य त्यांच्या अनुभवांमुळे आलं असण्याची शक्यता आहे. कदाचित खडतर बाल्य अनुभवलेलं असल्यामुळे ते अनाथांचे पाल्य बनतात. कदाचित जीवनात भरपूर पैसा व सुस्थिती अनुभवल्यामुळे त्यांना त्याची परतफेड करावी असं वाटून ते शांतिसेनेत (पीस कोअर) सामील होतात. कदाचित व्यावसायिक जीवनात त्यांना अत्युच्च शिखर गाठता आलं असेल आणि तेथे हवं ते समाधान न लाभल्याने, अधिक अर्थमय जीवनाच्या शोधात ते फायद्याशिवाय काम करण्याऱ्या, इतरांची सेवा करणाऱ्या संस्थांमध्ये नोकरी करायला जात असतील. कदाचित व्यवसायाच्या उत्तुंग शिखरावर आपलं काम त्यांना फार आवडलं असेल आणि त्यामुळे ते इतरांना मदत करण्यास प्रवृत्त झाले असतील.

जीवनातला अर्थ शोधण्याचा मार्ग लहान आणि मोठ्या प्रसंगांत आढळतो. जेव्हा आपण स्वतःपलीकडे जातो, तेव्हा आपण जीवनातील अर्थाच्या एका आध्यात्मिक पातळीवर प्रवेश करतो. स्वतःपलीकडे जाताना आपण आपलं स्वतःचंच जीवन समृद्ध बनवत असतो. अनंत काळापासून साऱ्या अध्यात्मिक रूढींना या तत्त्वाचं मर्म कळलेलं आहे. हे गूढ केवळ अनुभवता येतं आणि जेव्हा आपण त्याचा अनुभव घेतो, तेव्हा आपण जीवनातल्या अर्थाच्या गाभ्याशी आलेलो असतो.

इतरांबरोबर सर्जनशीलतेने आणि कार्यक्षमतेने काम करत असताना अनुभवास आलेल्या अर्थाची खोली प्रगाढ असते. इतरांच्या हिताप्रीत्यर्थ काम करताना त्या

कामाला अत्यंत सखोल अर्थ प्राप्त होतो. त्यापासून आपल्याला मिळणारे समाधान असीम व अवर्णनीय असते. जेव्हा आपण स्वतःच्या वैयक्तिक गरजा भागवण्यापलीकडे जातो, तेव्हा आपण व्हिक्टर फ्रँकलनी वर्णिलेल्या 'अंतिम प्रयोजनाच्या' प्रांतात प्रवेश करतो. त्या अनुभवाला कुणी उच्चतम स्वत्वाशी, कुणी देवाशी, आपल्यातील चैतन्याशी, कुणी वैश्विक जाणिवेशी, कुणी प्रेमाशी तर कुणी सर्व कल्याणाशी दुवा जोडणे असे म्हणतात. नाव काही का असेना, तो अनुभव अतीव, अर्थपूर्ण, खोलवर समाधान देणारा आणि आपले आयुष्य पूर्णपणे बदलून टाकण्याची शक्ती असणारा असा असतो.

जेव्हा आपण केवळ स्वतःवर आणि स्वतःच्या गरजांवर लक्ष केंद्रित करतो, तेव्हा आपण स्वतःला आपल्या विचारांच्या शृंखलात अडकवतो. जेव्हा आपण आपले सारे आयुष्य स्वतःच्या समस्यांशी झटापट करण्यात घालवतो, स्वतःच्याच दृष्टिकोनातून जगाकडे पाहत राहतो, तेव्हा इतरांबरोबर अर्थपूर्णतेने संबंध जोडण्याची संधी आपण घालवत असतो. असा खोलवरचा अर्थ आपल्याला केवळ स्वतःच्या गरजा आणि इच्छांपलीकडे जाऊन इतरांसाठी झटतानाच मिळतो. असं करत असताना आपण इतरांबरोबर स्वतःलादेखील मदत करत असतो आणि त्या वेळी आपण खरोखरच आपल्या मूळ स्वत्वाशी एकरूप होतो.

अंतर्मुख होताना

अर्थक्षण

व्यावसायिक जीवनात जेव्हा त्या प्रसंगाशी, परिणामकारक रीतीने सामना करण्यासाठी, स्वतःला विसरून स्वतः पार जाण्याची गरज आहे, असे तुम्हाला वाटले, अशा एखाद्या घटनेची आठवण करा. कदाचित तुम्ही एखाद्या निकडीच्या कौटुंबिक प्रश्नात गुंतला असाल, कदाचित तुम्ही नेहमीपेक्षा वेगळ्या उत्तराची गरज असणाऱ्या एखाद्या खूप गोंधळलेल्या ग्राहकाच्या प्रश्नात गुंतला असाल; कदाचित ज्याच्या समाधानकारक उत्तरासाठी मनाचा तळ शोधायची गरज आहे अशा 'उद्योगधंद्याची समाजाविषयीची जबाबदारी,' यासारख्या प्रश्नात तुम्ही गुंतला असाल किंवा मुलांना मार्गदर्शन करताना उत्तरासाठी मनाचा तळ धुंडाळत असाल.

अशा समस्यांना तोंड देण्यासाठी तुम्ही स्वतः पलीकडे कसे गेलात?

तुमच्या जाणिवेत बदल झाल्यामुळे तुम्ही काही केलेत का? काय?

मागे वळून पाहताना तुम्ही त्यापासून काय शिकलात? विशेषतः आपल्या क्षमतेबद्दल तुम्ही कोणता बोध घेतला?

? अर्थ प्रश्न

* आपल्या वैयक्तिक जीवनात तुम्ही स्वतःव्यतिरिक्त इतर कशाशी तरी कसे बंध जोडता?
* एखाद्या विशिष्ट प्रसंगात तुम्ही स्वतःच्या रागात गुंतून राहिला आहात का? की तुम्ही त्यापलीकडे जाऊन क्षमाशीलता आणि अनुकंपा या प्रांतात पोहोचलात?
* आपल्या व्यावसायिक जीवनात तुम्ही स्वतःव्यतिरिक्त इतरांशी कसे वागता?

अर्थाला होकार

मी सखोल अर्थ शोधण्यासाठी स्वतःपलीकडे जाऊन मनोविस्तार करेन.

१०

गाभ्यातील अर्थ- जीवन

'जीवनातील अर्थासाठी केलेला मानवाचा शोध,
हा त्याच्या नैसर्गिक प्रवृत्तीचे दुय्यम समर्थन असून ती त्याच्या
आयुष्यातली प्राथमिक प्रेरणा असते.'

व्हिक्टर फ्रँकल याच्या शिकवणीत, त्यांच्या लोगोथेरेपी या उपचार पद्धतीत आणि अस्तित्वाविषयीच्या त्यांनी केलेल्या विश्लेषणात जीवन अर्थपूर्ण रीतीने कसे जगावे हे सांगणारी सात तत्त्वे प्रामुख्याने आढळतात.

१. निवडीचे स्वातंत्र्य आपल्या जवळ नेहमीच असते. आपला दृष्टिकोन निवडण्याच्या स्वातंत्र्याचा वापर करा. जीवनातील परिस्थितीवर नेहमी आपले नियंत्रण नसले तरीसुद्धा आलेल्या प्रसंगावर कशी प्रतिक्रिया करायची ते निवडण्याचे स्वातंत्र्य नेहमीच आपल्या जवळ असते.
२. आपल्या आयुष्यातील अर्थ धुंडाळण्याची जबाबदारी आपली असते आणि मानवी अस्तित्वासाठी अर्थाचा शोध अत्यंत आवश्यक असतो. कुठल्याही परिस्थितीत आयुष्यात अर्थ असतो. अर्थाची तळमळ साकार करा; म्हणजे आयुष्यात अर्थ असतो आणि तो आपल्याला सापडेल, हा विश्वास बाळगून त्याचा शोध घेणे.
३. आयुष्यातील प्रत्येक क्षणात अर्थ सापडू शकतो. स्वतःच्या आयुष्यातील प्रत्येक क्षणात अर्थ शोधणे हे महत्त्वाचे असते.
४. स्वतःच्या पायावर धोंडा पाडून घेऊ नका.
५. स्वतःकडे अलिप्ततेने पाहा.

६. लक्ष परिवर्तन करा आणि
७. स्वतःपलीकडे पाहायला शिका.

ही तत्त्वे आयुष्यातील प्रत्येक प्रसंगात अर्थ शोधण्यास मदत करतात.

अनेकांप्रमाणेच आम्हालाही व्हिक्टर फ्रँकल यांच्या शिकवणीचा अत्यंत उपयोग झालेला आहे. आमच्या वैयक्तिक आणि व्यावसायिक जीवनात अनेकदा आम्ही त्यांच्या कालातीत सुविचारांचा, विशेषतः त्यांनी सांगितलेल्या या सात तत्त्वांचा आधार घेतलेला आहे. ती शिकवण आणि आमचे स्वतःचे संशोधन यातून या पुस्तकात पुनःपुन्हा सांगितलेला महत्त्वाचा मुद्दा म्हणजे अर्थ हा आपल्या जीवनाचा (त्यात व्यावसायिक जीवनाचादेखील समावेश होतो.) पाया आहे. हा अर्थ समजून घेतल्याशिवाय आपण इतरांशी दुवे जोडू शकत नाही. आयुष्यात अर्थ कशामुळे येतो हे समजल्याशिवाय आयुष्याच्या नौकेला आपल्याला नीट दिशा देता येत नाही आणि आपण भरकटत जाऊन भलतीकडे आदळण्याचा संभव असतो. या दृष्टिकोनाचे महत्त्व समजून घेतल्याशिवाय आपण आयुष्यातील चढ-उतारांशी स्थितिस्थापकता बाळगून सामना देण्यास सक्षम होऊ शकत नाही.

अर्थहीनतेची आणीबाणी

पहिल्या प्रकरणात सांगितल्याप्रमाणे आज आपल्या जगात अर्थहीनतेचे संकट कोसळलेले दिसत आहे. अनेकांनी आम्हाला सांगितले की, त्यांना वाढत्या प्रमाणात एकटेपणा जाणवत आहे, आपले आयुष्य त्यांना समाधानकारक वाटत नाही, आयुष्याचे जणू ओझे होऊन बसले आहे; आयुष्याच्या शोधात त्यांच्या नात्यागोत्याचा, आरोग्याचा आणि समतोलपणाचा बळी पडत आहे. वैयक्तिक आणि व्यावसायिक जीवनात त्यांना आनंद व अर्थ सापडेनासा झाला आहे. नैराश्याचे प्रमाण वाढते आहे. वेगाने बदलणारे तंत्र-विज्ञान आणि संस्कृती यांच्याशी टक्कर देणे कठीण होऊन बसले आहे. आंतरिक आयुष्यात पोकळी जाणवू लागली आहे. परिणामी, स्व-विनाशक प्रवृत्ती वाढू लागली आहे.

'आज माणसाला धोका असेल तर तो तथाकथित अर्थहीनतेचा; त्याच्या आयुष्यात त्याला जाणवत असलेल्या त्याच्या अस्तित्वातील पोकळीचा. ही पोकळी केव्हा उसवते? ती प्रकट केव्हा होते? कंटाळवाण्या स्वरूपात ती जाणवते तेव्हा.'

आजच्या आधुनिक युगात, आपल्या राहणीमानात आणि आयुष्यात अनेक बाबतींत बऱ्याच सुधारणा झाल्या असूनदेखील बरेचजण फ्रँकलनी वर्णन केलेल्या अस्तित्वाच्या पोकळीत हरवून बसलेले दिसतात. ही पोकळी जणू प्रश्न विचारत

असते, आपण कशासाठी जगतो आहोत? या साऱ्याचा अर्थ काय आहे?

आम्ही सल्लामसलत करत असलेले बरेच लोक आणि संस्था आम्हाला सांगत आहेत की, हल्लीच्या संक्रमक जीवनात आमचे इतरांशी असलेले दुवे निखळत चालले आहेत. देशभर किंवा देशोदेशी फिरत असताना शेजाऱ्यापाजाऱ्यांशी, सामाजिक समूहांशी, धार्मिक संस्थांशी, राजकीय हेतूशी असलेले आपले दुवे सैल होताहेत; व्यवसायात, नोकरीत, आर्थिक जीवनात अस्थिरता जाणवते आहे; लहान मुले, भरकटत चाललेली पौगंडावस्थेतली मुले आणि शारीरिक किंवा मानसिक व्याधीने पछाडलेले वृद्ध यांची काळजी कशी घ्यावी याचे ओझे अनेकांना वाटत आहे. वाढत असलेली अंगावरील चरबी, कमी होत चाललेली ऊर्जा आणि नैराश्य यांनी अनेकजण पीडित आहेत. पुष्कळांना आपला देश चुकीच्या दिशेने चालला आहे असे वाटते आहे. दहशतवादी केव्हाही आपले आयुष्य ढवळून काढतील आणि मदतीसाठी कोणीही आसपास असणार नाही याची त्यांना काळजी वाटते आहे. भोवताली प्रेरणादायक व्यक्तींचा अभाव असल्याने जीवनात हेतू सापडेनासा झाला आहे. पिंजऱ्यात ठेवलेल्या हॅम्स्टर (उंदरासारखा एक प्राणी) सारखे आपण दिशाहीन गोल गोल फिरत आहोत असे त्यांना वाटू लागले आहे. वृद्ध लोक आपलं आयुष्यात काही चुकलं का किंवा काही वेगळं करायला हवं होतं का असा प्रश्न स्वतःला विचारू लागले आहेत.

हे आंतरिक रितेपण जाणवत असूनही त्याबाबत काय करावे हे कळेनासे झाले आहे. काहीजण नशापानासारख्या जीवनाला टाळू पाळणाऱ्या मार्गांचा अवलंब करत आहेत, काही आनंदी असल्याचा मुखवटा चढवून वावरत आहेत; तर काहीजण सारे काही केवळ उद्यावर ढकलायचा प्रयत्न करत आहेत. जरी ते पिंजऱ्यात नसले तरी त्यांना स्वतःचे आयुष्य हेच पिंजऱ्यासारखे वाटते. जाशुआकडे पाहा. वरवर त्याच्याकडे सारं काही असल्यासारखं दिसत आहे. चांगली नोकरी, प्रेम करणारी बायको, दोन निरोगी मुलं, थोडेफार लहानपणापासूनचे जवळचे मित्र, सारे काही आहे; तरीसुद्धा तो बायका-मुलांना सोडून 'विमानात बसून कुठेतरी निघून जावे, नोकरी बदलावी' अशा गोष्टी करू लागला आहे. त्याला आपल्या जीवनापासून वेगळे व्हायचे आहे. त्याच्यासारख्या इतर अनेकांना पळून जाण्याने पळवाट सापडणार नाही; त्याच्या समस्या, तो जाईल तेथे त्याच्या मागोमाग येतील, मग ते नवीन शहर असो की नवीन नोकरी! माणसाच्या आयुष्यात एक वेळ अशी येते की, थोडे थबकून, अस्तित्वाबाबत प्रश्न विचारण्याची आणि स्वतःचा विकास करण्याची गरज असते. एक म्हण आहे की, 'बदलाशिवाय विकास नाही आणि विकासाशिवाय बदल नाही.'

चांगली गोष्ट अशी आहे की, वेळोवेळी असे प्रश्न पडले तरी कायमचे पोकळीमध्ये अडकून राहण्याची गरज नाही. संकटावर उतारे असतात, समस्यांना

उत्तरे असतात. फ्रँकल म्हणतात त्याप्रमाणे, 'प्रत्येकाची स्वतःची अशी एक अंतःस्थ छळछावणी असते. माणूस म्हणून जगताना, क्षमाशील आणि सहनशील राहून आपल्याला तिच्याशी सामना करायचा असतो, माणूस या नात्याने आपण कोण बनणार हे ठरवायचं असतं.' अर्थाचा शोध ही माणसाची प्रथम प्रेरणा आहे असं म्हणणारे फ्रँकल हे काही पहिलेच विचारवंत नव्हते. हजारो वर्षांपूर्वी प्राचीन ग्रीक तत्त्ववेत्ते हेरॅक्लिट्स, सॉक्रेटिस, प्लेटो, ॲरिस्टॉटल इत्यादी अनेक विचारवंतांनी 'मानवाची अर्थाचा शोध घेण्याची आणि चांगले जीवन जगण्याची धडपड' याबाबत लिहून ठेवलेले आहे. प्लेटोचे एक प्रसिद्ध अवतरण आहे. मानवी प्रेरणेबद्दल तो म्हणतो, 'माणूस हा अर्थाच्या शोधात भटकणारा प्राणी आहे.'

आज अधिकाधिक लोक या अर्थाच्या शोधात भटकताना दिसतात. विशेषतः देशातील आर्थिक डबघाईच्या काळात, आम्हाला काहीतरी हेतुपूर्ण-अर्थपूर्ण काम करायला प्रेरणा हवी आहे, असं ते म्हणत आहेत. त्यांना स्वतःतील पूर्ण संभाव्यतेला साकार करत जीवन जगायचं आहे, त्यातील सखोल अर्थ शोधायचा आहे. 'परेड' या मासिकात, 'संकटकाळाचा परिणाम' या विषयावर लोकमताचं सर्वेक्षण करण्यात आलं होतं. त्या वेळी ६८ प्रतिशत लोकांनी 'अर्थपूर्ण आयुष्य जगणे' हे महत्त्वाचे असल्याचे सांगितले होते. याचा अर्थ असा नाही की, उरलेल्या ३२ प्रतिशत लोकांना आयुष्यातील अर्थ शोधण्यात गम्य नाही. अर्थ असा आहे की, सर्वेक्षण केलेल्यांतील दोन तृतीयांश लोक आयुष्य अर्थपूर्ण करण्याच्या बाबतीत जागरूक झाले आहेत आणि ते त्यांना महत्त्वाचं वाटतं आहे. याव्यतिरिक्त ८३ प्रतिशत लोकांनी आपल्याला 'आयुष्यात खरोखर काय हवं आहे याचा आपण पुनर्विचार करत आहोत' असे उत्तर दिले. आर्थिक आव्हानाला तोंड देतानाची ही जमेची बाजू असे त्याचे वर्णन केले जाते. दुसऱ्या शब्दांत सांगायचे तर जीवनात विशेषतः आर्थिक जीवनात मोठी उलाढाल होत असताना अनेक लोक आयुष्यातील 'अर्थाचा' शोध घेताना दिसत आहेत.

अर्थाची मीमांसा

प्लेटोने 'अपॉलॉजी' नावाचा लेख लिहिला आहे; तो सॉक्रेटिसने त्याला झालेल्या मृत्युदंडाच्या शिक्षेनंतर आपल्या विचारांच्या समर्थनार्थ सांगितलेल्या विचारांवर आधारित आहे. सॉक्रेटिस म्हणतो, 'ज्या आयुष्याचे नीट समीक्षण केलेले नाही ते आयुष्य जगण्यालायक नाही.' अस्तित्वाबाबत अर्थाची मीमांसा हा अशा समीक्षणाचा महत्त्वाचा भाग आहे. फ्रँकल म्हणतात की, प्रत्येक माणसाला खालील आकृतीत दाखविल्याप्रमाणे दोन परिमाणांवर स्वतःला प्रस्थापित करायचं स्वातंत्र्य आहे आणि ती त्याची जबाबदारीदेखील आहे.

आकृतीत दाखवल्याप्रमाणे क्षितिजसमांतर आडव्या रेषेत रेखाटलेल्या परिमाणावरून आपल्या संपूर्ण वैयक्तिक आणि व्यावसायिक जीवनात लोक यश (सकारात्मक) व अपयश (नकारात्मक) या दोन टोकांत कुठेतरी वावरत असतात असे दिसून येते. उभ्या काटकोनात रेखाटलेले परिमाण वेगवेगळ्या प्रमाणांत ते अर्थ (कृतार्थता, सकारात्मक) किंवा नैराश्य (नकारात्मक) देखील अनुभवतात हे दिसून येते. अर्थ म्हणजे त्यासाठी केलेल्या इच्छेची पूर्ती व नैराश्य म्हणजे निरर्थकतेचा अनुभव!

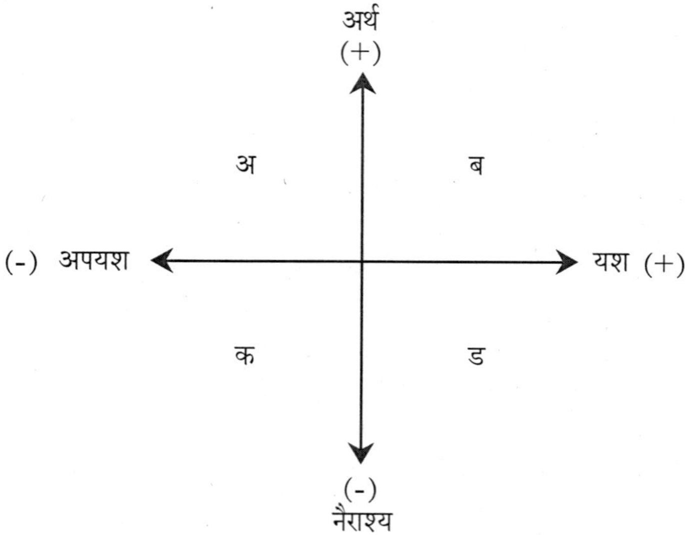

आयुष्यात प्रत्येकजण वेगवेगळ्या प्रमाणात वैयक्तिक आणि व्यावसायिक जीवनात यश-अपयश अनुभवतो आणि वेगवेगळ्या वेळी अर्थाबाबत वेगवेगळ्या प्रमाणांत जागरूक असतो. आता वरील चार चौरसांपैकी कोणत्याही चौरसात आणि दोन पक्षांपैकी कुठल्याही अक्षावर कुठेही ठेवता येईल अशा लोकांकडे पाहू या. उदाहरणार्थ- श्रीमंत आणि कंपनीतील यशस्वी व्यवस्थापक. यशस्वी असला तरी त्याचा व्यवसाय त्याला समाधानकारक वाटत नसेल आणि जीवनात अर्थ नाही असं त्याला भासत असेल तर त्याला 'ड' चौरसात ठेवता येईल. आता अशा वर्गात बसणाऱ्या व्यावहारिकदृष्ट्या यशस्वी असलेल्या पण तरीही अविकसित, नैराश्याने पछाडलेल्या, समाधान नसणाऱ्या, आंतरिक पोकळीचा अनुभव घेत असणाऱ्या लोकांबद्दल विचार करा. आपण सारे अशा चौरसात बसणाऱ्या लोकांना ओळखतो किंवा त्यांच्याबद्दल ऐकून असतो. ते केवळ उद्योगधंद्यातील बडी धेंडे आणि क्रीडा

क्षेत्रातील चमकते तारेच असतात असे नसून ते आपले सहकारी, वरिष्ठ, मित्रगण, शेजारी अगदी आपले कुटुंबीयदेखील असतात याबाबत विचार करा.

उलटपक्षी सामाजिक परिमाणानुसार आणि रूढ अर्थाने ज्यांना यशस्वी असं बिरुद मुळीच लावता येणार नाही अशा कमी पैशात किंवा पेन्शनवर कशीबशी गुजराण करणाऱ्या; परंतु आपल्या जीवनात आणि व्यवसायात समाधानी असणाऱ्या लोकांबद्दल विचार करा. ते कदाचित कमी पगार देणाऱ्या आणि कमी प्रतिष्ठेच्या नोकरीत काम करत असतील; नाहीतर अनामिक रीतीने कुठल्यातरी कार्यासाठी स्वयंसेवक म्हणून झटत असतील. वरील आकृतीत आपण त्यांना 'अ' चौरसात कुठेतरी पाहू शकू. तुम्ही या चौरसात कुणाला बसवाल?

आकृतीतील 'ब' चौरसात बसणारे लोक असे असतात की, जे व्यावहारिकदृष्ट्या यशस्वी तर असतातच; पण त्यांचे जीवनदेखील अर्थपूर्ण असणारे असे असतात. टॉम चॅपेलच्या गोष्टीची आठवण करा. तो किती परिणामकारक रीतीने आकृतीतील उभ्या रेषेवर दर्शविलेल्या अर्थाच्या बिंदू-बिंदूकडे मार्ग आक्रमित गेला आणि आडव्या क्षितिजसमांतर रेषेवरील यशाच्या बाजूला वळला ते पाहा. क्रिस्तोफर रिव्ह आणि डाइना यांच्या प्रेरणादायक जीवनाची गोष्टही विसरू नका. 'ब' चौरसामध्ये बसणारे असे अनेक लोक आहेत. उद्योगधंदा, क्रीडाक्षेत्र (अँड्रिया जॅगरला आठवा) सरकारी क्षेत्रात काम करणारे, राजकारणी अशा समाजातील प्रत्येक भागात, समाजाच्या प्रत्येक अंगात ते आढळून येतात. याउलट 'क' चौरसातील व्यक्ती अपयशी व नैराश्याने ग्रासलेल्या अशा असतात. त्यांना रितेपण जाणवत असतं.

वरील आकृती आपल्या जीवनाचे रेखाटन असल्याचे तुमच्या लक्षात आलेच असेल. तुमच्या स्वतःच्या आयुष्याच काय? तुमच्या व्यावसायिक जीवनाचे काय? या द्विमिती चित्रात तुम्ही स्वतःला कुठे बसवता? आणि या चित्रात तुम्हाला कोणत्या जागी असायला आवडेल? तुम्ही आपल्या जीवनात यशाची व्याख्या काय कराल? काही लोक म्हणतील की, मला पैशाची श्रीमंती हवी आहे; परंतु खोल डोकावून पाहिल्यास आपल्या लक्षात येईल की, बहुतेकांना स्वातंत्र्य, हेतू, आरोग्य आणि इतरांशी असलेले दुवे हे हवं असतं. थोडक्यात, त्यांना अर्थपूर्ण जीवन हवं असतं. जेव्हा आपण यशाची व्याख्या केवळ पैशाच्या संदर्भात करतो, तेव्हा आपण आपल्यातील माणुसकीची किंमत कमी करतो. केवळ पैशाच्या आणि वस्तूंचा मागोवा घेताना आयुष्यातील खऱ्या प्रवासाला आपण मुकतो. अर्थ माणसाच्या आयुष्याचा गाभा आहे. जेव्हा आपण स्वतःला ओळखण्यासाठी वेळ काढतो आणि आपल्यातील स्वत्वाला सन्मानित करतो, तेव्हा आपण अर्थाच्या गाभ्यात खोलवर जातो. व्हिक्टर फ्रँकलनी १९५३ साली लिहिलेल्या एका पत्रात म्हटले आहे, 'असे म्हणतात की, इच्छा असेल तिथे मार्ग असतो; त्यात भर घालून मी म्हणेन की,

जिथे लक्ष तिथे इच्छा!' व्हिक्टर फ्रँकलनी संदर्भ दिलेली इच्छाशक्ती तुमच्यात आहे का? तुमच्या समोर काही ध्येय आहे का? ते तुम्हाला वरील आकृतीतील आडव्या आणि उभ्या कक्षात कुठे नेते आहे? तुमच्या जीवनात व्यवसायाचे काय स्थान आहे? तुम्हाला कोणत्या प्रकारचे काम खरोखर महत्त्वाचे आणि अर्थपूर्ण वाटते? जीवनाला वळण देणाऱ्या सीमित संरचना आणि ज्याचा भाग बनता येईल असे थोडे समुदाय भोवती असताना, आपल्याला आयुष्यात काय हवं आहे हे जाणून घेणं आणि त्याच्यासाठी प्रयत्न करणं हे आयुष्यातील अर्थ शोधण्यासाठी अधिकच महत्त्वाचं असतं.

'अर्थाचे' शास्त्र

आम्ही अर्थ शोधण्याच्या कामामध्ये स्वतःच्या संशोधनाने 'अर्थाचे शास्त्र' (अर्थशास्त्र नव्हे) नावाच्या लेखनाची भर घातली आहे. अर्थाचे शास्त्र याची व्याख्या आम्ही 'वैयक्तिक, व्यावसायिक आणि सामाजिक जीवनात अर्थाचा वापर करण्यास लागणारा अभ्यास' अशी केलेली आहे.

आमचे आघाडीवरचे संशोधन, परीक्षणे, शैक्षणिक अभ्यासक्रम आणि योजनाबद्ध सल्ला या साऱ्यांमुळे या उगवत्या क्षेत्रात आम्ही सक्षम असल्याचा आम्हाला विश्वास आहे. आम्ही याला 'अर्थासाठी केलेली चळवळ आहे', असं समजतो. साऱ्यांसाठीच अधिक अर्थपूर्ण मार्गाची वाट दाखवणे हे आम्ही आमचे ध्येय ठरवले आहे. जरी या पुस्तकात व्हिक्टर फ्रँकलनी नमूद केलेली लिहिलेली सात तत्त्वे, त्यांनी सुरू केलेली लोगोथेरपी उपचार पद्धती आणि अस्तित्वाबद्दलचे त्यांचे विश्लेषण समजून घेण्यास मदत करते; तरीसुद्धा हा अभ्यासक्रम व्यक्तिगत आणि सामुदायिक जीवनात आचरणात आणण्यासाठी अधिक स्पष्टीकरणाची आणि मार्गदर्शनाची गरज आहे, असे आम्हाला वाटले. शक्यतो या विषयातील गहनता कमी करून आणि आचरणात आणण्यासारख्या विशिष्ट गोष्टी सुस्पष्ट व अधोरेखित करून मथितार्थ साऱ्यांना कळेलसा करावा हे आमचे ध्येय आहे.

विषयाच्या व्याख्येपासून सुरुवात करू या. बहुतेकजण अर्थ हा शब्द रोजच्या संभाषणात वापरतात; परंतु पुष्कळदा त्यांना नक्की काय म्हणायचं आहे हे, ते सुस्पष्ट करत नाहीत. काहीजण अर्थ आणि हेतू यात गफलत करतात. दोन्हींतला फरक ते सांगत नाहीत; तर इतर काहीजण अर्थ या शब्दाचा अर्थ 'मानसिक अवस्था', 'व्यग्र अथवा गुंतून राहणे' किंवा 'आपल्या बलस्थानाचा वापर करणे' असा करतात. अशा व्याख्या सीमित करणाऱ्या आणि व्यवहारांत विशेषतः उपयोगी न पडणाऱ्या आहेत असे आम्हाला वाटते. काही लोक अर्थ म्हणजे काहीतरी महत्त्वाचे किंवा ज्याचे आपल्या स्वतःला महत्त्व वाटते असे असा करतात. या

शेवटच्या दोन व्याख्यांशी आम्ही सहमत आहोत; परंतु आम्हाला त्याहूनही अधिक खोल जाऊन लोगोथेरपी किंवा अस्तित्वासंबंधात जडत्वापलीकडे जायचे आहे. आम्ही अर्थ या शब्दाची व्याख्या. 'जे आपल्या स्वतःच्या खऱ्याखुऱ्या स्वभावाशी जुळते, आपल्या मनाच्या तारा छेंडते, ते' अशी करत आहोत. उदाहरणार्थ– एखादी गोष्ट आपल्याला महत्त्वाची वाटते, कारण ती आपल्यातील खऱ्याखुऱ्या स्वत्वाची ओळख परावर्तित करते.

व्याख्या सुस्पष्ट केल्यानंतर रोजच्या आयुष्यात आपण कसा अर्थ भरू शकतो ते पाहू या. व्हिक्टर फ्रँकलप्रमाणेच आम्हालाही वाटतं की, अर्थ विश्वात भरलेला आहे. आपलं काम आणि आपली वैयक्तिक जबाबदारी आपल्या आयुष्यातील अर्थ शोधून काढणे ही आहे. आमचा अनुभव आणि संशोधन यांतून आम्हाला प्रत्यय आला की, अर्थ या संबंधात तीन सर्वसामान्य गोष्टी आढळतात. एकत्रीकरण, सरलीकरण आणि तिसऱ्या ते नवव्या प्रकरणात सांगितल्याप्रमाणे लोगोथेरपीतील सात तत्त्वांचे पालन. या तीन सर्वसामान्य गोष्टी एका नव्या चौकटीत बसवल्या तर एक अभिनव वैचारिक नमुना तयार करता येईल. इंग्लिश भाषेतील आद्याक्षरे वापरून आम्ही याला 'ओ पी ए' असे म्हटले आहे.

ओ = (अदर या शब्दाचे पहिले अक्षर) म्हणजे इतर. - इतरांशी अर्थपूर्ण दुवे जोडणे.

पी = (परपज या शब्दाचे पहिले अक्षर) - म्हणजे हेतू - हेतुपूर्वक व्यग्र राहणे.

ए = (ॲटीट्यूड या शब्दाचे पहिले अक्षर) - म्हणजे दृष्टिकोन - जीवनास दृष्टिकोनासह आलिंगणे

(कल्पनाशक्ती वापरून याचे मराठीकरण करता येईल.)

वरील मंत्र लक्षात ठेवायला सोपा आणि व्यावसायिक तसेच व्यावहारिक जीवनात वापरून अर्थाचा शोध घेता येईल असा आहे.

'रोजच्या जीवनात आणि व्यवहारात आनंद धुंडाळणे' या आमच्या पुस्तकात, 'ओ पी ए मार्ग' हा मंत्र ग्रीस देशातून प्रवास करताना, ग्रीक संस्कृती, तत्त्वज्ञान आणि मिथक यांचा आढावा घेताना आम्हाला कसा सुचला ते सांगितले आहे. वरील मंत्रात उल्लेख केलेल्या तीन गोष्टी, त्याच्याशी जुळणाऱ्या नऊ विधी पद्धती आणि सत्तावीस मार्ग याची रूपरेषा दर्शवली आहे. त्याचे वर्णन खाली देत आहोत. हे सारे व्हिक्टर फ्रँकलनी अधोरेखित केलेल्या लोगोथेरपी आणि अस्तित्वाबाबतच्या विवेचनाशी मिळतेजुळते आहे.

ओ - इतरांशी अर्थपूर्ण दुवे जोडणे

गार्डियन मासिकात लिहिलेल्या अलीकडच्या एका लेखात हल्ली पौगंडावस्थेत असलेल्या मुलांना ज्यांच्याशी तोंड द्यावे लागत आहे, अशा आव्हानात्मक गोष्टींचे वर्णन केलेले आहे. जरी हल्लीच्या पौगंडावस्थेतल्या मुलांचे (१३ ते १९ वर्षे या गटातील म्हणजे 'टीनएज'मधील) वर्णन 'स्मार्टफोन वापरणारी पिढी', झी पिढी, के पिढी इत्यादी शब्दांत केलं जात असलं तरी, शाळेतल्या कामाचे ओझे, आपण कसे दिसतो याची काळजी इत्यादींमुळे ही मुले अतिशय ताणतणाव असलेली आणि कुणावर विश्वास ठेवू न शकणारी अशी आहेत असे संशोधन सांगते. आपल्या आई-वडिलांना आर्थिक अस्थिरतेशी झगडा करताना पाहिल्यामुळे, मुलाखत घेतलेल्यांपैकी ७९ प्रतिशत मुले आपल्याला नोकरी मिळू शकेल का आणि बहात्तर प्रतिशत मुले कर्जाबाबत काळजी करताना दिसतात. केवळ सहा टक्के मुलांनी आपला मोठ्या कंपनीवर विश्वास आहे, ते योग्य वर्तन करतील असे उत्तर दिले आणि केवळ दहा टक्के मुलांनी आपला सरकारवर विश्वास असल्याचे सांगितले. व्यापारी, उद्योजक संस्था आणि सरकार दोन्हीही सर्वसाधारण लोकांची काळजी करत नाही; असेही मत त्यांनी व्यक्त केले.

आमच्या संशोधनातील आणखी एक महत्त्वाचा भाग म्हणजे जरी या पिढीला तंत्रविज्ञान महत्त्वाचे आहे असे म्हटले जाते, तरीसुद्धा ८० टक्के मुलांनी आपण दूरचित्रवाणी किंवा संगणकाऐवजी प्रत्यक्ष मित्रांबरोबर वेळ घालवणे पसंत करतो, असे सांगितले. ही पिढी आपल्याला वाटले त्यापेक्षा अधिक एकाकी आहे, त्यांना इतरांशी प्रत्यक्षात दुवे जोडण्याची आस आहे असे दिसून आले. 'माणूस हा समाजप्रिय प्राणी आह' या सॉक्रेटिसच्या उक्तीचा प्रत्यय आला. आपल्या साऱ्यांना समाजाचा भाग बनून परस्परांच्या संपर्कात राहण्याची आस असते.

ओ पी ए मंत्रात दाखवल्याप्रमाणे इतरांशी दुवे जोडणे हा मंत्राचा पहिला भाग आहे. आपला समूह - ज्याला अनेकदा आपलं गाव असं म्हटलं जातं - याची व्याख्या थोड्या कौटुंबिक व्यक्तींपासून ते शेजाऱ्यापाजाऱ्यांच्या समूहापर्यंत किंवा सारे शहर आणि देशापर्यंतदेखील करता येईल. आपला समाज हा त्यातील व्यक्तींच्या आकड्यांनी बनलेला नसून त्यातील व्यक्ती स्वतःच्या निवडीने ज्या तऱ्हेने एकमेकांशी निगडित राहून चैतन्य निर्माण करतात, त्याने बनलेला असतो. परस्परांशी असलेल्या दुव्यांचा अभाव ही अर्थाची आणीबाणी निर्माण करण्यास बऱ्याचअंशी कारणीभूत होते. समाजापासून विलग राहिल्याने आपण अत्युत्तम बनू शकत नाही. कुठल्याही समाजाचं टिकून राहणं हे त्यातील सभासदांच्या परस्परांशी असलेल्या दुव्याच्या बळकटीवर अवलंबून असतं. कोणी समाजाचा कृतिशील सभासद असो किंवा त्यापासून विलग राहणे पसंत करो; दोन्हीही कृती सकारात्मक

अथवा नकारात्मक रीतीने समाजावर परिणाम करतात. समाज त्यातील प्रत्येक सभासदाच्या व्यक्तिगत चैतन्याच्या बेरजेपेक्षा अधिक असतो, कारण त्याचे चैतन्य, परस्परांबरोबर केलेल्या साऱ्यांच्या एकत्रित कृतीवर अवलंबून असते.

जेव्हा आपण स्वतःवर आणि इतरांवर विश्वास ठेवतो, तेव्हा आयुष्यातील अर्थास बळकटी येते. याउलट जेव्हा आपण इतरांचा आदर करू शकत नाही किंवा सामायिक हितसंबंधांबद्दल एकमत करू शकत नाही, तेव्हा आपण आपल्या स्वतःचं आयुष्य सखोल, अर्थमय करण्याच्या संधी कमी करतो. तुमचे कुणाशी मतभेद असले तरीसुद्धा त्यांचा आदर करणे हा आपल्या आयुष्यातील अर्थाच्या शोधाकडे नेणारा मार्ग आहे. जेव्हा आपल्याला इतरांची, इतरांच्या आवडीनिवडीची कल्पना येते, तेव्हा आपण भोवतालच्या जगाच्या आपल्या सीमा विस्तारित करून इतरांशी संबंध जोडू शकतो. संघर्षाच्या वेळी, स्वतःच्या मुद्द्यावर अडून बसून, इतरांचे दोष दाखवून त्यांना मूर्ख ठरवण्याऐवजी, थोडसं थांबून इतरांच्या वागणुकीमागील कारण शोधणे महत्त्वाचे असते. अनेकदा इतरांचे दोष दाखवण्यात मग्न असलेली व्यक्ती स्वतःच्या दोषांकडे बघण्याचे टाळत असते.

समाज लहानलहान संभाषणाने बनवला जातो. सखोल अर्थ शोधण्यासाठी आपल्या समाजात दररोज नवे दुवे निर्माण करणे गरजेचे असते. मैत्रीसाठी हात पुढे करत, नवीन संभाषणाची सुरुवात करत आपण इतरांना 'मी स्वतःपलीकडे पाहतोय' हे दाखवू शकतो. तसे केल्याने, माणूस एकट्याने सर्वतोपरी विकसित होऊ शकत नाही, त्यासाठी आपण एकमेकांवर अवलंबून असतो, हे आपण दर्शवतो; त्यामुळे आपल्याला आधार मिळतो. कोणीतरी आपल्या मदतीला आणि आपण त्यांच्या मदतीला असू हा विश्वास बळावतो. जेव्हा कुणाला तरी आपली आणि आपल्याला त्यांची गरज आहे, अशी भावना निर्माण होते, तेव्हा आयुष्याला अर्थ येतो. आपल्या समाजातील इतरांचा आपण खरोखर आदर करतो का, इतरांशी अस्सल दुवे निर्माण करण्याचा आपण प्रयत्न करतो का की आपण आयुष्यातून जाता जाता दुसऱ्यांचा उपयोग केवळ आपल्या गरजेसाठी करतो असे प्रश्न विचारणे आवश्यक आहे. आपल्याभोवती आपल्याला प्रेरणा देणारे, आयुष्यातील संभाव्यतेला उत्तेजन देणारे लोक आपण गोळा करतो की वरवरचे संभाषण करत फेसबुकवर किंवा तत्सम माध्यमावर संभाषण करून समाधान मानतो?

अर्थ : अर्थाच्या शास्त्राबद्दल काम करताना, ज्यायोगे व्यक्तिगत, व्यावसायिक आणि सामाजिक आयुष्यातील अर्थ शोधण्याची व्यक्तीच्या विचारांची आणि भावनांची सध्याची पातळी पाहता येईल अशा तीन चाचण्या आम्ही निर्माण केल्या आहेत. चाचणीत वर सांगितलेल्या अर्थाच्या तिन्ही भागांसाठी (इतर, हेतू आणि दृष्टिकोन) गुण देता येतात. चाचणीत 'इतर' या भागाला सर्वाधिक गुण ठेवले आहेत. अनेक

लोकांनी सांगितले की, हेतू व दृष्टिकोन यांच्या तुलनेत, ते इतरांबरोबर अर्थपूर्ण दुवे जोडण्याच्या कामात अधिक प्रवीण आहेत. इतरांशी सख्य जोडण्याने आयुष्यात अधिक अर्थ सापडला असेही अनेकांचे म्हणणे आहे. इतरांबरोबर अर्थपूर्ण संबंध जोडणे हा मानवी आयुष्याचा अर्थ शोधण्यासाठी केलेला महत्त्वाचा भाग आहे, या कल्पनेस लोकांच्या म्हणण्यामुळे अधिकच पुष्टी मिळाली.

पी - सखोल हेतू शोधण्यात व्यग्र

अनेक वर्षांपूर्वी कौटुंबिक मेळाव्यात एकत्र जमलेलो असताना आम्ही आमच्या छोट्या भाचीस - ॲनास - 'मोठी झाल्यावर तू काय होणार?' असा प्रश्न केला. क्षणाचाही विलंब न लावता आमच्याकडे पाहून ॲना म्हणाली, 'मोठी होणार!' तिच्या उत्तरामुळे जेवणाच्या टेबलाभोवती हशा पिकला. ॲनाचे ते उत्तर आमच्या प्रश्नाला मिळालेले सर्वांत प्रामाणिक उत्तर होते असे आम्हाला आजही वाटते. बहुतेक वेळा आम्हाला कुठल्या प्रकारचा अभ्यास आणि व्यवसाय करायचा आहे त्याबद्दल उत्तरे मिळतात. अधिक अर्थपूर्ण उत्तर मिळवण्यासाठी आम्ही बहुतेक कुठल्याही व्यवसायाशी निगडित नसलेला 'वाढ झाल्यावर तू कोण होणार?' असा प्रश्न विचारायला हवा.

आमच्या ओ पी ए मंत्राचा दुसरा भाग आहे, सर्वांना आयुष्यातील त्यांच्या सखोल 'हेतू'बद्दल विचारणा करणे. हेतू आणि अर्थ या दोन वेगळ्या गोष्टी आहेत हे लक्षात ठेवायला हवे. 'हेतू'सारखे 'अर्थ' हे अंतिम स्थळ नसते, कारण तेथे पोहोचल्यावर किंवा आपल्याला तो सापडला आहे असे वाटल्यानंतर आपण थांबत नाही आणि व्हिक्टर फ्रँकलनी म्हटल्याप्रमाणे अर्थ नेहमीच अस्तित्वात असतो. हेतू हा अर्थाच्या संकल्पनेचा अतूट भाग असतो. अर्थातच हेतू बाळगणे हे आयुष्याला दिशा देण्याचे काम ठरते आणि म्हणून ते महत्त्वाचे असते. आपल्या आयुष्यातील हेतूची पूर्तता करण्याचे भाग्य साऱ्यांनाच मिळत नाही. काहीजणांचे आयुष्य अपघातामुळे अर्ध्यावरच संपते; कधी युद्ध किंवा नैसर्गिक आपत्ती नाहीतर एखादा गंभीर आजार ते संपवते. कुणाला कुठलासा हेतू सापडतो; पण त्यांना त्यांच्या स्वत्वाच्या कल्पनेत तो दुर्बल वाटतो. असे दुर्भाग्य पाहिल्यावर, त्या व्यक्तींना आपला हेतू पूर्ण करता येण्याची, आपली संभाव्यता फळास आणायची संधी मिळाली नाही याबद्दल आपल्याला वाईट वाटते.

काहीजणांच्या आयुष्यातील हेतू पूर्णपणे फळास आला नाही याचा अर्थ त्यांच्या आयुष्याला अर्थ नव्हता, असे म्हणता येणार नाही. प्रत्येक आयुष्याला अर्थ असतो. जरी आयुष्याचे हेतूशी असलेले संबंध दुर्बल असले तरीही; ती व्यक्ती इतरांशी दुवे जोडण्यात (ओ) आणि जीवनाला आपल्या विशिष्ट वृत्तीने आलिंगन

देऊन (ए) अर्थ पाहू शकते. 'आयुष्य छानपणे जगणे' याचा अर्थ तरी काय आहे? जेव्हा उत्तर अमेरिकेतील लोकांना आम्ही या उक्तीची व्याख्या विचारतो, तेव्हा बहुतेकजण आर्थिक व भौतिक यशाबद्दल बोलतात; परंतु ग्रीस देशात श्रीमंती, भौतिक मालमत्ता यांपेक्षा हेतुपूर्वक आयुष्य जगणे याला जास्त महत्त्व दिले जाते. हेतुपूर्वक आयुष्य जगणे म्हणजे स्वतःची ओळख पटवून घेणे, अस्सल नैतिक मूल्यांशी निष्ठावंत राहणे आणि स्वतःपलीकडे जाऊन दुसऱ्यांच्या उपयोगी पडणे असे समजले जाते. थोडक्यात- जीवन घडवणे, केवळ पोटासाठी झटणे नव्हे.

समाजात चपखल बसावे म्हणून अनेक लोक स्वतःची खरी ओळख लपवून ठेवतात. आपण जे नाही त्याचा देखावा करणारे कितीतरी लोक तुम्ही पाहिले असतील. एकदा आम्ही एका भोजन समारंभास गेलो होतो. तेथील गृहिणी आपण, 'डाउंटन अंबी' नावाच्या दूरदर्शनवरील मालिकेतील एका नायिकेसारखी, उच्चभ्रू समाजातील सभासद आहोत असे दाखवण्यात मग्न होती. खरे तर ती एक चांगली बाई होती; परंतु का कुणास ठाऊक? तिला आपण कुणीतरी वेगळेच आहोत हे दाखवण्याची गरज भासत होती. ते पाहून वाईट वाटत होतं. कधीकधी कुणाला आपल्या आई-वडिलांनी, पालकांनी निवडलेल्या मार्गावरून जायला भाग पाडलं जातं, कारण पालक मुलांकरवी स्वतःच्या इच्छांचे पालन करू पाहात असतात. माझ्या (इलेनच्या) वडिलांनी मी करपट्टी (टॅक्सेस) करणारी फडणवीस व्हावे असं ठरवून टाकलं (तो माझ्या व्यक्तिमत्त्वाचा अस्सल भाग नव्हता.) शेवटी जेव्हा मी त्यांच्या निवडीच्या विरुद्ध असलेल्या व्यवसायाची निवड केली, तेव्हा त्यांनी मला आर्थिक आधार द्यायचे नाकारून त्यांच्या इच्छित मार्गाकडे वळवायचा प्रयत्न केला. सुदैवाने लहान वयातच मला माझ्या स्वतःच्या व्यक्तिमत्वाची ओळख पटली होती. आई-वडील म्हणतात, ती मी नाही हे मला कळून चुकले होते. अंतःस्फुरित प्रेरणेने मला 'आपला जीवनमार्ग निवडण्यास आपणच जबाबदार आहोत' हेदेखील कळून चुकले होते. प्राचीन ग्रीक नाटककार व तत्त्वज्ञानी, 'युरिपिडेस' म्हणतो, 'आपल्या साऱ्यांजवळ एकच आयुष्य असते; ते म्हणजे आपले आयुष्य! दुसऱ्या कोणाचे आयुष्य जगून आपण ते वाया घालवू नये.'

हेतूबाबतची बरीचशी चर्चा व्यवसायाच्या किंवा कामाच्या निवडीभोवती फिरत राहते; परंतु आम्हाला खरोखर असे वाटते की, आपण त्याहून अधिक खोलात जाऊन बघायला हवे. अर्थाच्या आव्हानाच्या गाभ्याशी असते स्वतःची ओळख आणि त्या ज्ञानाचा आपले आयुष्य घडवण्यासाठी केलेला उपयोग. हेतू हा 'ओ पी ए' या अर्थासाठी निवडलेल्या मंत्राचा भाग आहे. स्वतःच्या गाभ्याशी असलेली आपली आंतरिक ओळख समजून घ्यायचा भाग आहे. जगातील प्रत्येक जीवित प्राणी आपल्याबरोबर स्वतःची ओळख पटवणाऱ्या वृत्ती आणि विशेषत्व घेऊन

जन्माला येतो. त्या विशेषत्वाची जाणीव करून घेणे, ते शोधणे हे आपल्या जीवनातील प्रमुख आव्हान आहे. कुणाशी दुवे सांधले न जाणे आणि निराशा वाटणे या खुणा आपण आपल्या वृत्तीनुसार जगत नाही आणि आपली संभाव्यता साकार करण्यात असफल होतो आहे हे दर्शवितात. अस्तित्वाबाबतचा दृष्टिकोन असे दाखवतो की, आपण स्वतःच्या गाभ्याशी असलेल्या वृत्तीशी प्रामाणिक राहतो, तेव्हाच आपली संभाव्यता पूर्णतः साकार करू शकतो.

अनेकजण आम्हाला 'मी खरोखर कोण आहे हे कसं शोधू,' हा प्रश्न विचारतात. आमचे उत्तर नेहमीच व्यक्तिसापेक्ष असतं... परंतु खाली काही उदाहरणे देत आहोत.

*** आयुष्यातील प्रत्येक अनुभव आपल्याला स्वतःविषयी काहीतरी शिकवून जातो.**

प्रत्येक अनुभवात काहीतरी अर्थ असल्यामुळे आपण आयुष्याच्या मार्गावरून कधीही भटकू शकत नाही. त्या अनुभवांकडे पुन्हा एकदा नवीन नजरेने पाहिल्यास प्रत्येक अनुभव आपल्या स्वतःविषयी काहीतरी मर्मज्ञ दृष्टी देऊन जातो हे आपल्याला कळून येते. यास आम्ही 'लहानलहान अर्थ क्षण' असे म्हणतो. हे क्षण मार्गाची दिशा दाखविणाऱ्या खुणा असतात. काही लोकांचे म्हणणे आहे की, जर तुम्हाला आनंद मिळत असेल तर तुमचा हेतू आणि मार्ग तुम्हाला स्पष्ट होत जाईल; परंतु आम्ही याच्याशी सहमत नाही. आमच्या मते- प्रत्येक अनुभव मग तो सकारात्मक असो किंवा नकारात्मक, आनंददायी असो किंवा नसो, आपल्याला काहीतरी शिकवत असतो. परिणामी, आपल्याला विकासाच्या संधी देत असतो. आयुष्य हे केवळ सुखाच्या शोधात घालवायचं नसतं तर ते अर्थाच्या शोधासाठी असतं.

*** आयुष्य वेगळ्या विशाल चौकटीत घालून पाहा.**

आपल्या आयुष्याच्या नक्षीकडे लक्ष देऊन पाहा. कोणकोणती चित्रं त्यात पुनःपुन्हा प्रकट होत आहेत? तुम्ही काही गोष्टींबाबत घडीघडी तसेच वागत आहात का? तसे वागणे तुमच्या अंतिम हिताचे असेल किंवा नसेल. 'ग्राउंड हॉग डे' नावाचा चित्रपट आठवा. यातील प्रमुख व्यक्तिरेखेस बरोबर उत्तर सापडेपर्यंत, तोचतोच दिवस पुनःपुन्हा तसाच घालवायचे नशिबात आहे. कदाचित तुम्हीही तुम्हाला धडा मिळेपर्यंत पुनःपुन्हा तसेच वागत असाल. तुम्ही कदाचित असे निर्णय घेत असाल की, ज्यायोगे तुमचे आयुष्य तुम्हाला खरोखर नको असलेल्या मार्गाकडे देते आहे. कदाचित आपल्याला खरोखर हवे असलेले साध्य मिळवण्यास, स्वतःची खरी ओळख पटवून घेण्यास, तुम्हाला आयुष्यातील काही गोष्टींचा त्याग

करावा लागेल; आपल्या दृष्टिकोनात बदल करावा लागेल. लक्षात ठेवा, तुम्ही विकास न करता बदलू शकता; परंतु बदलल्याशिवाय विकास करू शकत नाही.

*** इतरांना त्यांनी मिळवलेल्या मर्मज्ञ दृष्टीबद्दल विचारा**

स्वतःच्या क्षितिजाचा विस्तार करण्यासाठी, स्वतःची नीट ओळख पटवून घेण्यासाठी नवीन दृष्टिकोन वापरून पाहण्याची तयारी ठेवा. स्वतःतील अंधाऱ्या बाजूकडे पाहायला शिका. ही बाजू कदाचित तुम्हाला माहीत नसेल किंवा माहिती असूनही तुम्ही ती स्वतःपासूनदेखील दडपून ठेवायचा प्रयत्न करत असाल, कारण तुमच्या स्वतःच्या दुसऱ्यांना दाखवायच्या प्रतिमेशी ती जुळत नसेल. आपले गुणदोष पारखायला शिका; आयुष्याच्या मार्गावरून चालताना ते तुम्हाला तुम्ही खरोखर कोण आहात, याबाबत महत्त्वाची दृष्टी प्रदान करतात. परिणामी, आयुष्यातील सखोल अर्थ पाहून तुम्हाला तुमच्यातील सर्वोच्च संभाव्यता साकार करणे शक्य होते. तसे करण्यासाठी, आमच्या सर्व प्रकारच्या ग्राहकांना सल्ला देण्यासाठी आम्ही 's w o t' (स्ट्रेंथ, वीकनेस, ऑपॉर्च्युनिटी, थ्रेट), (स्वतःतील बलस्थाने, दुर्बलस्थाने, संधी आणि भयस्थाने यांकडे पाहणे.) नावाचे तंत्र वापरतो. अनेक संस्था हेतुपूर्वक योजना आखण्यासाठी आणि स्पर्धेत मुकाबला करता येण्यासाठी हे तंत्र वापरतात. वैयक्तिक अर्थाचे विश्लेषण करण्यासाठी ते उपयोगी ठरलेले आहे. प्रामाणिकपणे स्वतःचे गुणदोष लक्षात घेऊन त्यांची या तंत्रानुसार स्वतः किंवा इतरांच्या मदतीने वर्गवारी करून स्वतःची खरीखुरी ओळख करून घेण्यासाठी या तंत्राचा उपयोग होतो.

*** आयुष्यातील अर्थ शोधण्यासाठी स्वतःपलीकडे पाहा.**

स्वतःतील संभाव्यतेस पूर्णपणे साकार करण्यासाठी आपले सारे गुण, व्यक्तिविशेष, चारित्र्य, नीतिमूल्ये यांचा उपयोग इतरांना मदत करण्यासाठी करा. आपल्याला खरोखर कशाबद्दल तळमळ वाटते, स्वतःच्या जगात सकारात्मक आणि अर्थपूर्ण भर घालण्यासाठी आपल्याला काय करावेसे वाटते, असे प्रश्न स्वतःलाच विचारा. स्पॅनिश कलाकार पाब्लो पिकासो म्हणतो, 'आयुष्यातील अर्थ म्हणजे स्वतःतील देणगीची ओळख पटविणे आणि आयुष्याचा हेतू ती देणगी वाटून टाकणे हा आहे.'

*** आपल्या बालपणाशी संबंध जोडा.**

स्वतःची खरीखुरी ओळख पटवण्यासाठी, आपल्याला स्वभावतः काय करायला आवडतं, याचा विचार करा. लहानपणी कोणकोणत्या गोष्टी आपल्यातील चैतन्य जागृत करत होत्या ते आठवा.

स्वतःतील गाभ्याशी पुन्हा संबंध जोडणे आयुष्यातील अर्थ शोधण्यास उपयोगी पडते. इतरांच्या मतांनी किंवा त्यांनी केलेल्या वक्तव्यांनी दडपून न जाता, त्यांनी आखून दिलेले आयुष्य न जगता, स्वतःशी प्रामाणिक राहा. व्हिक्टर फ्रँकल म्हणतात, 'आपल्या आयुष्याला प्रश्न विचारणे हे मानव असण्याचे प्रतीक आहे. कुठलीही मुंगी, माशी किंवा प्राणी स्वतःच्या आयुष्याचा अर्थ विचारत नाही. आपल्या आयुष्यातील अर्थाबद्दल कळकळ असणे हा मानवी विशेषाधिकार आहे. तो केवळ अर्थ शोधत नाही तर तो त्याचा हक्क आहे. ती बौद्धिक प्रामाणिकपणाची आणि मनःपूर्वकतेची खूण आहे.'

ए - आयुष्याला कळकळीने, उत्कटतेने व आपल्या विशिष्ट दृष्टिकोनाने, आलिंगन द्या.

काही लोक आयुष्यातील आव्हानांशी सक्षमतेने सामना करू शकतात. काही लोकांना आपल्या समोर असलेला पाण्याचा पेला अर्धा भरलेला वाटतो तर काहींना तो अर्धा रिकामा किंवा गळका असा का वाटतो? आयुष्याला, आपल्या स्वतःच्या दृष्टिकोनाने आलिंगन देणे हा ओ पी ए मंत्रातील तिसरा भाग आहे. स्थितिस्थापक राहून, कृतज्ञता बाळगून आयुष्याला, त्यातील चढ-उतारांना, आनंद आणि दुःखांना, चांगल्या आणि वाईट काळाला आलिंगन देता येते. असा दृष्टिकोन असल्याशिवाय आयुष्यातील अर्थ शोधणे कठीण जाते.

अर्थ म्हणजे आयुष्यात प्रेरणा देणारी, आपल्यातील संभाव्यता पूर्णपणे साकार करणारी देणारी ऊर्जा. मोटार चालवताना जसे आपण त्यातील पेट्रोलच्या पातळीकडे लक्ष देतो, तसेच आयुष्यातील आपल्या ऊर्जेच्या दर्शकाकडे लक्ष देणे आवश्यक आहे. आपल्यातील ऊर्जेचा हौद भरलेला आहे की रिकामा होत आहे यावर लक्ष ठेवणे गरजेचे आहे. मोटारीप्रमाणेच आपणही रिकाम्या घटावर चालू शकत नाही.

सतत निरुत्साही कंटाळवाणे, वक्रभावी, बेपर्वाई, रस नसलेल्या, भ्रमनिरास झालेल्या अथवा दूषित दृष्टीने विचार करून आपण आयुष्य घालवू शकत नाही. आयुष्यातील अर्थ पाहून, आपल्यातील ऊर्जेचा घट भरलेला ठेवून, आयुष्यातील आव्हानांना तोंड द्यायला सदैव सज्ज राहिले, तरच स्वतःतील संभाव्यतेला साकार करणे आपल्याला शक्य होईल.

बदल हा अपरिहार्य आहे, तरीसुद्धा अनेक लोक सतत आयुष्यात संतुलन शोधण्यासाठी झटत असतात. हा संतुलनाचा शोध मृगजळासारखा असतो. प्राचीन ग्रीक तत्त्ववेत्ता हेरॅक्लिटस, बुद्धाचा तसेच 'लाओ ताझु'चा समकालीन होता. बदलाबद्दलचे त्यांचे विचार कालातीत आहेत. 'तुम्ही त्याच नदीत दोनदा पाऊल टाकू शकत नाही' असे त्याने म्हटले आहे. सारेच सतत चंचल असते. आयुष्याप्रमाणेच, नदी सतत वाहत - बदलत असते. त्यावर आपले नियंत्रण असू शकत नाही. आयुष्यावर ताबा मिळवण्याच्या प्रयत्नांपेक्षा व्यक्तिगत स्थितिस्थापकता - बदलत्या परिस्थितीशी जुळवून घेत सक्षम राहणे - हे ताणतणाव कमी करण्यास आणि प्रत्येक क्षणात अर्थ पाहण्यास अतिशय उपयोगी ठरते.

आमच्या प्रवासात आपल्या आयुष्याच्या नदीवर ताबा मिळवू पाहण्याचे परिणाम आम्ही प्रत्यक्ष पाहिले आहेत. थोड्याच दिवसांपूर्वी आम्ही भाषणे देण्यासाठी हाँगकाँगमध्ये गेलो होतो. चीनप्रमाणेच हाँगकाँगमध्येदेखील एकच मूल होऊ देणे हा कायदा होता. त्या एका मुलाच्या यशावर सारे लक्ष केंद्रित केले जात असे. परिणामी, मुले आठवड्याचे सहा दिवस शाळेत जात आणि शिवाय अनेक तास शाळेनंतर असलेल्या शैक्षणिक उपक्रमांत घालवत. आशिया, युरोप आणि उत्तर अमेरिका यांतील उत्तमोत्तम महाविद्यालयांत प्रवेश मिळवणे हे त्यांचे ध्येय असे. अशा एका शाळेस भेट देण्याची आम्हाला संधी मिळाली. या शाळेतील मुलांमध्ये नैराश्य आणि आत्महत्या यांचे प्रमाण अतिशय जास्त होते. थोड्याच दिवसांपूर्वी तेथील एका लोकप्रिय शिक्षकानेदेखील आत्महत्या केली होती. शाळेचा उद्देश होता- आत्महत्या तसेच पुंडपणा, निरास्था, अस्मितेचा अभाव अशा साऱ्यांना भेडसावणाऱ्या इतर विनाशक गोष्टींशी लढा देऊन त्यांच्या आयुष्यात अर्थ भरणे. आमचा ओ पी ए चा मंत्र हे विद्यार्थ्यांना, शिक्षकांना आणि व्यवस्थापकांना जीवनातील अर्थ शोधण्यास मदत करण्यासाठी आणि सारे अनुभवत असलेला ताणतणाव कमी करण्यासाठी उचललेले पहिले पाऊल होते.

आयुष्यावर ताबा मिळवून केवळ सुखाचा आणि आनंदाचा अनुभव घेण्याची आपली इच्छा असली, तरीही प्रत्येकाच्या आयुष्यात संघर्ष हा असतोच. आपण चित्रपटात आणि दूरदर्शनवर दर्शवलेल्या संघर्षाचे कौतुक करतो; परंतु तो प्रत्यक्षात अनुभवायची आपली तयारी नसते. कल्पना करा की, तुम्ही एखादा असा चित्रपट

पाहत आहात जेथे केवळ सुखद अनुभवांचे चित्रण केले आहे. बहुतेकांना असा चित्रपट कंटाळवाणा वाटेल. चित्रपटातील इतरांच्या अनुभवांतून दाखवलेले संघर्ष पाहणे आपल्याला आवडते. 'द हँगर गेमस ट्रिलॉजी', 'इटी', 'द गॉडफादर', 'द विझार्ड ऑफ ओझ', 'कासाब्लांका', 'द स्टार वॉर्स फ्रँचाइझ', 'टायटॅनिक' अशा चित्रपटांतील नाट्य, खलनायक, मदतनीस अशी पात्रे आणि गोष्टी आपल्याला आकर्षक वाटतात.

जीवनास उत्कटतेने, पूर्ण उत्साहाने, आपल्या विशिष्ट दृष्टिकोनाने आलिंगन द्यायला हवे. आपले ताणतणाव कमी करण्यासाठी जो बदल करावा लागतो त्या बदलाची भीती आपल्याला सीमित करते. ताणतणाव आणि अनारोग्य यांतील संबंध अनेक वैज्ञानिक आणि वैद्यकीय संशोधनांमुळे सिद्ध झालेले आहेत. वैवाहिक जीवनातील ताण, आर्थिक ताण, व्यावसायिक जीवनातील समस्या असे सततचे अनेक ताण आपली क्षमता आणि रोगप्रतिकारक शक्ती कमी करतात. आपल्या आयुष्यातील घडामोडींकडे आपण कोणत्या दृष्टिकोनातून पाहतो, भीती आणि राग यांना कसे हाताळतो, ते आपल्या शरीरातील ऊर्जेचा प्रवाह निश्चित करतात. आपल्या भावना आपण प्रकट करू शकतो की नाही हे आपल्या शारीरिक, भावनिक आणि आध्यात्मिक आरोग्यावर परिणाम करणारे ठरते. सर्वांगपूर्ण, अविभाज्य अशा रीतीने रुग्णाची काळजी घेणे ही पद्धत वैद्यकीय प्रांतात रुजू लागली आहे. केवळ लक्षणांवर उपचार न करता रोगाचे मूळ आणि कारण शोधण्याचा पायंडा पडत आहे. आता आपण पुन्हा ग्रीक वैद्य हिपोक्रेटिस त्याने सांगितलेल्या उपचार पद्धतीच्या मूळ पदावर येऊन पोहोचलो आहोत. हिपोक्रेटिस रुग्णाच्या संपूर्ण आयुष्याकडे पाहत रोगाचे मूळ कारण धुंडाळायचा आणि निदान करायचा. त्याचप्रमाणे कारखान्यात मोठ्या प्रमाणात तयार केलेल्या, माणसाला पचायला जड असलेल्या अन्नाऐवजी आता आपण पुन्हा क्रिटिन अथवा भूमध्य प्रदेशातील आहार पद्धतीकडे वळत आहोत. या आहारात शाकाहारी आहारावर अधिक भर दिलेला आहे. शारीरिक आणि मानसिक रोगांवरून लक्ष परावर्तित करून आता ते जीवनशैलीवर केंद्रित करण्यात येत आहे; त्यामुळे रोगाची काळजी घेण्याऐवजी आरोग्याच्या काळजीवर भर दिला जात आहे. परिणामी, लोक अधिक स्वास्थ्यपूर्ण राहून, अधिक अर्थपूर्ण आयुष्य जगू शकतात.

आयुष्यातील एका अवस्थेतून दुसऱ्या अवस्थेत पदार्पण करताना; उदाहरणार्थ– शाळा संपवून उच्च शिक्षणासाठी जाताना, नव्या शहरात जाताना, व्यवसाय बदलताना, सेवानिवृत्त होताना; आपल्यापैकी अनेकांना ते बदल आव्हानात्मक वाटतात. अशा वेळी केवळ परिस्थितीच नव्हे तर आपला दृष्टिकोन बदलण्याच्या गरजेचे, आयुष्यातील अर्थ शोधण्याचेही आव्हान असते. पूर्वी होतो तशा आश्वासक

परिस्थितीत परत जाण्याऐवजी आयुष्यातील अवस्थेचे संक्रमण ही विकासाची, अर्थ शोधण्याची संधीदेखील असते. ही निवड आपल्या स्वतःला आपल्या आयुष्यासाठी करायची आहे. आपला दृष्टिकोन आपली निवड ठरवतो. आपल्या विचारांच्या पिंजऱ्यात अडकून न राहणे आपल्या हातात असते.

'मध्यम वयातील आपत्काल' असे ज्याला म्हटले जाते, त्यात अडकून पडण्याऐवजी आपण आयुष्यातील सखोल अर्थ शोधायला, त्यातील हेतू धुंडाळायला, अर्थ पाहायला सज्ज होऊन आयुष्याचा उत्तरार्ध साजरा करू शकतो. मार्क गरझन नावाच्या लेखकाने त्याच्या, 'comming into our own : understanding the adult metamorphosis' नावाच्या पुस्तकात या विषयाचे परीक्षण केले आहे. आयुष्य हा दीर्घ शोध आहे, आपत्काल नव्हे; आपण मध्यम वयाकडे कोणत्या दृष्टीने पाहतो हे आपल्या दृष्टिकोनाच्या निवडीवर अवलंबून आहे. अनेकदा सेवानिवृत्तीनंतरच्या आर्थिक स्थैर्यावर बराचसा भर दिला जातो आणि अस्तित्वाबाबतच्या विषयांकडे पुरेसे लक्ष दिले जात नाही, असे आम्हाला वाटते. सेवानिवृत्त होणे म्हणजे आयुष्यातून निवृत्त होणे नव्हे. बरेच लोक ऐच्छिक सेवानिवृत्ती स्वीकारतात आणि नंतर त्यांना एकाकीपणा आणि जगण्यामागील हेतूचा अभाव जाणवू लागतो. आमच्या माहितीतील अनेक लोक आपल्याला पंचावन्नाव्या वर्षी सेवानिवृत्त व्हायचे आहे असे म्हणतात आणि ते तसे होतात; पण त्यानंतर हल्लीच्या वाढत्या मर्यादेनुसार मिळालेल्या सरासरी तीस वर्षांचे काय करावे हे त्यांना कळेनासे होते. काहीजण तारुण्यातील शृंगारिक नात्यामागे धावतात, काहीजण ऑपरेशन करून चेहऱ्यावरच्या सुरकुत्या घालवून तरुण दिसायचा प्रयत्न करतात. अर्थात असे प्रयत्न त्यांना तात्पुरता दिलासा देतात; परंतु आयुष्यातील अर्थ शोधण्याच्या कामी मदतनीस होऊ शकत नाहीत.

माणसाची आयुमर्यादा वाढत आहे; परंतु कसे जगावे? हे त्यांना कळेनासे झाले आहे. आयुष्यातील माध्यान्हीचा काळ आणि सेवानिवृत्तीचा काळ या महत्त्वाच्या अवस्था आहेत. अर्थपूर्ण आव्हाने आणि संधी यांचा उपयोग करून आपण नव्याने आयुष्य जगू शकतो. आपल्या आत्मचरित्राचे लेखक आपण आहोत, आपली कहाणी आपण बदलू शकतो. दुसऱ्यांसाठी आपण मौल्यवान साधनसंपत्तीचा साठा बनू शकतो. आयुष्य ही सतत निर्मितीची प्रक्रिया आहे. तो आध्यात्मिक साहस प्रवास आहे. तो सर्वस्वी वयावरच अवलंबून आहे असे नाही. आपले आयुष्य हा आपल्या निवडीचा प्रश्न आहे. गाभ्यामध्ये वसलेल्या अर्थाला सामोरे ठेवत ते अर्थपूर्ण रीतीने जगा.

अंतर्मुख होताना

अर्थक्षण

दोन क्रमांकाच्या आकृतीत तुम्ही स्वतःला कोणत्या चौरसात बसवाल? कोणत्या चौरसामध्ये बसायला तुम्हाला आवडेल? आपण निवड केलेल्या चौरसात बसू शकण्यास लागणारी, व्हिक्टर फ्रँकलनी संदर्भ दिलेली इच्छाशक्ती आणि हेतू तुमच्याजवळ आहेत का?

? अर्थ प्रश्न

* आपल्या वैयक्तिक जीवनात यशाची व्याख्या तुम्ही काय करता?
* तुमच्या आंतरिक स्वभावाच्या साराचे वर्णन करा.
* इतरांशी अर्थपूर्ण दुवे सांधणे (ओ), सखोल हेतुपूर्वक व्यग्र राहणे (पी), किंवा आयुष्याला मनस्वी दृष्टिकोनाने आलिंगन देणे (ए) यांपैकी तुमच्या मते तुमची सर्वांत बळकट बाजू कोणती आहे?

अर्थाला होकार

माझ्या आंतरिक स्वभावाशी प्रामाणिक राहून मी माझे आयुष्य जगेन.

११

गाभ्यातील अर्थ : व्यवसाय

''अस्तित्वासाठी केलेला संघर्ष हा 'कशासाठी तरी' केलेला संघर्ष असतो. तो हेतुपूर्ण असतो आणि तसा असल्यानेच तो अर्थपूर्ण होतो. परिणामी, साऱ्या जीवनाला अर्थमय बनवतो.''

पुष्कळदा आपण व्यक्तिगत जीवन आणि व्यावसायिक जीवन वेगवेगळ्या कप्प्यांत ठेवतो. खरंतर आयुष्याचे हे दोन भाग एकमेकांत गुंतलेले असतात. व्यावसायिक जीवन आपला वेळ आणि ऊर्जा घेते. अनेकदा ते आपण कुठे राहायचे, कुठे प्रवास करायचा आणि आपली आर्थिक साधनसंपत्ती कशी वापरायची ते ठरवते. अनेकदा आपण आपले व्यावसायिक जीवनातले संघर्ष वैयक्तिक जीवनात आणतो तर कधी वैयक्तिक जीवनातले संघर्ष कामावर, व्यावसायिक जीवनात (यात बिनपगारी सेवाकार्याचाही समावेश असतो.) आपण घालवत असलेला वेळ लक्षात घेता, तेथेदेखील अर्थाचा शोध घेणे महत्त्वाचे असते किंवा असावे हे लक्षात येते.

आपण एखादी संस्था चालवत असू, बस चालवत असू, जेवण बनवत असू, हॉटेलमधली खोली साफ करत असू किंवा आजारी वा निर्वासित माणसाला मदत करत असू; आपलं काम आपल्या आयुष्यात असलेला किंवा नसलेला अर्थ परावर्तित करत असते. आम्ही आमच्या बहुतांश ग्राहकांना, 'गेल्या तीन महिन्यांत तुमच्या व्यावसायिक जीवनात सर्वांत अर्थपूर्ण असे काय घडले?' असं विचारतो, तेव्हा ९० प्रतिशत लोक आपल्या व्यावसायिक जीवनातील घटना न सांगता वैयक्तिक जीवनातील प्रसंगाचे वर्णन करतात. फार थोड्या लोकांना आपलं व्यावसायिक जीवनदेखील अर्थपूर्ण असू शकतं याचा पत्ताच नसतो. इतर काहीजण आपलं

व्यावसायिक जीवन अर्थपूर्ण असावं अशी आशा करत असतात; पण व्यवसायात अर्थ कसा धुंडाळावा हे त्यांना ठाऊक नसतं.

आम्हाला वाटतं की, व्यावसायिक जीवनात अर्थाचा आपत्काल आला आहे. अनेकजण कामावर काहीतरी कमी आहे, कामावर ताण फार आहे, काम करत असलेल्या संस्थेमध्ये किंवा समूहात, त्यांच्या हेतूत आपले स्थान किंवा भाग काय आहे, हे आपल्याला माहीत नाही असं म्हणतात. कामावरील सहकाऱ्यांबद्दल चिडचिड किंवा अनुकंपा आणि विश्वासाचा अभाव असतो. तेथे त्यांचे कुणाशी दुवे जोडलेले नसतात आणि आपण इतरांमध्ये पूर्णतः मिसळून गेलेलो नाही याची त्यांना जाणीव असते. या साऱ्याच्या मुळाशी असलेली कारणे विविध असतात. आमच्या संशोधनातून, लोकांच्या आम्ही घेतलेल्या मुलाखतींतून आणि आमच्या 'ग्लोबल मीनिंग इन्स्टिट्यूट'मध्ये आलेल्या अनुभवांतून आढळलेल्या काही मर्मज्ञ दृष्टीची उदाहरणे खाली देत आहोत.

* अनेकदा आपल्या वैयक्तिक जीवनात असलेला अर्थाचा अभाव लोक कामावर आणत असतात. आयुष्यात काय हवं आहे हे त्यांना नक्की माहीत नसावे; म्हणून कामावर तासांच्या पाट्या टाकून ते पगार घेत असतात; परंतु कामाबद्दल, सहकाऱ्यांबद्दल किंवा संस्थेबद्दल त्यांना कळकळ नसते. कदाचित वैयक्तिक जीवनातील लहान मुलांची किंवा वयोवृद्धांची काळजी घेण्याचे काम, घटस्फोट यांसारख्या समस्यांशी लढताना त्रस्त होऊन, थकून ते जेरीस आलेले असतील आणि त्यांच्या जवळ आता कामावर देण्यासाठी काही चैतन्य शिल्लक राहिलेले नसते.
* तरुणवर्गाला व्यावसायिक जीवनात अर्थाचा अभाव जाणवत आहे. त्यांच्या अपेक्षा आणि परिस्थितीची सत्यता यात मेळ बसत नाही. शिक्षण संपवून व्यावसायिक जगात प्रवेश केल्यानंतर तेथे आवश्यक असणारे काम त्यांना दडपण आणणारे वाटते. आपले काम अधिक सोपे आणि मौजेचे असेल असे त्यांना नोकरीची सुरुवात करण्याआधी वाटत असल्याचे ते सांगतात. सतत आठ तास लक्ष देऊन काम करणे त्यांना जड जाते, कारण त्या बहुतेकांचे बाल्य सतत बदलत्या, झगमगत्या, उत्तेजक अशा वातावरणात गेलेले असते. एखादे काम सुरुवातीपासून शेवटपर्यंत पूर्ण लक्ष देऊन करण्याची त्यांना सवय नसते. नेमून दिलेले काम कंटाळवाणे वाटते, संस्थेने आपल्याला वेगवेगळ्या कामांमध्ये जुंपावे असे त्यांना वाटत असते. सुरुवातीच्या नोकरीत संस्था इच्छित काम त्यांना देऊ शकत नाही. कामावरचे तास, काम करण्याचा प्रकार या साऱ्यांमध्ये

लवचीकपणा असावा असं त्यांना वाटतं. काहींना कामावर असलेले श्रेणिबंध नको असतात. नियमबद्ध वातावरणात काम करणे अनेक तरुण कामगारांना गुदमरून टाकल्यासारखे वाटते. काहींना कामावर आपण केवळ गाड्याचे एक चाक बनून, आपले वैशिष्ट्य हरवून गेले आहे असे वाटते. अनेक तरुण कामगारांचा लहानपणीचा अनुभव हा त्यांना आपली निवड ठरवण्याचे स्वातंत्र्य असल्याचा असतो. उदाहरणार्थ– अनेकदा त्यांना, तुम्हाला कोणत्या हॉटेलमध्ये जायचे आहे किंवा कोणता चित्रपट पाहायचा आहे किंवा कॉफी कशी हवी आहे, असे विचारण्यात आलेले असते; त्यामुळे त्यांची अपेक्षा कामावरील निर्णयातही आपला सहभाग असावा अशी असते. व्यवसायात ही अपेक्षा पुरी केली जात नाही. तरुण कामगारांची इच्छा असते की, संस्थेतील वरिष्ठांबरोबर आपल्याला चर्चा करता यावी. जेव्हा कामावरील अधिकारी कामगारांना त्यांना काय हवे ते विचारत नाहीत किंवा त्यांच्या कल्पना, विचार ऐकून घेत नाहीत, तेव्हा या कामगारांची निराशा होते. बहुतेकांना कामावर बढती हवी असते; आपण वरिष्ठांची भूमिका करण्यास तयार आहोत असे त्यांना वाटत असते; परंतु पुष्कळशा मध्यम श्रेणीच्या नोकऱ्या इतर देशांत पाठवल्या गेल्यामुळे अशा नोकऱ्या मिळणे दुर्मिळ होत चालले आहे. अनेक लोक नोकरीत राहून सेवानिवृत्ती घेणे पुढे ढकलत असल्याने तरुण कामगारांना मिळणाऱ्या, पुढे जाण्याच्या संधी कमी होत आहेत; त्यामुळे पिढीतील संघर्षदेखील वाढत आहे.

* प्रौढ लोकांची तक्रार असते की, तंत्रज्ञानात कमी पडल्यामुळे तरुण पिढी त्यांना योग्य तो सन्मान देत नाही. तारुण्याकडे लक्ष देणाऱ्या व्यावसायिक जीवनात आपण बसू शकत नाही. त्यांना ज्याची सवय होती असे स्थैर्य देणारे वातावरण आता राहिलेले नाही. सतत ई-मेलसारख्या गोष्टी बघत तयारी होण्यापूर्वी निर्णय घेण्याचे काम करावे लागते. याचे दडपण ते अनुभवत असतात. स्वतःचे कुटुंबीय आणि मित्र-मैत्रिणींपासून बराच वेळ दूर राहावे लागणे त्यांना आवडत नाही.
* तरुण आणि प्रौढ साऱ्यांनाच व्यवसायात अर्थ राहिलेला नाही; त्यात हेतू नाही असे वाटते. नवसंप्रदाय प्रवर्तकांना काम उत्तेजक होण्याऐवजी, 'अजून एक अंगावर पडलेली जबाबदारी' असे असल्यासारखे वाटू लागते. अनेकजण व्यवसायात संस्थांचे सारे लक्ष पैशाकडे असून माणसांकडे लक्ष पुरवले जात नाही अशी तक्रार करतात. कामावर 'खेळले जाणारे खेळ' संघर्ष आणि राजकारण याचा त्यांना वैताग येतो.

* संस्था आणि त्यातील कामगार यांच्यातील संबंध शिथिल होऊन कामातील अर्थ हरवत चालला आहे. कामगारांत अस्थिरपणाची भावना वाढते आहे. संस्थांचे ध्येय आपला वरकड खर्च कमी करणे, कामात लवचीकपणा आणणे आणि पूर्ण वेळ काम करणाऱ्यांची संख्या कमी करणे याकडे केंद्रित असल्याने प्रतिक्रिया म्हणून कामगारांची संस्थेप्रति असलेली निष्ठादेखील खालावत चालली आहे. तेसुद्धा थोड्या दिवस काम करून इतर कुठेतरी जायला बघतात. जेथे संस्था कामगारांशी बांधील राहत नाही, तेथे कामगारदेखील संस्थेशी वचनबद्ध राहू शकत नाहीत.
* आम्ही मुलाखत घेतलेल्यांपैकी अनेक लोक विचारणा करत आहेत की, जेव्हा नेते संस्थेतून जास्तीतजास्त फायदा काढायचा प्रयत्न करत आहेत तेथे आम्ही तरी नेत्यांशी निष्ठावान का राहावे? अनेक संस्थांतील उच्चपदस्थ अधिकारी भरमसाट पैसा कमवत आहेत. उदाहरणार्थ– ओरॅकल नावाच्या कंपनीतील प्रमुख व्यवस्थापक लेरी एलिसन याला सारा मिळून वर्षाचा '१०० मिलियन डॉलर्स' एवढा पगार मिळतो. तो कामगारांच्या पगारापेक्षा तीन हजारपटीने अधिक आहे. (करमणूक क्षेत्रातील आणि क्रीडा क्षेत्रातील अनेक लोकदेखील अमाप पैसा मिळवताना दिसतात.) कंपनीच्या शेअर्सचे भाव भरमसाट वाढत आहेत; परंतु त्याचा कंपनीतील कामगारांना फायदा होत नाही, कारण त्यांच्या जवळ शेअर्स नसतात. कंपनीप्रमुख जेव्हा लेक्सस किंवा टेसला अशा गाड्या घेऊन कंपनीत येतात, तेव्हा कामगारांना त्यांच्या आणि आपल्या पैशातील तफावत अधिकच जाणवते. आपणदेखील अशा अमाप पैशासाठी योग्य आहोत असे वाटून काही कामगार कंपनीतील नेत्यांच्या वागण्याचे अनुकरण करतात यात आश्चर्य ते काय!

विलग होणे

अनेक संस्थांत काम करत असलेल्या लोकांचे सर्वेक्षण करता संस्थेशी निगडित असलेल्यांचे प्रमाण कमी होत असल्याने अर्थाचे संकट कोसळत असल्याचे दिसून येते. 'गॅलप' नावाची १९९० सालापासून सर्वेक्षण करत असणारी संस्था आपल्या अहवालात म्हणते की, आज देशातील केवळ ३० प्रतिशत कर्मचारी आपण आपल्या कामाशी पूर्णपणे निगडित असल्याचे सांगतात. हा अहवाल असे दर्शवतो की, आपल्या कामाशी निगडित नसलेल्यांची संख्या निगडित असलेल्यांच्या संख्येपेक्षा फार मोठी आहे. या शोधातून 'गॅलप' संस्थेने कामाशी निगडित असलेल्या प्रमाणावरून कर्मचाऱ्यांचे तीन भागांत वर्गीकरण केले आहे.

* आपल्या व्यवसायाशी निगडित असलेले कर्मचारी संस्थेशी आपले संबंध उत्तम असल्याचे सांगून तळमळीने काम करतात. ते नवनवीन प्रकल्प संशोधनाचे काम करून आपल्या कंपनीस प्रगतिपथावर नेण्यात व्यग्र असतात. (३० प्रतिशत)
* आपल्या व्यवसायाशी निगडित नसलेले कर्मचारी कामावर जणू काही झोपेत चालत असल्यासारखे वागतात. ते कामाचे तास पूर्ण करतात; पण त्यात चैतन्य किंवा कळकळ नसते. (५२ प्रतिशत)
* व्यवसायाशी निगडित नसलेले क्रियाशील कर्मचारी हे केवळ आपल्या व्यवसायात सुखी नसतात. एवढेच नव्हे, तर ते संस्थेविरुद्ध घातपाती कारवाया करून आपल्या निराशेला वाचा फोडत असतात. (१८ प्रतिशत)

गॅलप सर्वेक्षणानुसार काही संस्था जरी चांगल्या हेतूने कर्मचाऱ्यांशी असलेले संबंध सुधारण्यासाठी प्रयत्न करत असल्या तरीही ही टक्केवारी गेली पाच वर्षे सतत कायम असल्याचे आढळत आहे.

दुसरे एक सर्वेक्षण केले आहे 'मर्सर' नावाच्या कंपनीने. त्या सर्वेक्षणाचे नाव आहे व्हाट्स वर्किंग (काय चाललंय?). त्यांनी सतरा देशांतील ३०,००० कर्मचाऱ्यांचे सर्वेक्षण केले. त्यातदेखील आधीच्या सर्वेक्षणाचे प्रतिबिंब दिसून येते. जवळजवळ एक तृतीयांश अमेरिकन कर्मचारी आपली संस्था सोडून जाण्याचा विचार करत आहेत. २१ टक्के आपल्या मालकाबाबत - पाच संस्थांबाबत - नापसंतीदर्शक शेरा देतात आणि त्यांची कंपनीशी असलेली निष्ठा शिथिल असते. 'स्टीलकेस' कंपनीने जगभरातील अनेक संस्थांतून केलेल्या अभ्यासामध्ये जगातील सर्वाधिक उत्पादन असलेल्या सतरा कंपन्यांतील एक तृतीयांश कर्मचारी आपण कंपनीशी फार निगडित नसल्याचे सांगतात. आता प्रश्न असा पडतो की, असे निगडित नसलेले कर्मचारी निगडित असलेल्या कर्मचाऱ्यांच्या कामास खोडून काढण्याचे काम करत आहेत का?

अमेरिकेतील निम्म्याहून अधिक कर्मचारी आपल्या संस्थांशी निगडित नाहीत हे अत्यंत काळजीचे कारण आहे. (निगडित नसलेल्यांत वरिष्ठ नेत्यांचाही मोठ्या प्रमाणात समावेश होतो.) आपल्या संस्था संकटात असल्याचे हे द्योतक आहे. याचा अर्थ असाही आहे की, कर्मचारी आपल्या पूर्ण संभाव्यतेस वापरून काम करत नाहीत. कदाचित ते कामावर येतात; परंतु कामासाठी आपल्या पूर्ण क्षमतेचा उपयोग करीत नाहीत. कदाचित ते कामचुकारपणा करत प्रगतीचा वेग मंदावतात. संस्था आपले ध्येय गाठू शकत आहे की नाही याबद्दल त्यांना विशेष काळजी नसते. ते आपले काम दुसऱ्यावर ढकलण्याचा प्रयत्न करतात किंवा कधीकधी

सुधारणेच्या आणि प्रगतीच्या मार्गात अडथळेदेखील आणतात. कधी ते नवीन शोधांची माहिती चोरतात तर कधी कामावरच्या वस्तू, पैसा हडप करतात. त्यांचा नकारात्मक दृष्टिकोन इतरांवरदेखील परिणाम करतो आणि सारे वातावरणच दूषित होते. कधी ते कामावर जायचे टाळतात किंवा खोट्या आजारपणाची किंवा अपंगत्वाची कारणे देतात. असे कर्मचारी केवळ पगारासाठी आणि नोकरीपासून मिळणाऱ्या इतर फायद्यांसाठी कामावर येतात; परंतु त्यांचा नकारात्मक दृष्टिकोन साऱ्या संस्थेवर परिणाम करत असतो. ज्या प्रमाणात कर्मचारी संस्थेशी निगडित असतात, त्यावर त्या संस्थेचे यश अवलंबून असते.

काही विश्लेषणांतून दिसून आले आहे की, सर्वांत अधिक निगडित असलेले कर्मचारी आणि सर्वांत कमी निगडित असलेले कर्मचारी यांच्यामुळे संस्थेच्या नफ्यात २२ टक्क्यांचा फरक पडतो. 'गॅलप'च्या अनुमानाप्रमाणे निगडित नसलेल्या कर्मचाऱ्यांमुळे अमेरिकन उत्पादनावर ३२८ बिलियन डॉलर्सचा परिणाम होत आहे. शिवाय सतत बदलणाऱ्या कर्मचारीवर्गामुळे अनुभवी कर्मचाऱ्यांच्या असलेल्या ज्ञानाचा कंपनीला तोटा होतो. ग्राहकांच्या समाधानाच्या पातळीवर या साऱ्याचा परिणाम दिसून येतो. नवीन कर्मचाऱ्यांना पुनःपुन्हा प्रशिक्षण देऊन तयार करण्यास जो वेळ आणि पैसा खर्च होतो तो वेगळाच! कर्मचारी निगडित नसल्याचे हे आव्हान आज अनेक संस्थांना भेडसावत आहे. लवचीकपणा लवचीकपणा

अर्थपूर्ण रीतीने व्यावसायिक जीवनात संस्थेशी निगडित नसणे ही समस्या केवळ उद्योगधंदे आणि इतर खासगी कंपन्यांचीच समस्या नसून सर्व प्रकारच्या संस्थांना लागू पडणारी समस्या आहे. आरोग्य विभाग संस्थांचे नेते या समस्येबद्दल विशेष काळजी करत असल्याचे आढळतात. संस्थेशी निगडित नसलेले कर्मचारी आरोग्यसेवेची प्रत आणि किंमत दोन्हींवर नकारात्मक परिणाम करताना दिसून येत आहे. आज आरोग्यसेवा संस्थांना लागलेली ही प्रमुख काळजी आहे. सेवेची प्रत आणि त्यासाठी लागणारी किंमत हे दोन्ही महत्त्वाचे घटक आहेत. 'फोर्ब्स' कंपनीने केलेल्या सर्वेक्षणात ८७ प्रतिशत संस्था कर्मचाऱ्यांची संस्थेबद्दल असलेली अनास्था या समस्येबद्दल चिंतित असल्याचे दिसून येते. ती सोडवण्यास ते प्राधान्य देत आहेत; त्यासाठी आपल्या कर्मचाऱ्यांना आरोग्याशी निगडित सेवा पुरवणे, शक्य असेल तेव्हा संगणकाद्वारे घरून काम करण्यास परवानगी देणे, एक नोकरी दोन किंवा अधिक कर्मचाऱ्यांत वाटून घेता येणे, कामाच्या तासांत लवचीकपणा आणणे, प्रसूतीकालासाठी किंवा मुलांना दत्तक घेण्याच्या वेळी पगारासह सुट्टी देणे, समाजसेवा करण्यासाठी कर्मचाऱ्यांना वेळ देणे, उभ्याचे टेबल यांसारखे आरोग्यवर्धक फर्निचर पुरवणे आणि कधीकधी पाळीव जनावरांना कामावर आणण्यासदेखील परवानगी देणे यांसारख्या सुधारणा त्यांनी सुरू केल्या आहेत. तरीसुद्धा संस्थेशी

निगडित असलेल्या कर्मचाऱ्यांची टक्केवारी फारशी सुधारलेली नाही. आता दुसरा नवीन मार्ग शोधण्याची गरज आहे.

मुळाशी असलेला अर्थ

व्यवसायाशी निगडित राहण्याच्या उद्देशापासून सुरुवात करायची गरज नाही. आपल्याला कामाशी निगडित नसण्यामागील समस्येच्या मूळ कारणाशी जाऊन बघायला हवे. मूळ कारण आहे व्यवसायात असलेल्या अर्थाचा अभाव. कर्मचाऱ्यांना संस्थेच्या कार्यामागील अर्थाबद्दल समजावून सांगायला हवे. तसे न करणे हे संस्थेतील अनेक नवीन उपक्रम यशस्वी न होण्याचे कारण आहे. हाती घेतलेले अनेक उपक्रम हे अर्थपूर्ण साध्याशी निगडित नसल्याचे आमच्या संशोधनात दिसून आले आहे. परिणामी, कर्मचारी त्याकडे केवळ एक काम या दृष्टीने पाहतात.

मानवाची प्राथमिक आणि आंतरिक प्रेरणा ही अर्थ शोधण्याची आहे, असे व्हिक्टर फ्रँकल म्हणतात.

पगारवाढ आणि कामावरील इतर फायदे या बहिर्गत गोष्टी आहेत. माणसाच्या अंतर्मनात असलेली प्रेरणाशक्ती पाहून तेथून सुरुवात करायला हवी. कुठल्याही गोष्टीशी निगडित होण्यासाठी त्या गोष्टी स्वतःला अर्थपूर्ण वाटायला हव्यात; स्वतःच्या आवडी, कौशल्य आणि प्रयत्न यांच्याशी त्यांचा मेळ बसायला हवा. त्यानंतरच आपल्या व्यवसायामागील अर्थ आणि तो व्यवसाय इतरांना आणि समाजाला महत्त्वपूर्ण कसा वाटेल हे आपल्याला कळू शकते. आपल्या व्यवसायामागील स्वतःला आकलन झालेला सखोल अर्थ कळल्यानंतरच आपण आपल्या कामाशी निगडित राहू शकतो.

'ग्लोबल इन्स्टिट्यूट ऑफ मीनिंग'मधील आमचे काम दर्शवते की, व्यवसायाच्या गाभ्याशी असलेला अर्थ ही कर्मचाऱ्यांना प्रेरक करणारी आणि त्यांची स्थितिस्थापकता वाढविणारी, त्यांचे आरोग्य, ते करत असलेले संशोधन आणि त्यांची उत्पादनक्षमता या साऱ्यांना उत्तेजन देणारी प्राथमिक शक्ती आहे.

उदाहरणार्थ - 'पॅटागोनिया' नावाची एक कंपनी आहे. ती हिवाळ्यात बाहेरून घालायचे जाडजूड कपडे आणि बाहेरच्या हवेत काम करताना किंवा खेळ खेळताना लागणाऱ्या वस्तू तयार करते. या कंपनीने आपले लक्ष दोन गोष्टींवर केंद्रित केले आहे. उत्तमातील उत्तम वस्तू बनवणे आणि कुणालाही, कशानेही इजा न होईल याची काळजी घेणे. शिवाय त्यांचा धंदा वातावरण दूषित न करणाऱ्या गोष्टी बनवण्यावर भर देतो. या कंपनीतील प्रत्येकाला संस्थेच्या गाभ्याशी असलेल्या वरील तत्त्वांची पूर्णपणे जाणीव आहे. परिणामी, त्यांना त्यांच्या कामात असलेला अर्थ कळतो. त्यांच्या कंपनीचे नियतकालिक या जाणिवेचे सूत्र आपल्या लिखाणात

आकृती नंबर ४

सतत गुंफत असते; त्यामुळे कर्मचाऱ्यांची त्यांच्या कामात असलेल्या अर्थाची जाणीव जागृत राहते. परिणामी, कर्मचाऱ्यांचा एकमेकांवर असलेला विश्वास वाढतो आणि संस्थेशी त्यांचे असलेले अर्थपूर्ण संबंध टिकून राहतात. जेव्हा कंपनीला कठीण काळाशी टक्कर द्यावी लागते, तेव्हा सारे कर्मचारी आपल्या कामामागील अर्थ आठवून काम करत आपली स्थितिस्थापकता वाढवत असतात.

आपण जे काही करत आहोत ते का करत आहोत, हे लक्षात आल्यानंतर समोर येणारे ताणतणाव सहन करण्याची आपली शक्ती वाढते. आपल्या कामात असलेला अर्थ कळून आल्याने, ते करण्याची त्यांची ऊर्जा वाढते आणि त्यांच्या आरोग्यावर त्याचा सकारात्मक परिणाम होतो. त्यांची उत्पादनक्षमता आणि संशोधन करण्याची क्षमताही वाढते.

'ॲपल' हे अर्थ असणाऱ्या संस्थेचे आणखी एक उदाहरण आहे. ही संस्था इतरांना त्यांच्या कामात अधिक अर्थ शोधण्यास मदत करते. तेथील कर्मचारी सतत नवनवीन मार्गाने आपली सर्जनशीलता प्रकट करण्यात मग्न असतात. 'व्हॅन्सिटी' नावाची त्यांच्या कर्मचाऱ्यांसाठाची पतपेढी आहे. ही अमेरिकेतील सर्वांत मोठ्या पतपेढीतील एक गणली जाते. ही संस्थादेखील आपल्या सभासदांचे हित डोळ्यांसमोर ठेवून काम करत असते. त्यासाठी लागणारे नेतृत्व आणि समाजहिताशी निगडित असलेल्या अनेक उपक्रमांमध्ये ही संस्था अग्रगण्य असते. संस्थेचे ब्रीदवाक्य आहे,

'चांगले पैसे बनवा', 'पैसे चांगले बनवा' असे म्हणणे कदाचित अधिक सयुक्तिक ठरेल.

आज अधिकाधिक लोक आपल्या कामामागील हेतू, त्यामागील अर्थ शोधण्यात मग्न आहेत. जीवनासारखेच आपले कामदेखील स्वतःसाठी आणि इतरांसाठीच नव्हे तर साऱ्या समाजासाठीदेखील अर्थपूर्ण आहे असे त्यांना वाटत राहणे ही त्यांची गरज आहे.

कुठल्याही परिस्थितीत आपण आपल्या कामात अर्थ शोधू शकतो. हॉटेलमधील घाण झालेली स्नानगृहे धुण्याचे काम असो, दस्तऐवज पुनःपुन्हा लिहिण्याचे काम असो, महाविद्यालयातील गडबड्या विद्यार्थ्यांना त्यांच्या टेबलावर अन्न आणून देण्याचे काम असो किंवा चिडचिड्या प्रवाशांनी भरलेले विमान चालवण्याचे काम असो; आपण आपल्या कामात अर्थ शोधू शकतो किंवा ते काम आपल्या खऱ्याखुऱ्या जीवनाचा भाग नाही असे समजून त्याकडे पाहू शकतो. हा दुसरा मार्ग निवडल्यास आपण आयुष्यातील अनेक अर्थगर्भित अनुभवांना मुकतो. जरी आपले काम आपल्याला आवडत नसले, तरीही थोडा वेळ थांबून विचार करत त्याच्याशी निगडित राहिल्यास आपल्याला त्या कामात अनेक समाधानकारक क्षण शोधण्याची संधी आढळून येते. प्रश्न आहे की, आपल्याला असे अर्थपूर्ण संबंध जोडण्याची इच्छा आहे का?

व्यवसायात अर्थ असणे ही काही चैनीची गोष्ट नाही. ती आपल्याला प्रेरक ठरणारी शक्ती असू शकते. फिलिप्स, नॉर्थ अमेरिका या संस्थेसाठी मे २०१३ साली केलेल्या जीवन व्यवसाय सर्वेक्षणात असे दिसून आले की, अमेरिकेतील कर्मचारी अर्थपूर्ण काम करण्यासाठी पगारात कपात घ्यायलादेखील तयार आहेत. तसे करताना इतर गोष्टींबरोबर, व्यवसायाशी पूर्णपणे निगडित राहून जीवनातील आपला एक वारसा ठेवून जाण्याची संभाव्यता त्यांना आकर्षित करते. (११)

तर मग आपण आपल्या व्यवसायात आणि व्यवसायाच्या जागी अर्थ कसा शोधू शकतो? आपण याआधी दिलेल्या 'अर्थाचे शास्त्र' आणि दहाव्या प्रकरणात सांगितलेला मंत्र ओ.पी.ए. या विषयाकडे पुन्हा वळून पाहू या. कदाचित ते आपल्याला आपल्या व्यवसायामध्ये अर्थ शोधण्यासाठी लागणारा मार्ग दाखवण्यास मदत करू शकतील.

ओ - इतरांशी अर्थपूर्ण संबंध जोडा.

व्यावसायिक जीवनात इतरांशी कसे वागल्यास आपल्याला अर्थ सापडू शकेल? अर्थ सर्वदूर सापडू शकतो. पूर्वी सांगितलेली, विन्स्टन नावाच्या वाहनचालकाची गोष्ट आठवा. वाहन चालवताना भेटलेला प्रत्येक प्रवासी ही त्याला त्यांच्याशी संबंध जोडून आपल्या कामात अर्थ शोधण्याची संधी वाटली. त्यांच्याशी असलेले

संबंध काही क्षणांपुरतेच असले तरीही विन्स्टनला त्यांच्याशी वाटून घेतलेल्या त्या क्षणांतील अनुभवांतून अर्थ शोधता आला. व्हिक्टर फ्रँकलच्या विचारात दिलेले हे उदाहरण 'अनुभवातील अर्थाचे मोल' दर्शवते. (१२)

'व्यवसायातील अर्थ' या आमच्या कामासाठी आम्ही अनेक लोकांच्या मुलाखती घेतल्या आहेत. ते विविध क्षेत्रांतील विविध पार्श्वभूमी असलेले लोक आहेत. साऱ्यांना व्यवसायात इतरांशी अर्थपूर्ण संबंध जोडण्याची निकड वाटते. व्यवसायातील आपल्या समाजाचा भाग बनून राहण्याची त्यांची इच्छा असते. त्यांच्या आयुष्यातील इतर क्षेत्रांत त्यांना कुठेही एक आपला समाज सापडला नसल्याचे ते सांगतात. त्यांना दयार्द्र, ममताळू व्यावसायिक वातावरण हवं असतं. जेथे ते एकमेकांची काळजी घेत, एकमेकांची मूल्ये जाणत काम करू शकतील, जेथे त्यांना इतर लोक आपली काळजी करताहेत असं वाटेल असं वातावरण हवंस वाटतं. काहींना वाटतं की, व्यावसायिक वातावरणात आपली किंमत केली जात नाही, आपल्याला इतरांपेक्षा अधिक काम देऊन, इतरांपेक्षा कमी प्रतिष्ठा मिळते आहे; आपल्या योगदानाची कदर केली जात नाही.

आकृती चारकडे पाहताच दिसून येतं की, अर्थ हा कुठल्याही संस्थेतील वातावरण घडवायचा पाया आहे. व्यावसायिक जीवनात आसपास कोणते शब्द वापरले जातात, कोणत्या गोष्टी सांगितल्या जातात, काम कसं करावं याबद्दलच्या अपेक्षा काय असतात, नेतृत्व करणाऱ्यांची पद्धत काय असते, कामावर कशा प्रकारचे खेळ खेळले जातात, कोणत्या अफवा पसरू देण्याचं स्वातंत्र्य असतं, कोणाला बढती दिली जाते, कोणाची स्तुती केली जाते, नकारात्मक वागणं कशा रीतीने हाताळलं जातं, संस्थेत होणाऱ्या बदलांबद्दल कर्मचाऱ्यांना कशा प्रकारचं स्पष्टीकरण दिलं जातं, त्याबद्दल त्यांना कसं मार्गदर्शन केलं जातं इत्यादी. या साऱ्या गोष्टी अर्थपूर्ण वातावरण घडवायला किंवा न घडवायला कारणीभूत होतात. थोडक्यात, व्यावसायिक वातावरणातील अर्थ हा तेथील समाजातील सभासदाने दररोज केलेल्या लहान किंवा मोठ्या गोष्टींनी घडवला जात जातो. उदाहरणार्थ– 'कामावर बैठक बोलावताना', 'समाज निर्माण' असे नाव दिल्यास जमलेल्या साऱ्यांना आपल्याला एकत्र आणण्यासाठी बैठक बोलावली आहे हा संदेश मिळतो. संस्थेतील प्रत्येक काम हा समाज निर्माणाचा एक घटक असतो. प्रत्येक सभासदाच्या कामाचे मूल्य गौरविले गेले आणि प्रत्येकाचे काम महत्त्वाचे आहे असा संदेश दिल्यास प्रत्येक सभासद महत्त्वाचे काम करील. संस्थेतील प्रत्येक घटक आणि प्रत्येक सभासद यास मान्यता मिळाल्यावर समाज बनवण्याच्या कामात चैतन्य येईल. व्हिक्टर फ्रँकलने सुरुवात केलेल्या लोगोथेरपीतील लोगोस या शब्दाचा मूळ अर्थ (प्रकरण -२ पाहा) सखोल आध्यात्मिक अर्थाशी निगडित आहे. तो अर्थ

वापरात आणल्याने माणसाच्या मूळ प्रेरणेस चेतना मिळेल.

जेव्हा संस्था मोठी असते, तेव्हा कामावर असं आपलं एक गाव निर्माण करणं आव्हानात्मक असतं. विशेषतः आजकालच्या काळात महाजालाने निगडित असलेल्या संस्थांत ते कठीण होऊन बसतं. अर्थपूर्ण संबंध तेव्हाच निर्माण होतात, जेव्हा बरोबर काम करणाऱ्या लोकांना एकमेकांची ओळख असते. जेव्हा त्यांचे चेहरेदेखील आपण पाहिलेले नसतात तेव्हा असे संबंध जुळवणे कठीण होऊन बसते.

आज कामाच्या पद्धतीत बराच फरक पडत आहे. पुष्कळदा काही थोडे लोक संस्थेचे ध्येय आणि कार्य निश्चित करतात आणि इतर अनेक लोक वेगवेगळ्या करारांनुसार केवळ आपापल्या कामाचा हिस्सा पूर्ण करण्यास जबाबदार असतात. अशा वेळी संस्थेत समाज निर्माण करण्यास अनुपम कौशल्याची गरज असते. नाहीतर संस्थेत साऱ्यांना आपलासा वाटणारा अर्थ शोधणे कठीण होऊन बसते. हल्ली उपलब्ध असलेले 'स्काइप'सारखे साधन या कामी उपयोगी पडू शकते; त्यामुळे व्यक्तीच्या नावाबरोबर तिचा चेहरा ओळखता येतो. काही संस्था छायाचित्र आणि आवाज एकत्र करून, प्रत्येक सभासदाचे एक संक्षिप्त चरित्र निर्माण करून आणि ते संगणकाद्वारे प्रक्षेपित करून सभासदांना एकमेकांची ओळख करून घेण्यास मदत करतात. यांसारख्या साधनांमुळे अधिक माणुसकी असलेले वातावरण निर्माण करण्यास मदत होते. माणूस हा समाजशील प्राणी आहे. त्याला सामाजिक बंध हवे असतात आणि आपण एकमेकांची कदर करतो हे दाखवण्यासाठी काही पावले टाकता आली तर ती सहायक होऊ शकतात.

'राजा बोले दल हाले' या पद्धतीचं व्यवस्थापन जेव्हा बाजारामध्ये स्थैर्य होतं, तेव्हा बऱ्यापैकी चालत असे. या पद्धतीत थोडे वरिष्ठ अधिकारी सर्व निर्णय घ्यायचे आणि त्याबरहुकूम संशोधनाचे उपक्रम होत असत. आज बाजारामध्ये असलेली गुंतागुंत आणि चंचलता बरीच वाढल्याने साऱ्यांना विचारात घेऊन निर्णय घेण्याचा मार्ग अधिक किफायतशीर वाटू लागला आहे. व्यवसायात अर्थ आणण्यासाठी साऱ्यांच्या कल्पना आणि विचार लक्षात घेऊन संस्थेचे ध्येय आखणे अधिक योग्य आहे. बहुतेक कर्मचाऱ्यांनादेखील संस्थेचा मार्ग निश्चित करण्यात आपला वाटा असावा असे वाटते. संशोधन हे सर्व थरांतून यायला हवे. संस्थेत अर्थपूर्ण वातावरण निर्माण करण्यासाठी साऱ्यांना - कर्मचारी तसेच येथील इतर बाह्य भागीदार यांना - सुरक्षित वाटेल असे वातावरण तयार करणेदेखील आवश्यक आहे. सुरक्षित वातावरणात साऱ्यांना आपापल्या कल्पना समोर मांडायला धीर येतो. वरिष्ठ व्यवस्थापक कर्मचाऱ्यांना 'चाकोरीबाहेर जाऊन' विचार करायला सांगतात खरे; पण कार्य करताना ते स्वतः जुन्या वहिवाटेच्या मार्गावरून जाताना दिसतात. याचे कारण मुख्यतः नियंत्रण ठेवणे आणि क्षमता वाढवणे यांवर दिलेला भर हे असते.

आता प्रश्न असा आहे की, अर्थपूर्ण संस्कृती निर्माण करण्याची जबाबदारी कोणाची आहे? सर्वेक्षण करताना असे दिसून आले की, बहुतेकजण, संस्थेने कर्मचाऱ्यांसाठी काय करावे यावर भर देताना दिसतात. 'माझा वरिष्ठ व्यक्तिशः माझ्याबद्दल कळकळ बाळगताना दिसतो', 'आमच्या संस्थेत माझ्या विकासाला उत्तेजन देणारी मंडळी आहेत' किंवा 'मागच्या आठवड्यात मला केलेल्या चांगल्या कामाबद्दल प्रशंसा मिळाली', अशा प्रकारचे उद्‌गार ऐकू येतात. त्यावरून दिसून येते की, कर्मचाऱ्यांची अपेक्षा, संस्थेचे नेते आणि व्यवस्थापक हे सर्वस्वी अर्थपूर्ण संस्कृती घडवण्यात जबाबदार आहेत, अशी असते. हा मार्ग बरोबर नव्हे. संस्थेतील प्रत्येकाला आपण या संस्थेचे अविभाज्य घटक आहोत आणि तद्‌नुसार आपणदेखील अर्थपूर्ण संस्कृती घडवण्यासाठी जबाबदार आहोत असे वाटायला हवे. स्वयंकेंद्रित विचार बाजूला ठेवून व्यवसायात अर्थपूर्ण समाज निर्माण करण्याची जबाबदारी प्रत्येकाची आहे हे लक्षात घ्यायला हवे.

पी - सखोल हेतुपूर्वक संबंध

साऱ्याची सुरुवात अर्थाने होते. जेव्हा 'मेयो क्लिनिक'मध्ये मला (इलेनला) 'अर्थपूर्ण संशोधन निर्माण' या विषयावर भाषण देण्यासाठी बोलावले होते, तेव्हा त्याचा माझ्यावर किती सखोल परिणाम होईल याची मला कल्पना नव्हती! मेयो क्लिनिक हे अत्यानुधिक वैद्यकीय उपचार करण्यासाठी प्रसिद्ध आहे. मला वाटते की, संस्थांनी परिषदेत आपल्या ग्राहकांना भाग घ्यायला बोलावणे हे अगदी विरळ असते. या परिषदेत मेयो क्लिनिकने आपल्या दोन ग्राहकांना भाग घेण्यासाठी बोलावले होते. ते दोघे नवरा-बायको असून मेयो क्लिनिकमध्ये उपचारासाठी आलेले, कॅन्सर झालेले रुग्ण होते. त्या दोघांनी प्रांजळपणे कर्करोगाचे निदान झाल्यानंतरचे आपले अनुभव, आपल्याला वाटणारी भीती, आलेला क्रोध, पुढे ठाकलेल्या अनेक उपचारांबद्दलची अनिश्चितता, अनुभवलेले शारीरिक दुःख सारे प्रकट केले. त्यांच्या कथनातून त्यांनी मेयो क्लिनिकमधील उपचारकांबद्दल प्रकट केलेला सन्मान आणि प्रेम हेदेखील स्पष्टपणे दिसून येत होते. अनुभवाच्या प्रत्येक पायरीवर उपचारकांनी त्यांच्यासाठीच नव्हे तर प्रत्येक रुग्णासाठी आणि आपल्या सहकाऱ्यांसाठी क्लिनिकमध्ये आरोग्यदर्शक वातावरण तयार केल्याचा प्रत्यय येत होता. मेयो क्लिनिकमध्ये काम करणे म्हणजे साऱ्यांसाठीच अत्यंत अर्थपूर्ण अनुभवांत सहभागी होण्याची संधी आहे, याची त्यांना जाणीव असल्याचा प्रत्यय येत होता. क्लिनिकमध्ये प्रवेश केल्यापासून ते उपचार आणि उपचारानंतरची काळजी या प्रत्येक अवस्थेत अर्थपूर्णतेची जाणीव होत होती. त्या नवरा-बायकोचे भाषण संपले, त्या वेळी माझ्यासह जमलेल्यांपैकी एकही डोळा कोरडा राहिला नव्हता.

कदाचित वैद्यकीय प्रांतात असे अर्थपूर्ण वातावरण तयार करणे सोपे असेल; परंतु जर प्रत्येक कर्मचाऱ्याला आपल्या कामामागील हेतूची जाणीव असेल आणि त्यात त्याला अर्थ दिसत असेल तर कुठेही असे वातावरण तयार करणे शक्य व्हावे. उदाहरणार्थ– ॲमेझॉन कंपनीतील प्रत्येक कर्मचाऱ्याला आपल्या कामामागील अर्थाची जाणीव असते तर लहान मुलांच्या जन्म दिवसासाठी सामान बांधताना, एखादे मनोविकास करणारे उद्‌बोधक पुस्तक बांधताना किंवा केवळ आपण ग्राहकाचे पैसे वाचवल्याने तो अधिक चांगल्या स्थितीत राहू शकेल याची कल्पना करताना, कर्मचारी वेगळ्या तऱ्हेने काम करतील. तेथील स्वागतकार ग्राहकांना ज्यायोगे त्यांचा ताण कमी होईल अशा मार्गाने योग्य माणसाकडे पाठवण्याचे काळजी घेईल किंवा त्यांना करावे लागणारे कागदपत्राचे काम कमी करण्यास मदत करील; एखादा स्मशानगृहाचा चालक ग्राहकांना त्यांच्या प्रियजनांचा अंत्यविधी करताना होणारे दुःख कमी करायचा प्रयत्न करील. अगदी साध्याशा दुकानावर केवळ बर्गरची किंवा भाकरीची उलथापालथ करण्याचे रटाळ काम करणारी व्यक्ती लोकांना अन्न पुरवते या भावनेने तेथे आलेल्या गरीब लोकांचा अनुभवदेखील सौख्यदायक करू शकेल.

सगळ्यात महत्त्वाची गोष्ट असते की, कर्मचारी आणि संस्था यांच्यात संस्थेच्या हेतूबद्दल साखळी जोडलेली असणे. संस्थेचा हेतू काय आहे आणि तो हेतू कर्मचाऱ्यांच्या स्वतःच्या जीवनाशी कसा निगडित आहे याबद्दलची माहिती त्यांना असणे आवश्यक असते. दुर्दैवाने पुष्कळदा संस्थांनाच पैसे मिळविण्याव्यतिरिक्त आपले ध्येय काय आहे याचा पत्ता नसतो. संस्था कशाला अस्तित्वात आली आहे हे सारं विसरलेलं असतं आणि जेव्हा हे विस्मरण होते किंवा जेव्हा संस्थेतील नेते संस्थेचा हेतू कर्मचाऱ्यांना पटवून देण्यात अयशस्वी होतात, तेव्हा कर्मचाऱ्यांना आपल्याकडून संस्थेची काय अपेक्षा आहे हे कळत नाही; आपण नीट निर्णय घेतो आहे की नाही हेदेखील त्यांना समजेनासं होतं. कर्मचाऱ्यांना आपण करत असलेले काम, संस्थेच्या एकंदर हेतूमध्ये कसं बसत आहे ते कळलं नाही तर त्यांना आपण जे करतो आहोत त्याचं महत्त्व काय आहे ते कळणार नाही. कर्मचाऱ्यांना आपले काम आणि संस्थेचा हेतू यातील दुवा समजतो असे नेत्यांनी गृहीत धरू नये.

आमच्या संस्थेचा हेतू आणि तिचे कार्य यांचे घनिष्ठ संबंध आहेत. अर्थ आणि त्याचा मानवी आयुष्याच्या गाभ्याशी चालत असलेला नादमय संवाद हे आमच्या संस्थेचे मूळ आहे. प्रत्येक संस्थेने तिच्या अस्तित्वामागील चेतना स्पष्ट करायला हवी. काही संस्था हे काम उत्तम रीतीने करतात. 'स्टारबक' – कॉफी विकणारे दुकान; त्यांची प्रेरणा आहे एक माणूस! एक कप कॉफी, एक शेजार-पाजार; असे करतकरत साऱ्या मानवी चैतन्याला जागृत करणे; 'हॉलमार्क' - ग्रीटिंग कार्ड्स विकणाऱ्या दुकानांची साखळी - त्यांचे कार्य आहे आयुष्यातील लहानलहान क्षण

साजरे करण्यास मदत करणे; 'साउथ वेस्ट एअरलाइन' - त्यांचे कार्य आहे विमान प्रवास हा सर्वांसाठी लोकशाही पद्धतीने उपलब्ध करणे; 'ट्रेडर जो' - अन्नसामग्री विकण्याचे दुकान - त्यांचं कार्य आहे ग्राहकांचा अनुभव चैतन्य आणि आनंदाने भरलेला असा करणे; 'जॉन्सन अँड जॉन्सन' कंपनीचे कार्य आहे लोकांचे शारीरिक दुःख आणि वेदना कमी करणे. संस्थेचा हेतू आणि तिचे कार्य यात सच्चाई हवी; त्यांचा मेळा बसायला हवा. एकदा आम्ही एका संस्थेबरोबर काम करत होतो त्यांनी आपला हेतू आणि आपले कार्य 'लोकांनी आरोग्यवर्धक अन्न खावे', हा असल्याचे विशद केले होते. त्या वर्षी ते ज्यात भरपूर कॅलरीज आणि साखर आहे अशा फॅक्टरीत प्रक्रिया केलेल्या मालाच्या खपास उत्तेजन देत होते. अर्थातच त्यांनी जाहीर केलेला त्यांचा हेतू आणि त्यांचे प्रत्यक्ष कार्य यात मेळ नव्हता.

आज अनेक संस्थांत आमूलाग्र बदल होत आहेत. आपल्या कर्मचाऱ्यांवर लक्ष केंद्रित करून, व्यवसायातील अर्थाला महत्त्व देऊन अनेक व्यावसायिक संस्था जीवन माणुसकी प्रदान करत आहेत. तंत्रज्ञानात होत असलेल्या प्रगतीमुळे आज घडीघडी, तेच तेच करावे लागणारे काम मशीनद्वारे करणे शक्य झाले आहे; त्यामुळे व्यावसायिक आयुष्यातील अर्थावर लक्ष केंद्रित करण्याची गरज अधिकच तीव्रतेने भासू लागली आहे. त्याचबरोबर कुशल नेतृत्व हेदेखील महत्त्वाचे ठरत आहे. प्रत्येक संस्था स्थिर नसून प्रेरक, गतिशील असते. उत्तम नेते कामामागील मानवी प्रवृत्ती, अर्थ शोधण्याच्या तिचा हेतू याचे महत्त्व जाणतात आणि त्या गाभ्याभोवती संस्थेचे कार्य ठरवतात. अमेरिकेतील 'मेडिकेअर' आणि 'मेडिकेड' या साऱ्यांना वैद्यकीय सेवा उपलब्ध करणाऱ्या विशाल कार्यक्रमाचा माजी व्यवस्थापक डॉक्टर डॉनल्ड बरविक म्हणतो, 'जे व्यवस्थापक केवळ आपल्या कामाचे प्रगतिपुस्तक तयार करून त्यानुसार बक्षिसे देतात; ते एक महत्त्वाची गोष्ट विसरतात ती अशी की, नेतृत्व म्हणजे प्रत्येकाला स्वतःतील, स्वतःच्या व्यवसायातील अर्थाचा शोध घेऊन तो साजरा करण्यास मदत करणे हे आहे.'

व्हिक्टर फ्रँकलच्या शिकवणीप्रमाणे, 'अर्थाची तळमळ साकार करणे ही माणसाची प्रमुख प्रेरणा असते.' आम्हाला असेही वाटते की, नेतृत्व करण्यामागील प्रमुख कार्य हे संस्थेत काम करणाऱ्या प्रत्येकाला, संस्थेच्या आणि त्याच्या स्वतःच्या सखोल अर्थाशी निगडित करणे हे होय. नेता या कामाची सुरुवात स्वतःच्या कामात असलेला अर्थ शोधण्यापासून करतो आणि नंतर इतरांना त्यांच्या कामात तो अर्थ शोधण्यास पूरक असे वातावरण निर्माण करतो. दुसऱ्या शब्दांत सांगायचे तर कुठल्याही संस्थेच्या नेत्याने अर्थाचा झेंडा समोर ठेवून नेतृत्व करायला हवे. असे केल्याने कर्मचाऱ्यांची स्थितिस्थापकता, त्यांचे आरोग्य, स्वास्थ्य, उत्पादनक्षमता वाढेल आणि ते प्रेरक शक्ती बनून संस्थेशी निगडित राहतील. हे तत्त्व लक्षात घेऊन

आम्ही संस्थांना त्यांचे नेहमीचे श्रेणीबंध बाजूला सारून त्याऐवजी अर्थपूर्ण वातावरण निर्मिती हे लक्ष्य ठेवून नेतृत्व करण्याचा सल्ला देतो. या अर्थाने, 'अर्थ' प्रत्येक नेत्याच्या कामाचा अविभाज्य भाग बनायला हवा आणि त्याची गुणवत्ता त्यांनी निर्माण केलेल्या अर्थपूर्ण वातावरणावरून ठरवायला हवी; जेणेकरून अर्थपूर्णता हे साऱ्या संस्थेचे ओळखपत्र ठरेल.

कर्मचाऱ्यांना प्रोत्साहन देण्यासाठी, त्यांच्यातील कौशल्य पूर्णपणे विकसित करण्यासाठी, नेत्याने त्यांना त्यांच्या कामामागील अर्थ शोधण्यास मदत करायला हवी. त्यानंतर कर्मचाऱ्यांचे काम संस्थेच्या कार्याशी कसे मिळतेजुळते आहे हे त्यांना समजावून द्यायला हवे. त्यायोगे संस्थेतील नेता कर्मचाऱ्यांना त्यांच्या कामामागील विशाल हेतू स्पष्ट करायला मदत करू शकतो. प्रत्येक कर्मचारी कशामुळे प्रेरित होतो, त्याची काम करण्याची पद्धत, त्याचे स्वतःचे ध्येय काय आहे हे समजून घेणे महत्त्वाचे आहे. काही लोक एकट्याने नेहमीच्या ठरलेल्या कार्यावर काम करणे पसंत करतात तर काही इतरांबरोबर काम करण्यात आनंद मानतात. काहींना सहकाऱ्यांबरोबर राहणे कामापेक्षा अधिक आवडते. काही अधिकाधिक जबाबदारी अंगावर घेत स्वतः नेते बनतात. उत्तम नेता प्रत्येकाचे गुणदोष पाहून त्यांना स्वतःतील अर्थ शोधण्यास मदत करतो.

कुठल्याही कार्यात सखोल अर्थ शोधण्यासाठी स्वतःची ओळख असणे गरजेचे आहे. तसे करण्यासाठी वेळ आणि प्रयत्न लागतात, आत्मपरीक्षण करावे लागते. दुसऱ्याला आपण कोण बनून हवे आहोत याऐवजी आपल्याला काय हवे आहे हे पाहावे लागते. आज अधिकाधिक लोक स्वतःचे काम आपल्या मूल्यांशी, आवडीशी, कौशल्याशी मिळतेजुळते व्हावे म्हणून प्रयत्न करत आहेत. आपले वैशिष्ट्य आणि सर्जनशीलता याचा इतरांनादेखील उपयोग व्हावा असा प्रयत्न ते करत आहेत. पुष्कळदा लोक मी कुठला व्यवसाय निवडावा या प्रश्नावर लक्ष केंद्रित करतात. हा प्रश्न बरोबर नाही. प्रश्न असा असायला हवा की, माझ्या खऱ्याखुऱ्या स्वभावाचे सार काय आहे? या प्रश्नाचे उत्तर कळल्यानंतर त्याभोवती आपल्या व्यवसायाची निवड करत, आपल्यातील संभाव्यतेला आपण विकसित करण्यासाठी मोकळे सोडू शकतो.

ए - जीवनाला कळकळीने आलिंगन द्या

कामातील अर्थ आपण कोणते काम करतो, कोणते उत्पादन करतो, कोणती सेवा करतो किंवा काय निर्माण करण्यासाठी सहभागी होतो, यावर अवलंबून नसते. आपल्या व्यवसायातील अर्थ हे आधिभौतिक चैतन्यावर अवलंबून असते. जेव्हा दोन किंवा अधिक लोक एकत्र येतात आणि बरोबर काम करतात, तेव्हा त्यातून निर्माण

होणारे चैतन्य व्यवसायाला अर्थ देते. म्हणूनच व्यवसायातील अर्थाचा शोध घेताना आपण केवळ शरीर आणि बुद्धी याकडे लक्ष न देता त्या कामात गुंतलेल्या प्रत्येक व्यक्तीतील चैतन्यदेखील विचारात घ्यायला हवे. ही मानवी परिमाणे एक दुसऱ्याशी निगडित असतात आणि अर्थपूर्ण वातावरण निर्माण करण्यात प्रत्येकाचा सकारात्मक किंवा नकारात्मक भाग असतो.

स्वीडन देशातील स्टॉकहोम शहरामध्ये स्कालटेक नावाची कंपनी आहे. ही कंपनी मोठ्या साधनसामग्रीचे उत्पादन करते. तिचा संस्थापक आहे ऑइस्टीन स्कालबर्ग. काम करणाऱ्या कर्मचाऱ्यांबाबतचे आणि कामाविषयीचे त्याचे तत्त्वज्ञान ऐका. 'प्रत्येक व्यक्ती 'लिओनार्डो द व्हिंची' (जगप्रसिद्ध कलाकार शास्त्रज्ञ आणि वैज्ञानिक) असते. समस्या अशी असते की, त्याला स्वतःला त्याची जाणीव नसते. त्याच्या आई-वडिलांना ते माहीत नव्हतं म्हणून त्यांनी त्याला तो लिओनार्डो असल्यासारखं वागवलं नाही आणि त्यामुळे तो लिओनार्डो झाला नाही एवढेच! हाच माझा सिद्धान्त आहे.'

महत्त्वाचं म्हणजे स्कालबर्ग आपला सिद्धान्त आचरणात आणतो. स्कालटेक कंपनीत कर्मचाऱ्यांना विविध श्रेणी दर्शविणाऱ्या उपाधी आणि पदव्या देत नाहीत. कामावरील त्यांच्या ओळखपत्रावर फक्त त्यांचा फोटो व संपर्क साधण्यासाठी लागणारी माहिती एवढंच लिहिलेलं असतं. एकदा स्कालबर्गला या उपाधी बहाल करण्याच्या पद्धतीबद्दल विचारणा केली असता तो उत्तरला, 'जर मी कर्मचाऱ्यांना उपाधी द्यायचं ठरवलं तर त्या उपाधी श्रेणीदर्शक नसून, 'लिओनार्डो द व्हिंची' किंवा 'असीमित संभाव्यता' अशा प्रकारच्या असतील.'

याचबरोबर त्याच्या कंपनीत प्रत्येकाच्या कामाच्या स्वरूपाचं साचेबंद वर्णन केलेलं आढळणार नाही. कुठलेही यंत्र बनविण्यास हातभार लावणारे सारे कर्मचारी अंतिम उत्पादनावर आपल्या स्वाक्षऱ्या करतात. परिणामी, प्रत्येक यंत्र बनविणाऱ्या या साऱ्या व्यक्ती व ग्राहक यात थेट संबंध जोडला जातो. एवढेच नव्हे तर त्या उत्पादनाची गुणवत्ता ठरविण्यावर दिलेला भर स्पष्ट होऊन तो साऱ्यांना दिसतो. शिवाय इतर उद्योगधंद्याच्या जागी न आढळणारे कंपनीतील वातावरणाचे आणखी काही मूलभूत गुणविशेष आहेत. तेथे कंपनीतील कर्मचाऱ्यांच्या कामाचा वार्षिक आढावा घेण्यासाठी इतर कंपनीसारखे ठरावीक वरिष्ठ अधिकारी न नेमता अहेतुपूर्वक निवडलेल्या गटाची नियुक्ती केली जाते. स्कालबर्गच्या म्हणण्यानुसार 'कुणालाही आपल्या कामाचा आढावा कोण घेणार?' हे ठाऊक नसल्याने सर्वजण वर्षभर एकमेकांशी चांगले वागतात. हास्य दाही दिशांना पसरत असलेलं दिसतं. अत्याधुनिक काळात कंपनीतील वातावरण निर्मितीचा स्कार्लबर्गचा नियमसुद्धा एक प्रकारे क्रांतिकारकच आहे तो असा : 'आत्मविश्वासाने त्याची सुरुवात होते. आनंद हा

त्याचा भाग आहे. प्रेम हा त्याचा गाभा आहे.' आता सांगा, अर्थावर लक्ष केंद्रित करणारी ही कंपनी कामगारांना मंत्रमुग्ध करेल का नाही?'

सौंदर्य प्रसाधने आणि त्वचेची काळजी घेणाऱ्या वस्तू बनवणाऱ्या कंपनीची - द बॉडी शॉप - संस्थापक स्वर्गीय अनिता रॅडिक म्हणत असे की, प्रत्येकाला आपल्या व्यवसायाच्या जागी चैतन्यमय असावेसे वाटते. काम ही आपल्याला आपले मत प्रदर्शन करण्यासाठी आणि आपली विशिष्ट सर्जनशीलता प्रकट करण्यासाठी मिळालेली संधी असते. जेव्हा ही संधी मिळते, तेव्हा आपण चैतन्यमय बनतो आणि जेव्हा ती मिळत नाही, तेव्हा आपल्याला अतीव काळजी आणि ऊर्जेचा अभाव याचा अनुभव येतो. आपण स्वतःला कशामुळे ऊर्जा मिळते आणि कशामुळे तिचा नाश होतो हे समजून घ्यायला हवं. शिवाय ज्यायोगे आपण चैतन्यमय बनतो त्या गोष्टी आपण करायला हव्या.

एम्प्लॉयी असिस्टंस प्रोग्राम (इ ए पी) - हा उपक्रम जगभरात, कर्मचाऱ्यांना आधार देण्यासाठी निर्माण केलेल्या उपक्रमात सर्वांत मोठा आणि अग्रगण्य गणला जातो. दुर्दैवाने २०१२ ते २०१४ (*१७) सालात या उपक्रमात भाग घेणाऱ्यांमध्ये, अतीव नैराश्य, ताणतणाव आणि चिंतेचा घोर या आजारात जवळजवळ ५० प्रतिशत वाढ झालेली दिसून येते. अनेकजण आपण नेहमी किंवा बहुतांश वेळी ताणतणाव अनुभवत असल्याचे सांगतात. संशोधन सांगते की, व्यावसायिक जीवनातील ताणतणाव हा शारीरिक आजार निर्माण करण्यास किंवा तो वाढविण्यास कारणीभूत होतो. दोघांमधले हे विघातक नाते कामाच्या ठिकाणी थांबत नसून त्याचे परिणाम वैयक्तिक जीवनावरदेखील होतात. तसेच कर्मचाऱ्यांचे मानसिक आरोग्य संस्थेच्या यशावरदेखील परिणाम करते. वर उद्‍बोधन केलेली नैराश्य आणि ताणतणावाची उभरती लाट कर्मचाऱ्यांच्या आरोग्यावर आणि व्यावसायिक जगात अर्थ निर्माण करण्याच्या गरजेवर भर देण्याची निकड दर्शविते.

शारीरिक, बौद्धिक आणि मानसिक ऊर्जेचा ऱ्हास याचा उगम भीती, अभाव आणि न वाकवता येणारा कर्मठपणा यात असतो. विशाल दृष्टिकोन, लवचीकपणा आणि वैपुल्य यांवर लक्ष केंद्रित करून आपल्याला काय हवं आहे याकडे पाहिल्यास स्वतःचे स्थितिस्थापकत्व वाढवून आव्हानांशी सामना करत आपण पुन्हा परिणामकारक रीतीने उभे राहू शकतो. व्हिक्टर फ्रँकलच्या शिकवणीनुसार आपणा सर्वांजवळ आपला दृष्टिकोन बदलण्याचे स्वातंत्र्य आहे. ते वापरून आपण स्वतःसाठी सकारात्मक अनुभव निर्माण करू शकतो. आम्हाला एका वरिष्ठ उद्योजक व्यवस्थापकाशी केलेल्या संभाषणाची आठवण येते. हा अधिकारी व्यावसायिक जीवनात चांगलाच यशस्वी झाला होता; परंतु त्याला समाधान नव्हते, कारण अजूनपर्यंत तो सी.ई.ओ. - सर्वोच्च व्यवस्थापक - होऊ शकला नव्हता. आतापर्यंत मिळालेल्या यशावर भर

देण्याऐवजी तो स्वतः आणि त्याच्या मनातील वरची पायरी यातील अंतराकडे बघत होता. आम्ही त्याला पुढीलप्रमाणे सल्ला दिला. कदाचित त्याच्या मते दिसत असलेले शिखर न गाठल्याने त्याला आयुष्यातील अधिक महत्त्वाच्या गोष्टीवर लक्ष देता येणे शक्य होईल. कदाचित दैव त्याला वेगळा धडा शिकवत असेल. कदाचित वरची पायरी गाठण्याच्या छंदाने पछाडले न गेल्यास त्याला इच्छित शिखर गाठण्यास मदत होईल. (सहाव्या प्रकरणातील चौथे तत्त्व पाहा.) कदाचित आपल्या मनात इतर साहसांना प्रवेश देण्यास त्याला जागा करता येईल. सर्वांत महत्त्वाचे म्हणजे हे पछाडलेपण सोडल्यास तो आपल्या विचारांच्या शृंखलांतून मुक्त होऊ शकेल. आपली परिस्थिती बदलणे शक्य नसले तरीदेखील तिच्याकडे बघण्याचा आपला दृष्टिकोन बदलणे नेहमीच शक्य असते.

जीवनाला उत्कटतेने आलिंगन देणे ही ओ.पी.ए.तील गुरुकिल्ली आहे. व्यवसायात आणि आयुष्यात असलेला अर्थ शोधण्याचा हा मंत्र आहे. व्हिक्टर फ्रँकलने वर्णिलेले ते अंतिम स्वातंत्र्य आहे. आयुष्यातील लहान-मोठ्या आव्हानांना तोंड देण्यासाठी लागणारी ती ऊर्जा आहे. आपल्या दृष्टिकोनाची निवड आपल्या स्थितिस्थापकत्वाचा पाया घालते. आयुष्याकडे वेगळ्या नजरेने पाहायला शिकवते. जीवनाकडे कृतज्ञतेने पाहिल्यास आपल्या उत्साहाला भरती येते. (उत्साह हे आपल्या आंतरिक चैतन्याचे प्रतीक असते.) आयुष्याने दिलेल्या हाकेला आत्मविश्वासाने आणि अर्थपूर्णतेने 'ओ' देण्याचे दुसरे साधन नाही.

अर्थाचा शोध घेण्याची वेळ आलेली आहे. व्यावसायिक जीवनात अर्थ भरणे हे हळूहळू परंतु निश्चितपणे पुढे पाऊल टाकत आहे. संस्था अर्थपूर्ण करणे ही संकल्पना शैक्षणिक क्षेत्रात, संशोधनात आणि आचरणात मान्यता पावत आहे. बदलत्या काळात संस्थेचे पुनर्वसन करत असताना त्यातील अर्थावर लक्ष केंद्रित करणे ही महत्त्वाची कृती योजना ठरत आहे. शैक्षणिक क्षेत्रात, 'संस्था अर्थपूर्ण बनविणे' हा २०१६ च्या वार्षिक परिषदेचा महत्त्वाचा विषय बनला होता. संस्थेत काम करणारे कर्मचारी ही संस्थेची ऊर्जा, तिचे चैतन्य असते. व्यवसायात आणि व्यवसायाच्या जागी सखोल अर्थ निर्माण करणे हे आपल्या मनाच्या गाभाऱ्याशी असलेल्या खऱ्याखुऱ्या रूपाचे दर्शन घडवते. आपले सामुदायिक ईप्सित साध्य करण्यासाठी गरज असलेल्या चैतन्याची ठिणगी पेटवून तो जागता ठेवायचे काम करते. जेव्हा आपण अर्थपूर्ण रीतीने इतरांशी संबंध जोडू शकतो, सखोल अर्थ ठेवून त्यांच्याशी निगडित राहू शकतो आणि जीवनास उत्कटतेने आलिंगन देऊ शकतो तेव्हा सारी तत्त्वे एकतानतेने काम करून जीवनात अर्थ भरतात.

अंतर्मुख होताना

अर्थक्षण

एखाद्या संस्थेत किंवा समूहात काम करणाऱ्या साऱ्यांनी त्या समूहाच्या कार्यातील अर्थ जाणून घेणे महत्त्वाचे आहे. अशा अर्थपूर्ण कार्याचे वर्णन अगोदरच उद्धृत केले असले तर त्याची माहिती सर्वांना देणे उपयुक्त असते. तो अर्थ परावर्तित करणाऱ्या गोष्टी किंवा घटना यांचे वर्णन केल्याने अर्थाचे स्पष्टीकरण होण्यास मदत होते. संस्थेतील अर्थाचे स्पष्टीकरण झालेले नसल्यास खालील साधासा स्वाध्याय मदतीचा ठरेल.

संस्थेतील व समूहातील साऱ्यांना एकत्र बोलावून त्यांना आज त्यांची संस्था कोणत्या तीन गोष्टींसाठी ओळखली जाते, त्याचे थोडक्यात वर्णन लिहायला सांगा. त्यानंतर भविष्यात ती कोणत्या तीन गोष्टींसाठी ओळखली जावी त्याविषयी लिहायला सांगा. लिहिलेल्या दृष्टी सर्वांबरोबर वाटून घ्या.

आता त्यातील समान गुणविशेष पाहा.

या स्वाध्यायातून तुम्हाला संस्थेच्या गाभ्याशी असलेल्या किंवा इच्छित अर्थाची ओळख होईल. ती ओळख अर्थपूर्ण कार्याचे वर्णन उद्धृत करण्याच्या कामी येईल.

? अर्थ प्रश्न

* इतरांशी अर्थपूर्ण रीतीने संबंध जोडण्यासाठी दररोज तुम्हाला कोणत्या संधी उपलब्ध आहेत?
* तुम्ही तुमच्या नैसर्गिक स्वभावाचे सार सांगू शकाल का? व्यावसायिक जीवनात तुम्ही आपल्या खऱ्याखुऱ्या स्वभावानुसार वागू शकल्यास तुमच्या कामात काय फरक पडू शकेल?
* व्यावसायिक जीवनात तुम्हाला कशामुळे उभारी येते? तुमची ऊर्जा कोणत्या कारणामुळे कमी होते? कामाच्या जागी तुम्हाला कशामुळे अधिक चैतन्यपूर्ण वाटू शकेल?

अर्थाला होकार

व्यावसायिक जीवनात अर्थपूर्णतेने काम करण्यासाठी मी आपल्या खऱ्याखुऱ्या स्वत्वाशी जागृत राहीन.

(१२)

अर्थाचा गाभा : समाज

‘आत्तापर्यंत जे मिळवले आहे, त्यातच समाधान मानून राहू नये. आयुष्य आपल्यासमोर नित्य नवे प्रश्न उभे करत असते. ते आपल्याला स्वस्थ बसू देत नाही. निश्चल उभा राहिलेला माणूस मागे पडतो. आत्मसंतुष्ट होऊन बसलेला माणूस स्वतःला हरवून बसतो. सर्जनशीलतेत आणि अनुभवात, मिळविलेल्या यशात संतुष्ट होऊन आपण स्वस्थ बसू शकत नाही. दरतासाला, दररोज नवीन कृतीची गरज असते आणि नवीन अनुभवांची शक्यता असते.’

हल्लीच्या जीवनात आपल्या वैयक्तिक आणि व्यावसायिक जीवनातच नव्हे तर सामाजिक जीवनातदेखील अर्थाच्या पोकळीचे संकट निर्माण झालेले आहे. या पोकळीच्या खुणा (नशापान, आक्रमकता आणि नैराश्य) ज्याला व्हिक्टर फ्रँकलने सामूहिक विकृतीची त्रयी म्हणून अनेक दशकांपूर्वी संबोधले आहे, आजही सर्वत्र दिसतात. त्या दुर्दैवाने कमी झालेल्या नसून वाढत असल्याचाच प्रत्यय येतो आहे. व्हिक्टर फ्रँकलनी प्रथम त्याचे वर्णन केले, तेव्हा या वाढीची त्यांना कल्पनाही नसावी. सामाजिक अवस्था हे त्याचे कारण नसून केवळ लक्षण आहे, कारण आहे अर्थाची पोकळी.

वरील निरीक्षणास - उटणे रीडर ऑनलाइन - नावाच्या अमेरिकन महाजालाच्या माध्यमात प्रसिद्ध पर्यायी प्रकाशनात लिहिलेल्या लेखाने दुजोरा दिला आहे. लेखकाच्या म्हणण्याप्रमाणे हल्लीच्या अत्याधुनिक युगात विशेषतः ‘अमेरिका द ब्ल्यू’ नावाने ओळखल्या जाणाऱ्या काळात व्हिक्टर फ्रँकलने ज्याला, ‘अस्तित्वाची पोकळी’ म्हटले आहे, तिचा मूर्तिमंत अवतार वाटतील असे काही गुणविशेष आणि प्रभाव आढळून येतात.

‘मी का बरं दुःखी, कष्टी, चिंतातुर आहे? मला प्रेम का करता येत नाही?’

कदाचित या प्रश्नाचे उत्तर आपल्या सामूहिक सुप्त जाणिवेत खोलवर कुठेतरी असावे. त्याचा पृष्ठस्तरावर येण्याचा मार्ग हल्लीच्या अत्याधुनिक काळातील आरसेमहालाच्या बोळांतून जातो. हा प्रवास नाउमेद करणारा आणि काहीसा भयावह वाटतो खरा; परंतु सारासार विचार करता, केलेली ही सहल शेवटी फायदेशीर ठरते. आपल्या जीवनाचा तो चित्रपट म्हणजे झुलवत - भुलवत राहणारं, मानसिकदृष्ट्या खळबळजनक, चित्तथरारक कोडं असतं आणि आपण त्या कोड्याचं उत्तर शोधत असतो असा विचार करा. आवडो अथवा न आवडो, मानवजात ही अर्थाच्या शोधाच्या जंजाळात अडकून पडली आहे. कदाचित तिला त्या अंधारकोठडीतून कधीच बाहेर पडता येणार नाही. अत्याधुनिक काळात कुठल्याही तत्त्वज्ञानाच्या बैठकीची जमीन तिच्या पायाखालून सरकते आणि माणसाला अस्तित्वाचा पोकळीत उघड्यावर सोडते.'

व्हिक्टर फ्रँकल, जगातील एक सखोल तत्त्वज्ञानी व प्रचंड आशावादी माणूस या विधानातील 'अंधारकोठडीतून कधीच बाहेर पडता येणार नाही' या भागाशी आवेशाने झगडा करील. 'अर्थहीनतेची अंधारकोठडी!' ते उद्‌गारतील! जोपर्यंत आपण स्वतःच्या विचारांच्या शृंखलेत स्वतःला अडकवलेले नाही, तोपर्यंत या अंधारकोठडीतून बाहेर येण्याचा मार्ग आणि खरेखुरे स्वतंत्र होण्याचा मार्ग आपल्यातच आहे; आपल्या आवाक्यात आहे याची आपल्याला जाणीव होईल. या प्रकरणात आपण समाजातील अर्थाच्या पोकळीमागील मूळ कारणांचा शोध घेऊन, अर्थाचे शास्त्र आणि ओपीए या मंत्राचा वापर करून व्यावहारिक उपचार सुचवणार आहोत.

ओ - इतरांशी अर्थपूर्ण दुवे जोडा

इतरांबरोबर अर्थपूर्ण दुवे न जोडल्यास आपण केवळ एका जागी राहणारे सुटे सुटे व्यक्ती असतो. आपल्यात आणि इतरांत असलेल्या साम्याची आपल्याला जाणीव नसते आणि एकमेकांशी असलेले आपले संबंध, निकटचे, विश्वासावर आधारित, एकमेकांवर अवलंबून असल्याची जाणीव असलेले, परस्पर आधाराचे फायदे समजलेले असे न होता; समुद्रात रात्री एकमेकांजवळून प्रवास करणाऱ्या जहाजासारखे होतात; त्यामुळे ज्यावर समाजाचा पाया आधारित असतो त्याच गोष्टींचा नाश होतो. अशा समाजाच्या, 'आपल्या गावाच्या' नाशास कारणीभूत होणाऱ्या काही गोष्टींचा उल्लेख खाली करीत आहोत.

* हल्ली आपण पूर्वीपेक्षा अधिक प्रमाणात 'फिरते मुसाफिर' झालो आहोत. या शहरातून त्या शहरात, या देशातून त्या देशात भटकत असताना आपले

त्या जागेशी असलेले नाते आणि तेथील समाजाशी असलेले नाते विरळ होत जाते.

* आजकाल अनेक लोक त्यांच्या ब्लॉकमध्ये एकएकटे राहतात. त्यांच्या खाली, वर, आजूबाजूला कोण राहतं त्याचा त्यांना पत्ताच नसतो. लिफ्टमध्ये भेटल्यावर वरवरच्या गोष्टी करत ते पुढे जातात आणि अर्थपूर्ण संबंध जोडण्याची संधी हरवते.
* एकत्र कुटुंब पद्धतीचे नाहीसे होणे आणि वाढत्या घटस्फोटांमुळे विस्कळीत झालेली कुटुंबे यामुळे नवनवीन आव्हाने समोर ठाकत आहेत. अनेकदा प्रत्येकाला दोन नोकऱ्या कराव्या लागतात, कामाचे तास वेगवेगळे असल्याने पुष्कळदा कुटुंबातील सभासदांना एकत्र जेवायलादेखील वेळ नसतो. एकमेकांशी निकटचे संबंध वाढवण्याच्या संधी सीमित होत जातात.
* अर्ध वेळच्या नोकऱ्या किंवा करारावर केलेले काम यामुळे व्यावसायिक जीवनातदेखील चिरकाल टिकणारी मैत्री आणि संबंध निर्माण होऊ शकत नाहीत. आपण पुष्कळदा नोकऱ्या बदलतो; त्यामुळेदेखील संबंध निर्माण करणे कठीण होऊन बसते.
* हल्ली आपण धार्मिक संस्थांचे किंवा सामाजिक संस्थांचे सभासद होणे पूर्वीपेक्षा कमी प्रमाणात पसंत करतो.
* तांत्रिक उपकरणात रमून जाणे आपल्याला अधिक आवडू लागले आहे. चित्रपटदेखील चित्रपटगृहामध्ये जाऊन न पाहता घरीच पाहणे आपण अधिक पसंत करत आहोत. परिणामी, तेथेदेखील संबंध निर्माण करण्याच्या संधी हरवत चालल्या आहेत.
* सामाजिक जीवनात आणि सामाजिक नेत्यांत हल्ली आपल्याला विशेष रस वाटेनासा झाला आहे. याचे एक उदाहरण म्हणजे मतदान करणाऱ्यांचे घटत जाणारे प्रमाण.
* बातम्यांविषयी माहिती मिळवताना आपण ज्यायोगे आपल्या मताला पुष्टी मिळेल अशा विशिष्ट दूरदर्शन, वर्तमानपत्र व महाजालाकडे वळत आहोत. आपल्याला न पटणाऱ्या बातम्यांकडे दुर्लक्ष करत आहोत. परिणामी, इतरांच्या दृष्टिकोनाकडे पाहायची व त्यांचे मत ऐकायची आपली क्षमता कमी होते; त्यामुळेदेखील आपल्यापेक्षा वेगळी विचारधारा असणाऱ्यांशी संबंध जोडणे कठीण होत आहे. आपण जगाकडे आपल्या छोट्या चष्म्यातून बघतो. समाज एकमेकांपासून अधिकाधिक दुरावत चालला आहे.
* आपल्या आसपास काय चालले आहे याबद्दल आपल्याला विशेष आस्था राहिलेली नाही. 'फुटक्या खिडक्या' नावाचा सिद्धान्त हे दाखवतो. जर

एखादी फुटकी खिडकी दुरुस्त केली गेली नाही तर कुणाला त्याची काळजी नाही असे आपल्याला वाटते. लवकरच इतर खिडक्या फुटत असल्याचे आढळून येते. हळूहळू 'शेजारा'ची अवस्था अधिकाधिक खालावते.

* सर्वांत महत्त्वाची गोष्ट अशी की, पैसा हा समाजाचे केंद्रस्थान होऊन बसला आहे. सारे काही पैशांभोवती फिरते आहे. आपल्या गरजांचा विचार करताना, सामाजिक गरजांचा विचार करण्याऐवजी वैयक्तिक पैशाच्या गरजेवर अधिक लक्ष केंद्रित केले जात आहे.

या साऱ्या गोष्टींचा परिणाम एकमेकांशी, आपल्या गावाशी असलेले आपले संबंध विरळ होण्यात होत आहे. आपण कुठल्याही समूहात बसत नाही, समाजाला आपली कदर नाही असे प्रत्येकाला वाटू लागले आहे. जेव्हा समाज अधिकाधिक विभागला जातो, तेव्हा आपली सामाजिक ओळख, सामाजिक हेतू हे नाहीसे होते; आपले लक्ष स्वतःची काळजी घेण्यावर अधिक केंद्रित होते आणि सामाजिक गरजेचा विसर पडतो. अमेरिकेचे राष्ट्राध्यक्ष जॉन एफ. केनेडी यांनी एकदा उद्‌गार काढले होते, 'माझा देश माझ्यासाठी काय करतो आहे असे विचारू नका; मी माझ्या देशासाठी काय करू शकतो असे विचारा.' दुर्दैवाने आज लंबक विरुद्ध दिशेला जाऊन पोहोचला आहे. 'तुम्ही, व्यक्तिशः आणि समाज, माझ्यासाठी काय करू शकतो?' असे आपण विचारू लागलो आहोत. आज, 'आपण जागतिक गावात राहतो' आणि 'मुलं वाढवायला साऱ्या गावाची गरज असते' अशी विधानं ऐकत असलो तरीही; आपण एका गावाचे गावकरी असल्यासारखे वागत नाही. आपला सामाजिक आत्मा हरवल्यासारखे झाले आहे. जेव्हा समाजाचा आत्मा हरवतो, तेव्हा समाजाचा नाश होतो याचा आपल्याला विसर पडत चालला आहे.

यावर उतारा आहे की, आपल्या समाजात त्याच्या गाभ्याशी अर्थ भरणे. जेव्हा आपण अर्थावर भर देतो, तेव्हा आपण इतरांशी असलेले आपले संबंध दृढ करत, इतरांना मदत करत, सामाजिक जीवनात भाग घेत, सामूहिक समृद्धी वाढवायचा प्रयत्न करत, राजकारणात भाग घेत, समूह जमवत, सामाजिक जाणीव वाढवायला मदत करतो. इतरांच्या मताचा आदर करत त्यांच्याशी असलेले साम्य पाहात, केवळ व्यक्तिगत कल्याण बघण्याकडे झुकलेला लंबक सामाजिक कल्याणाच्या दिशेने फिरवू शकतो.

येथे ग्रीकमधील काही छोटीशी; परंतु अर्थपूर्ण उदाहरणे देतो. ग्रीसमध्ये आर्थिक टंचाई असतानादेखील तेथील लोक एकमेकांना मदत करत, तसेच आपल्या जवळील अन्न-वस्त्र-निवारा त्यांच्या देशात आलेल्या शरणार्थींबरोबर वाटून घेत, त्यांना मदत करत आपल्यातील माणुसकीचे दर्शन घडवत आहेत.

'ऑन होल्ड' आणि 'वॉल्स ऑफ काइंडनेस' नावाचे दोन उपक्रम त्यांनी अंगीकारले आहेत. त्यांच्या देशातील कॉफीच्या आणि पाण्याच्या दुकानांसमोर ग्रीक नागरिक स्वतःच्या पैशाने वस्तू विकत घेऊन त्या गरजू लोकांसाठी दुकानासमोर ठेवतात. ही रीत आता औषधांची दुकाने, चिकित्सालये, नापीक इत्यादी अंगीकारू लागले आहेत. ग्रीक समाजसेवक आकडे अडकवून ठेवतात. त्यावर गरजूंसाठी अन्नाच्या किंवा जुन्या कपड्यांच्या पिशव्या टांगून ठेवायला लोकांना सांगतात. ही उदाहरणे इतरांच्या लक्षात येऊ लागली आहेत. इंग्लंडमधील ऑस्कर पुरस्कार मिळविणारी समाजसुधारक नटी व्हेनेसा रेडग्रेव्ह २०१६ साली ग्रीसमध्ये आर्थिक संकट आणि शरणार्थींचा लोंढा आला असताना तेथे गेली. तिने पुढील उद्गार काढले. 'ग्रीक जगाला माणूस कसे व्हावे, इतरांना मदत कशी करावी हे दाखवून देत आहेत.'

आशेचे किरण दिसत आहेत. इतरांशी, समाजाच्या सर्वांगांशी संबंध जोडण्याची निकड, त्याबद्दलची जाणीव वाढत आहे. ज्येष्ठ नागरिकांना इतरांशी बोलायच्या, त्यांच्याशी सख्य वाढवायच्या संधी मिळाव्यात म्हणून ज्येष्ठ नागरिकांसाठी विशिष्ट घरे बांधण्याची गरज आहे. तसे प्रयत्न सुरू आहेत. त्याचप्रमाणे तरुण व्यक्तींसाठी शेजार निर्माण करण्याचे प्रयत्नदेखील चालू आहेत. उदाहरणार्थ– 'स्मिथ इन बेल्टलाइन' हा कॅनडातील कॅलगेरी शहरातील एक प्रकल्प आहे. तेथे बांधल्या जाणाऱ्या घरांभोवती सगळ्यांच्या वापरण्यासाठी जागा असते. तेथे लोक एकमेकांना भेटतात, काम करतात. तेथे लोकांना वापरण्यासाठी सायकली ठेवलेल्या असतात, तसेच सगळ्यांच्या वापरासाठी छोटी-छोटी अवजारे ठेवलेली असतात; त्यामुळे सगळ्यांना पैसा वाचवण्यासाठी मदत होते आणि त्याचबरोबर एकमेकांशी संबंध निर्माण होतात. सामुदायिक राहण्याच्या जागा (एअर्नब), वाटून घेतलेली टॅक्सी (उबर, लिफ्ट), वाटून घेतलेली कार (झिपकार, कार टू गो), वाटून घेतलेली काम करण्याची जागा (वुई वर्क) यांसारख्या सुविधा तेथे आहेत. शिवाय सगळ्यांसाठी, बगिचे लावण्याची जागा, शेतकरी बाजार यांसारख्या उपक्रमांमध्ये असलेला रस वाढत आहे आणि लोक अधिकाधिक प्रमाणात एकमेकांशी संबंध जोडायचा प्रयत्न करत आहेत.

आपण स्वतःला एक स्वतंत्र व्यक्ती असल्याचे सांगत असतो. तसं पाहिल्यास आपण एका मोठ्या पूर्णाचा भाग असतो आणि त्यावर अवलंबूनही असतो. व्यक्ती व समाज एकमेकांपासून वेगळे नसतात. आपण सारे शोधत असलेल्या अर्थासाठी, आपल्याला आपण समूहाचा भाग आहोत असे वाटण्याची गरज असते...

पी - सखोल हेतूसह निगडित राहा

आज आपण समाजाच्या अनेक स्तरांवर अस्तित्वाबद्दलचे संकट अनुभवत

आहोत. व्यापार, सरकारी कारभार, शिक्षण संस्था या साऱ्यांवर झालेला त्याचा परिणाम दृगोच्चर होत आहे. या संस्थांचा हेतू आणि त्यांचे आचार यांचे काळजीपूर्वक निरीक्षण केले जात आहे. तेथे आढळून येणारी असमानता, हाव आणि लाचलुचपत यांमध्ये आमूलाग्र बदल केला जावा असा आक्रोश ऐकू येत आहे. विशेषतः व्यापारी संस्था केवळ नफा मिळवण्यात गुंतलेल्या असल्याचे आरोप त्यांच्यावर होत आहेत. पंचेचाळीस वर्षांपूर्वी मिल्टन फ्रीडमन याने प्रसिद्ध वाक्य लिहून ठेवले होते; ते असे की, 'धंद्याची प्राथमिक जबाबदारी नफा मिळवणे आणि तो वाढवणे ही आहे. अनेक व्यापारी संस्थांनी त्याच्या या मंत्राचे अनुकरण केले. सारे खर्च कमी करत, कर्मचारीवर्गात कपात करत, नफा वाढवण्याचे सारे प्रयत्न त्यांनी केले आणि त्याच बरोबर कंपनीच्या भागधारकांना (शेअर होल्डर्सना) जास्तीतजास्त लाभांश मिळेल याकडे लक्ष दिले. जेव्हा मुख्य उद्देश पैसा मिळवणे हा असतो, तेव्हा सारे पैशाच्या मागे धावतात. धंद्यामागील सखोल अर्थ, त्याचा मूळ उद्देश हे सारे हरवून जाते.

परंतु साऱ्याच व्यापारी संस्था केवळ नफ्याकडे लक्ष देणाऱ्या नसतात. कंपनीच्या मुख्य पदावर असणारी व्यक्ती व्यापाराच्या मूळ तत्त्वानुसार वागणारी असेल तर ती प्रेरणा खालच्या श्रेणीतील व्यक्तींपर्यंत पाझरत जाते. त्याचा विधायक परिणाम विस्मयकारक असू शकतो. १९९५ साली मॅसेच्युसेट्स नावाच्या अमेरिकेतील प्रांतातील 'मॉडर्न मिल्स' कंपनी आगीचे भक्ष्य बनली आणि तेथे काम करणारे तीन हजार लोक एकाएकी बेरोजगार झाले. मात्र, ही अवस्था फार काळ टिकली नाही. कंपनीचा अध्यक्ष व मुख्य व्यवस्थापक एरन फ्युअरस्टाइन आपली कंपनी जळत असताना बघत होता. त्याने त्या क्षणी, या कंपनीचा शेवट न होऊ देण्याचा निर्णय घेतला आणि तो जाहीरही केला. सर्वांत प्रथम त्याने सर्व कर्मचाऱ्यांची नोकरी चालू ठेवण्याचे ठरवले. त्यांना मिळणारा पगार व भत्ते तीन महिन्यांसाठी ताबडतोब मंजूर केले. कामगारांना काम करण्यासाठी कुठेही जागा नव्हती; परंतु त्यांना रस्त्यावर बेरोजगार सोडणे माणुसकीला धरून नव्हते, हे फ्युअरस्टाइनला कळलं होतं. तसं करणं त्याच्या मनाला आणि सदसद्विवेक बुद्धीला पटण्यासारखं नव्हतं. प्रत्यक्ष किंवा अप्रत्यक्षरीत्या त्याची फॅक्टरी ही त्या समाजाचा अविभाज्य घटक होती. ३००० लोकांची नोकरी जाणं हे केवळ कर्मचारी आणि त्यांच्या कुटुंबीयांसाठी नाही तर पर्यायाने लॉरेन्स आणि मॅथ्युएन या जवळच्या, त्या पैशावर अप्रत्यक्षपणे अवलंबून असणाऱ्या दोन गावांसाठीही विघातक घटना होती. शिवाय त्याच्या मॉडर्न मिल्समध्ये अद्ययावत तंत्र वापरून बनवलेले सुंदर व टिकाऊ कापड 'एल. एल. बीन्स' आणि 'लँड्स एण्ड' नावाच्या कंपनीला बाहेर वावरताना घालायचे कपडे बनविण्यासाठी पुरवलं जात असल्यामुळे त्या कंपनीच्या ग्राहकांवरदेखील या घटनेचा विघातक परिणाम होणार होता.

तीन हजार लोकांना कामावर ठेवण्यासाठी लक्षावधी डॉलर्सचा खर्च झाला. कंपनीचे दिवाळे निघाले; परंतु फ्युअरस्टाइनने आपला हट्ट सोडला नाही. त्याने सारी जोखीम अंगावर घेतली. स्वतःचे नाव, पैसा, धंदा सारं रसातळाला जाण्याचा धोका त्याने पत्करला. त्याचा त्याच्या कामगारांवर विश्वास होता आणि कामगारांचा त्याच्यावर. एका जुन्या माल साठवण्याच्या गोदामात त्याने तात्पुरता कारखाना सुरू केला. कर्मचाऱ्यांचा प्रतिसाद अचंबित करणारा होता. फ्युअरस्टाइन म्हणाला, 'आगीचे भक्ष्य होण्याआधी कंपनीत आठवड्यात एकशे तीस हजार वार कापडाचे उत्पादन होत असे. आग लागल्यानंतर काही आठवड्यांतच तो आकडा दोनशे तीस हजारांवर गेला. आमची माणसं सर्जनशील बनली. दिवसामागे २५ तास काम करायची त्यांची तयारी होती.'

फ्युअरस्टाइन सहजप्रेरणेने आपल्या कर्मचाऱ्यांची कदर व किंमत करत होता. स्वतः मोठा धोका पत्करून त्याने अगोदर कामगारांचे हित पाहिले. नंतर आपली सारी इच्छाशक्ती पणाला लावून अर्थपूर्ण रीतीने कंपनी पुनश्च उभारायचा चंग बांधला. मिथकातील भस्मातून पुन्हा उठून उड्डाण करणाऱ्या फिनिक्स पक्ष्याच्या प्रयत्नासारखा प्रयत्न होता तो. तृतीय श्रेणीच्या कर्मचाऱ्यांपासून ते मुख्य व्यवस्थापकापर्यंतचे सारे कर्मचारी आव्हानाला तोंड देण्यासाठी दंड थोपटून उभे राहिले. साऱ्यांच्या वतीने सामुदायिक हितासाठी कामाला सुरुवात झाली. २००३ साली कंपनी दिवाळखोरीतून बाहेर आली. केवळ नफा म्हणजेच सारं काही नसतं. कामातील अर्थ आणि कर्मचारी, व्यवस्थापक आणि समाज यांना परस्परांबद्दल वाटणारी एकनिष्ठता यांनी कंपनीला पुन्हा वर आणले.

इतर अनेक संशोधनांच्या अनुभवांसारखेच कॉर्न फेरी कंपनीने ७५०० व्यापारी संस्था आणि त्यातील ह्युमन रिसोर्सचे नेते यांचे सर्वेक्षण केले. सर्व पातळीवरच्या नेत्यांनी कर्मचाऱ्यांशी संस्थेचे निगडित असणे ही संस्थेची आत्यंतिक गरज असल्याचे सांगितले. उत्तर देणाऱ्यांतील ८७ प्रतिशत लोकांनी संस्थेची सामाजिक जबाबदारी आणि संस्थेतील नेत्यांचे नेतृत्वाबद्दल प्रशिक्षण यातील दुवा साधल्यास कर्मचाऱ्यांच्या संस्थेशी निगडित असण्यावर आणि त्यांच्या उत्पादनक्षमतेवर सकारात्मक परिणाम होईल असे सांगितले. 'आजच्या जगात सामाजिक जाणीव असणाऱ्या संस्थेकडे लोक सकारात्मक दृष्टीने पाहात आहेत. जेथे हेतू असतो, तेथे अर्थ असतो, मूल्य असते. समाजाचे ऋण फेडून त्याची सेवा करणे हा विषय नेत्यांच्या प्रशिक्षणासाठी अभिनव विषय आहे. 'कॉर्न फेरी' या संस्थेने केलेल्या संशोधनात, ज्यांची मूल्ये त्यांच्या स्वतःच्या मूल्यांशी मिळतीजुळती असतात, अशा कंपनीत काम करायला लोकांना आवडते, असा निष्कर्ष निघाला आहे. विशेषतः तरुणवर्गातील कर्मचाऱ्यांच्या बाबतीत हे अधिक प्रकर्षाने आढळून आले आहे. एकविसाव्या शतकात काम करत

असलेले तरुण नोकरीच्या जागेची निवड करताना विशेष करून संस्थेचे कार्य व द्रष्टेपणा लक्षात घेताना दिसतात. पुरोगामी संस्थांच्या लक्षात येऊ लागले आहे की, केवळ भरपूर नफा मिळवणे हा गुण कर्मचाऱ्यांना आकर्षित करायला पुरेसा नाही. त्यांना सामाजिक जबाबदारीची जाण ठेवून नफा मिळवणाऱ्या संस्था अधिक आकर्षक वाटतात. हेतू आणि सामाजिक जबाबदारी यांवर लक्ष केंद्रित करून योग्य मार्गाने जाणाऱ्या कंपन्या अधिकाधिक परिणामकारक होताना दिसत आहेत आणि त्यांच्या संबंधांत येणाऱ्या व्यक्तींवरदेखील याचा सखोल परिणाम होतो आहे.

मानवकेंद्रित आणि अर्थकेंद्रित मार्गाकडे वळण्याची व्यापाराला गरज भासत आहे. आम्ही याला 'अँथ्रो कॅपिटॅलिझम' (मानवताभिमुख भांडवलशाही) असे म्हणतो. ग्रीक भाषेतील अँथ्रोपोस म्हणजे मानवता आणि इंग्लिश भाषेतील कॅपिटॅलिझम म्हणजे भांडवलशाही हे दोन शब्द मिळून वरील शब्द झालेला आहे. याचा अर्थ केवळ उद्योगधंद्याची सामाजिक जबाबदारी किंवा त्यांनी मिळवलेल्या नफ्यातून काही भाग सेवाभावी संस्थांना देणे यापुरता सीमित नसून अर्थाला संस्थेच्या गाभ्याशी ठेवून नफा मिळवणे असा होतो. जग अधिक उत्तम बनवण्यासाठी उद्योगधंद्याचा कशा प्रकारचा सहभाग असायला हवा, याचा नव्याने विचार करायला शिकवणारा हा मार्ग आहे. तो आर्थिक मूल्य आणि सामाजिक मूल्ये यांचं संतुलन घडवून, औद्योगिक संस्था कसे सामाजिक परिवर्तन करू शकतील याचा विचार करायला लावणारा मार्ग आहे. थोडक्यात, अँथ्रो कॅपिटॅलिझम म्हणजे उद्योगधंद्यांचा हेतू, भागीदारांना जास्तीतजास्त पैसा मिळवून देणे एवढाच नसून जगासाठी जास्तीतजास्त योगदान करणे असादेखील असावा. ही धंद्याचा फायदा-तोटा ठरवणाऱ्या जमा-खर्चाची शेवटची ओळ असावी.

अर्थाला धंद्याच्या मुळाशी ठेवायला हवे. उद्योगधंद्याचे समाजाला मिळू शकणारे योगदान याबाबत असा विशाल दृष्टिकोन घेतल्यास आपण आचारांचे नवीन नमुने बनवू शकतो. असे केल्याने साऱ्याच भागीदारांचे कल्याण लक्षात घेतले जाते आणि मग आपण अमुक एका कंपनीत अर्थ शोधण्यासाठी किंवा दुसऱ्या एखाद्या कंपनीत समाजाची सेवा करण्यासाठी काम करू शकतो.

हल्ली अँथ्रो कॅपिटॅलिझमचे नवीन नमुने उदयाला येत आहेत. टिम्बरलँड, टॉम्स शूज, नेचर्स वे, सेव्हन्थ जनरेशन वगैरे कंपन्या या मार्गाचे नेतृत्व करत आहेत. इंग्लंडमधील, इनोसन्ट ज्यूस (चांगले काम करणे) कंपनी, टेक्सासमधील a&m युनिव्हर्सिटी, (सामाजिक वर्धनाचा हेतू हे नैतिक मूल्य असलेले नेते घडवणे) आणि aveda (आपण ज्या जगात राहतो त्याची काळजी घेणे) इत्यादी कंपन्या आशा दाखवीत आहेत. थॉमस मूर, केअर ऑफ द सोल या प्रचंड खप असलेल्या पुस्तकाचा लेखक म्हणतो, 'समाजात उद्योगधंदा करणे आणि समाजाचे आर्थिक हित पाहणे यात सखोल हेतू आणि अर्थ आहे.'

'अर्थशास्त्र हा जीवनाचा कायदा, त्यातला विधी आहे. अर्थशास्त्र या शब्दाला खोल अर्थ आहे. इकॉनामिक्स या शब्दाची व्युत्पत्ती, 'ओइकोस' या ग्रीक शब्दापासून झाली आहे. ग्रीक भाषेत ओइकोस म्हणजे घर किंवा देऊळ आणि नोमोस म्हणजे व्यवस्थापन, कायदा व प्रथा. व्यापारधंदा आपल्या घराच्या व्यवस्थापनासाठी लागणाऱ्या प्रत्येक पैलूचा आवश्यक घटक आहे; मग ते घर आपल्या कुटुंबाचे असो किंवा 'वसुधैव कुटुम्बकम' वृत्तीत दर्शवलेले आपल्या 'सर्वेसर्वा वसुंधरे'चे असो. म्हणूनच व्यापारधंदा आपल्या अस्तित्वाशी, विकासाशी, समाजाशी आणि जीवनातील अर्थाशी निगडित आहे.'

हा अर्थ सरकारी कामकाजातदेखील आणायला हवा. सरकारचे काम जनतेच्या धंद्यास (येथे धंदा हा शब्द व्यापक अर्थाने वापरलेला आहे.) दिशा दाखवणे, त्यांचे व्यवस्थापन सुलभ करणे हे असेल तर अनेक स्तरांवरील आणि अनेक प्रकारचे - निवडून आलेले, नियुक्त केलेले आणि सरकारी कर्मचारी - सरकारी नेते यांची जबाबदारी धंद्याचा आणि समाजाचा आर्थिक विकास यापुरतीच सीमित नसून, अर्थाची व्यापक व्याख्या समजून घेऊन त्याकडे साऱ्यांचे लक्ष वळवणे ही असायला हवी. उद्योगधंदा करणाऱ्या संस्थांबरोबरच सरकारी संस्थादेखील त्यात अर्थ आणणे या श्रद्धेशी निष्ठावान असायला हव्यात; त्यामुळे कर्मचाऱ्यांच्या शारीरिक आणि मानसिक आरोग्यात सुधारणा होऊन, त्यांच्यात स्थितिस्थापकता येऊन, त्यांची उत्पादनक्षमता आणि संशोधनक्षमता वाढेल. परिणामी, सरकारच्या वतीने केलेले काम आणि दिलेली सेवा यात अधिकाधिक गुणवत्ता आणून जनतेचा विश्वास मिळविला जाईल आणि साऱ्या समाजाच्या हितावर लक्ष केंद्रित केले जाईल.

कुठलेही सरकार हे त्या समाजासाठी वापरलेले साधन असते. ग्रीक तत्त्वज्ञानी ॲरिस्टॉटल याने दिलेल्या सुजाण सल्ल्यानुसार, 'सरकारचे काम जनतेसाठी केवळ उपजीविकेचे साधन पुरवण्याची व्यवस्था करणे यापुरते सीमित नसून जनतेचे आयुष्य अधिक चांगले करणे हे असावे. सरकार म्हणजे केवळ कायदेव्यवस्था नव्हे, केवळ कचेऱ्या नव्हे तर तो जगण्याचा एक मार्ग आहे. त्यात नैतिक चैतन्य असावे.' लोककाज करणे हे उमदे कार्य आहे. त्याच्याकडे संशयाने, संदिग्धपणे किंवा हीनतेने न पाहता त्याला सन्मानित करायला हवे. सरकारी कर्मचाऱ्यांसाठी ॲरिस्टॉटलचे हे शहाणपणाचे बोल त्यांच्या मनाला आणि आत्म्याला स्पर्शून जातात. ते कोण आहेत, त्यांनी कोणता व्यवसाय निवडला आहे, हे स्पष्ट करतात. सरकारी काम हे केवळ उपजीविकेचे साधन नसून त्याहून बरेच अधिक असे काही आहे हे ते शिकवून जातात.

कुठलाही समाज, त्यातील सभासद एक दुसऱ्यांशी, केवळ जगण्यासाठीच

नव्हे तर अधिक बळकट होण्यासाठी, साऱ्यांचा विकास होण्यासाठी निगडित राहतात. दुर्दैवाने भांडवलशाहीने; साऱ्यांसाठी आर्थिक स्थैर्य निर्माण करून त्यांचे जीवन सुखकर होईल, सर्वांगीण सामाजिक विकास होईल असे सरकार निर्माण करण्यास मदत करण्याऐवजी, केवळ जास्तीतजास्त पैसा साठवण्यास मदत करणारे सरकार व समाज निर्माण करण्यावर आणि राजकीय प्रवचनावर लक्ष केंद्रित केले आहे. परिणामी, समाजातील सभासदांना एकमेकांशी बांधून ठेवणे अधिकाधिक कठीण होत चालले आहे. नेते दूरदृष्टी ठेवून सार्वजनिक हित पाहणारे नागरिक निर्माण करण्याऐवजी स्वहिताकडेच लक्ष देणारे लोक बनवत आहेत. जेव्हा समाज अधिकाधिक विभागात विस्कळीत होत आहे, तेव्हा नेते देश एकत्र ठेवण्यास कशी मदत करू शकतील? दिवसेंदिवस व्यापारी देवाण-घेवाण करणाऱ्यांचे क्षेत्र, स्थानिक सरकारच्या देखरेखीखाली नसून आंतरदेशीय व्यापारी संस्थांच्या आधिपत्याखाली येत असल्याने स्थानिक समाजाची आणि सरकारची त्यांच्यावर असलेली नियंत्रण क्षमता कमी होत आहे. मतदान देण्याचा अधिकार असलेल्या लोकांपैकी केवळ सरासरी ५० टक्के लोक मतदान करत आहेत. अशा परिस्थितीत नेते, छोट्या गटांचे हित पाहण्याऐवजी संपूर्ण समाजाचे हित पाहणाऱ्या संस्था आणि उपक्रम कसे निर्माण करू शकतील?

अशा परिस्थितीत अर्थाकडे लक्ष देणे अधिकच महत्त्वाचे होऊन बसते. उत्तम नेते तेच असतात, जे अधिकाधिक लोकांना संवादात भागीदार करून, सामाजिक दृष्टिकोन ठरविण्यात आणि सरकारची रचना आणि त्याचे कार्य निश्चित करण्यात यशस्वी होतात. चांगले नेते लोकांना सार्वजनिक हित पाहण्याचे महत्त्व आणि त्यासाठी करावा लागणारा त्याग याची महती पटवून देऊ शकतात. कोणावरही टीका न करता अधिकाधिक लोकांच्या मताचे ते एकत्रीकरण करू शकतात. प्रत्येकातील संभाव्यतेस प्रेरणा देत ते साऱ्या समाजाची संभाव्यता सफल करण्यास मदत करतात. समाजासाठी यशाची व्याख्या कशी असावी? अनेकदा आपण 'वाढ' याचे परिमाण जी एन पी (ग्रॉस नॅशनल प्रॉडक्ट) - (देशाचे ढोबळ उत्पादन) किंवा जी डी पी (ग्रॉस डोमेस्टिक प्रॉडक्ट) - (अंतर्गत ढोबळ उत्पादन) असे वापरतो. या संदर्भात प्रॉडक्ट अथवा उत्पादन यात आर्थिक उत्पादनाचाच समावेश असतो. सरकार आर्थिक उत्पादनाच्या विचाराने, त्यानुसार आखलेल्या उपक्रमांनी पछाडले जाते. अंतिमतः साऱ्यांनी वापरलेल्या वस्तूची राशी मोजणारे हे अंत नसलेले उपक्रम असतात.

वर सांगितलेले परिमाण वापरण्यात एक खोच आहे. हे परिमाण समाजाचे सर्वांगीण हित मोजण्यास अक्षम आहे. या मोजमापात जीवनातील अर्थ, आपले इतरांशी असलेले कळकळीचे संबंध, आपल्या भोवतालचे वातावरण, आयुष्यातील

सखोल हेतू, समाजाचा शैक्षणिक स्तर, आर्थिक स्तर, एकमेकांसाठी सेवाभावाने केलेल्या कामाचे मोल, जीवनास उत्कटतेने दिलेल्या आलिंगनाचे मोल, शारीरिक, मानसिक आणि आध्यात्मिक स्वास्थ्य इत्यादी वैयक्तिक आणि सार्वजनिक हितास महत्त्वाच्या असलेल्या गोष्टी वरील परिमाणे वापरून मोजता येत नाहीत. यशाची वेगळी व्याख्या लक्षात घ्यायला हवी का? उदाहरणार्थ– भूतान देशात, ग्रॉस नॅशनल हॅपिनेस (जी एन एच) (देशातील ढोबळ सुख) हे परिमाण वापरले जाते. 'अर्थ'केंद्रित परिमाण वापरत, केवळ आर्थिक यशावर भर न देता मानवताकेंद्रित यशाची व विकासाची व्यापक व्याख्या अधिक योग्य ठरेल.

सध्याचे आपले प्रमुख आव्हान आहे बेरोजगारी. बेरोजगारी ही आर्थिक तसेच जीवनातल्या अर्थाशी निगडित असते. काम हे सर्वांगीण आरोग्यासाठी आवश्यक असते. आपण करत असलेल्या रोजच्या कामातून व्यक्त होत असलेल्या प्रतिष्ठेची प्रत्येकाला गरज असते. काम हे रोज सकाळी उठण्यासाठी लागणारा हेतू पुरवते. कामामुळे व्यक्तीचा स्वतःबद्दलचा आदर वाढण्यास मदत होते. आपण सार्वजनिक हितासाठी योगदान करीत असल्याची भावना त्यात असते. दुर्दैवाने अत्याधुनिक समाजावर कृत्रिम बुद्धी (आर्टिफिशियल इंटेलिजन्स) वापरून उपयोगात आणलेल्या तांत्रिक उपकरणांचे आक्रमण झाल्यासारखे वाटत आहे; त्यामुळे भविष्यकाळात बेरोजगारी वाढण्याची शक्यता आहे. खर्चात कपात करण्यासाठी अधिकाधिक कंपन्या स्वयंचलित उपकरणे वापरू लागल्या आहेत. नित्यनेमाने करावी लागणारी तीचतीच कामे यंत्रे करू लागली आहेत. त्याची काही उदाहरणे खाली देत आहोत.

* कारखाने आणि इतर संस्थांमध्ये रोबोट (यांत्रिक मानव) अधिकाधिक कामे करताना दिसत आहेत.
* हल्ली वाढत्या प्रमाणात किऑस्क नावाचे ठेले दिसू लागले आहेत. येथे लोक स्पर्शाने चालणारे संगणक वापरून सामानाची ऑर्डर देऊ शकतात; त्यामुळे हॉटेलमध्ये लागणाऱ्या वेटर्सची नोकरी मिळणेदेखील दुरापास्त होऊ लागले आहे.
* विमानतळावर असलेले किऑस्क विमान उड्डाणासाठी आलेल्या प्रवाशांची नोंद करत आहेत.
* घरून संगणक किंवा सेलफोन वापरून सामानाची ऑर्डर देता येत असल्याने विक्रेत्यांची संख्या कमी होऊ लागली आहे.
* कॉल सेंटरवरील स्वयंचलित टेलिफोनची संख्या वाढत आहे.
* रेडिओलॉजी (क्ष किरणशास्त्र) सारख्या वैद्यकीय सेवा स्वयंचलित यंत्राद्वारे होऊ लागल्या आहेत.

* टपाल खात्यात टपाल हाताने न करता यंत्राद्वारे हाताळले जात आहे.
* विद्युत परमाणू वापरून संगणकावर पुस्तके छापली जातात, त्यांची मोज होते, ती एका ठिकाणाहून दुसरीकडे पाठवली जातात; त्यामुळे छापणारे, त्यांची मोजदाद करणारे, पुस्तक विक्रेते यांची संख्या कमी होत आहे.
* उबर, एअरबन ब, hotel.com, इत्यादींमुळे प्रवासी एजंटांची संख्या कमी होत आहे.
* दुकानात गिऱ्हाईक आपण घेतलेल्या वस्तू संगणकावर नोंदवू शकतात; त्यामुळे तेथील विक्रेत्यांची संख्या कमी होत आहे.
* संगणकावर शिकवल्या जाणाऱ्या शिक्षणक्रमामुळे शिक्षकांची संख्या कमी होत आहे.
* ब्लॉकचेन नावाची यंत्रणा कचेरीतील कर्मचाऱ्यांची संख्या कमी करत आहे. संगणकाद्वारे जागतिक व्यवहार होत असल्याने, व्यवहारांची नोंद करणारे, अहवाल लिहिणारे अशा अनेक नोकऱ्यांत कपात होत आहे.

तंत्रज्ञानामुळे जागतिक बेरोजगारी वाढत असून प्रत्येक स्तरावरील कर्मचाऱ्यांवर त्याचा परिणाम झाला आहे. शिवाय तंत्रज्ञानामुळे आर्थिक परिस्थितीतील तफावत अधिकच वाढत आहे. नोकरीत कुठेही स्थैर्य राहिलेले नाही. बेरोजगारीत वाढ झाली की, समाजातील अस्थिरतादेखील वाढते. तंत्रज्ञान विशेषतः ए. आय. - आर्टिफिशियल इंटेलिजन्स (कृत्रिम बुद्धी) वापरून बनवलेली यंत्रणा, अर्थपूर्ण जीवन जगण्यावर कसे आणि काय परिणाम करील हा प्रश्न विचारायला हवा. यंत्रेच सारी कामे करू लागली किंवा जरी फक्त ५० प्रतिशत नोकऱ्यांत तंत्रज्ञानामुळे कपात झाली तर आपला समाज भविष्यात कसा असेल? हा प्रश्न केवळ तंत्रज्ञानाच्या भविष्याचा नाही किंवा केवळ नोकऱ्या किंवा आर्थिक परिस्थितीचा नाही; हा प्रश्न आहे आपल्या अस्तित्वाबद्दलचा, जगभरातील मानव जातीच्या भविष्याचा!

आपण भविष्याची तयारी करायला हवी. दुर्दैवाने आपल्या शिक्षण संस्था, भूत आणि वर्तमानकाळाच्या परिस्थितीबद्दल शिकवत आहेत. कर्मचाऱ्यांचे वय काही का असेना, त्यांना भविष्यकाळात यशस्वी होण्यासाठी आवश्यक असणारी कौशल्ये आणि विद्या तसेच तेव्हा लागणारा दृष्टिकोन याबद्दल शिकवायला हवे. आपला समाज संशोधन आणि नवीन व्यवसाय सुरू करण्यात अग्रगण्य असेल असा आपला विश्वास असेल तर, शैक्षणिक उपक्रमात आणि दृष्टिकोनात बदल करायला हवा. शिक्षण हे काही ठरावीक वयात करण्याचे काम नसून ती आयुष्यभर सुरू असणारी प्रक्रिया आहे हे प्रत्येकाच्या मनावर बिंबवायला हवे. अर्थपूर्ण आणि परिवर्तनशील मार्ग आखण्यासाठी तसेच संस्थेचे आणि समाजाचे स्वास्थ्य टिकवण्यासाठी

उद्याचे आदर्श शिक्षण - त्याच्या संरचनेत, प्रक्रियेत आणि परिणामात, विविध ज्ञानक्षेत्रांना छेदून जाणारे असायला हवे.

आम्ही म्हणत असलेले या पद्धतीचे शिक्षण देण्याचा उपक्रम ग्रीस देशात चालू आहे. या उपक्रमात आम्ही शिक्षक आणि सल्लागार या नात्याने भागीदार आहोत. 'द इंटरनॅशनल सेंटर फॉर लीडिंग स्टडीज' (टी.आय.सी.एल.एस.) हे स्थळ अथेन्स शहरात वसलेले आहे. ही स्वतंत्र, विनाफायदा काम करणारी संस्था उद्याचे नेते बनविण्याच्या कार्यास समर्पित आहे. प्रामाणिक संवादातून, आंतर-सांस्कृतिक देवाणघेवाण करणे हा तिचा उद्देश आहे. अपारंपरिक, प्रायोगिक, अनेक क्षेत्रांना भेदून जाणारे, शालान्त परीक्षा पास केलेले विद्यार्थी यापासून ते महाविद्यालयीन विद्यार्थी, तसेच तरुण आणि अनुभवी वरिष्ठ व्यावसायिक अशा साऱ्या वयोगटांसाठी शैक्षणिक उपक्रम करणारी ही संस्था आहे. आपल्या एकमेकांत गुंतलेल्या या जगात भावनिक बुद्धिमत्ता (इ.क्यु - इमोशनल कोशंट), सामाजिक नेतृत्व, मूल्ये असलेले, माहिती देणारे, संवादास वाव देणारे, आपल्या दृष्टिकोनाचा विस्तार करणारे, आंतर-सांस्कृतिक, सुसंवादास वाव देणारे, तसेच आपल्या दृष्टिकोनास आव्हान देणारे उपक्रम वाढविणे हा या संस्थेचा उद्देश आहे.

आंतरक्षेत्रीय नेतृत्व हा संस्थेचा एक उन्हाळ्यात चालणारा उपक्रम आहे. साऱ्या जगातील महाविद्यालयीन विद्यार्थ्यांना नावीन्यपूर्ण शैक्षणिक अनुभव मिळावा की, ज्यायोगे ते आपल्या आधुनिक गुंतागुंतीच्या आर्थिक आणि सांस्कृतिक जगातील कल्पनांचे विवेचन करत, मुत्सद्देगिरीचे शिक्षण घेत, एकमेकांशी संबंध जोडत, नवनवीन कौशल्ये आत्मसात करू शकतील असा या उपक्रमाचा हेतू आहे. या संस्थेचा संस्थापक आणि प्रमुख व्यवस्थापक डॉक्टर आलीकी मित्सकोस - एम. डी., पीएच.डी.' याच्या म्हणण्याप्रमाणे टीआयसीएलएस ही संस्था हल्लीच्या शिक्षणास जगातील राजकीय, सामाजिक, आर्थिक, शैक्षणिक, इत्यादी क्षेत्रांत होत असणाऱ्या नवनवीन बदलांची ओळख करून जोड देत, तसेच प्राचीन ग्रीक संकल्पनांची माहिती देत, उत्तम नेते बनण्याच्या त्यांच्यातील संभाव्यतेस पुष्टी देणे आणि एक संपूर्ण सुंदर माणूस बनवणे हा या उपक्रमाचा प्रमुख हेतू असेल.

टीआयसीएलएस शैक्षणिक उपक्रम आमच्या मते अनुपम व प्रेरणादायक असून जागतिक स्तरावर वापरला जाऊ शकतो आणि जायला हवा. सगळेच शैक्षणिक प्रोग्राम नवसंप्रदाय प्रवर्तक नसतात. फार थोड्या शैक्षणिक संस्था 'संशोधन' हा विषय व्यवस्थापन व इतर विषयांचा भाग बनवून त्याला उपक्रमात सामावून घेतात. बहुतेक शैक्षणिक उपक्रमांत संप्रदाय प्रवर्तन हा विषय नसतो. टोरांटो युनिव्हर्सिटी व्यवस्थापनात बदल घडवून आणणारा हा विषय आम्ही शिकवला, तेव्हा नॉर्थ अमेरिकेतील आव्हानदायक शिक्षण देऊन विद्यार्थ्यांना जगाकडे बघायचा

व्यापक दृष्टिकोन देत, येणाऱ्या बदलांकडे लक्ष देत नवनवीन संधी शोधायला, विचारांची नवी दिशा दाखवायला प्रवृत्त करणारा हा नवीन उपक्रम होता. तंत्रज्ञानात होणाऱ्या घडामोडी आपल्याला नवनवीन कौशल्य आत्मसात करायला सुचवत आहेत. यातच 'सॉफ्ट स्किल' (सौम्य वाटणाऱ्या परंतु प्रभावी) अशा कौशल्याचीदेखील गरज आहे.

नवीन शैक्षणिक उपक्रमाच्या मुळाशी हा अर्थ सामावून घ्यायला हवा. तंत्रज्ञानात जेवढी वाढ होईल तेवढी शैक्षणिक उपक्रमात अर्थ ठेवण्याची गरज वाढेल. टीआयसीएलएससारख्या अभिनव उपक्रमाची; नेतृत्व अनुकंपा, मुत्सद्देगिरी, विक्रय अशा साऱ्या क्षेत्रांच्या विकासासाठी आवश्यकता आहे. व्यक्तिगत विकासासाठी अर्थगर्भित शैक्षणिक उपक्रमांची सर्व शालेय स्तरावर गरज आहे. तसे केल्याने विद्यार्थी स्वतःची, स्वतःच्या अंगभूत कौशल्याची अधिक सखोल ओळख करून घेऊ शकतील. सध्या अनेक विद्यार्थी स्वतःची ओळख सोडून इतर बऱ्याच क्षेत्रांत चांगले ज्ञान कमावतात. शैक्षणिक उपक्रमातील ही कमतरता दूर करण्याची गरज आहे. अर्थावर भर दिल्याने वैयक्तिक विकासात मदत होऊन सबळ समाज बनवण्यासदेखील मदत होते.

ए - जीवनास उत्कटतेने आलिंगन देणे

'नीट बघितल्यास, आयुष्यातील प्रत्येक क्षणात अर्थ असल्याचे आढळून येते.' ही व्हिक्टर फ्रँकलची शिकवण आहे. दुर्दैवाने इतर अनेक गोष्टींवर, आयुष्यातील ताणतणावावर लक्ष केंद्रित करत त्यातील अर्थ शोधायचे राहून जाते. मित्रमंडळींकडे, शेजाऱ्यांकडे, सहकाऱ्यांकडे लक्ष दिले जात नाही. ते अनुभवत असलेला ताण आपल्याला दिसत नाही. दूरदर्शन व संगणक यात गुंतून जगातील साऱ्या लोकांचे दुःख आपण पाहत राहतो; हे एक दुष्टचक्र बनते. आपण आपल्या भोवतालच्या वातावरणात आणि जगात जेवढी अस्थिरता असलेली पाहतो तेवढा आपण अनुभवत असलेला आपल्या स्वतःवरील ताणदेखील वाढत जातो. स्वतःच्या वैयक्तिक आणि व्यावसायिक जीवनात अर्थाचे बी पेरत गेल्यानेच या दुष्टचक्रास आपण आळा घालू शकतो. इतरांशी अर्थपूर्णतेने, सखोल, हेतुपूर्वक दुवे जोडल्याने आणि जीवनास कृतज्ञतेने आणि उत्कटतेने आलिंगन देण्याने अर्थपूर्ण जीवन जगण्यास मदत होते. शिवाय त्यामुळे इतरांची मदत आणि आधार घेणे सोपे होऊन आपण एकटे नसल्याचा अनुभव येतो.

आपल्या समाजात आर्थिक परिस्थिती आणि आरोग्य समस्या या दोन गोष्टी अधिकाधिक ताण निर्माण करत असलेल्या दिसतात. आर्थिक ताण सुसह्य करण्यास पैशाचे व्यवस्थापन कसे करावे हे शिकवून आर्थिक परिस्थितीमुळे निर्माण झालेला

ताण कमी करण्यास आपण त्यांना मदत करू शकतो. बँका, पतपेढ्या आणि तत्सम आर्थिक संस्था, तसेच कार आणि शिक्षणासाठी कर्ज देणाऱ्या संस्था, लोकांना आर्थिक शिक्षण देऊन, कर्ज घेताना जागरूक राहून चांगली निवड करण्यास मदत करून बरेच साह्य करू शकतात. कदाचित आर्थिक क्षेत्रात अधिक माहिती मिळाल्यामुळे त्यांना विनाकारण अधिकाधिक वस्तू गोळा करण्याची गरज भासणार नाही. भौतिक गोष्टी गोळा करत बसल्याने कर्जबाजारी व्हायची परिस्थिती निर्माण होते; ती नाहीशी होईल.

आरोग्याशी निगडित असलेल्या गोष्टींतदेखील अर्थ भरल्यास आपण वजनवाढ, मानसिक ताण आणि त्यामुळे निर्माण झालेले रोग कमी करू शकतो. आरोग्यपूर्ण जीवन जगण्यावर भर देऊ शकतो. वैद्यकीय सेवा पुरवणारे सारे उपचारक या कार्यात सहभागी होऊन आपल्याला संसर्गजन्य आणि इतर रोगांबद्दल माहिती देऊ शकतात. आहारावर, मानसिक आरोग्यावर आणि आरोग्यदायक जीवन जगण्यावर भर दिल्याने आपले सर्वांगीण आरोग्य आणि आयुष्य सुधारू शकते. नशापानासारख्या सवयींबाबत शिक्षण दिल्याने मद्यपान, नैराश्य, आक्रमकता इत्यादी (ज्याला व्हिक्टर फ्रँकल सामुदायिक अतिसंवेदनाक्षमता त्रयी असे म्हणतात.) विकृतींवर मात करू शकतो. आपण जेवढ्या लवकर अर्थास आपल्या जीवनाच्या, विचारांच्या, भावनांच्या आणि आचारांच्या मुळाशी ठेवू तेवढे आपण अधिक निरोगी राहू.

या साऱ्याची सुरुवात अर्थापासून होते. अर्थाला जीवनाच्या गाभ्याशी ठेवल्याने आपल्या आयुष्याचे सारे तुकडे एकमेकांशी कसे जुळतात हे लक्षात घेऊन, आपण स्वतःचे आयुष्य सुधारत, समाजास अधिकाधिक योगदान देऊ शकतो. ॲपल कंपनीचा संस्थापक स्टीव जॉब्ज याने आपल्या उत्पादनाची विक्री करताना १९९७ साली एक भाषण दिलं होतं; ते बरंच प्रसिद्ध झालं. त्या भाषणाचा मुख्य मुद्दा होता, 'चाकोरीच्या बाहेर विचार करा.' या मुद्द्यावर स्टीव जॉब्ज आणि त्यांचे सहकारी यांचा नितांत विश्वास होता. अतिशय उत्कटतेने हा विचार पसरवत त्यांनी खरोखर जग बदलण्याच्या कामात मोठा पुढाकार घेतला. त्यांनी 'विक्षिप्त' लोकांची चरित्रे गोळा केली. त्यात रिचर्ड ब्रान्सन, नील आर्मस्ट्राँग, अल्बर्ट आइन्स्टाइन आणि रोझा पार्क्स यांसारख्या व्यक्तींचा समावेश होता. ही सारी मंडळी आपण जग बदलू शकू, असा स्वतःवर विश्वास बाळगण्याएवढी विक्षिप्त होती आणि म्हणूनच ती त्यांचे जग खरोखर बदलू शकली. आपापल्या क्षेत्रात हे सारे विचारवंत नेते होते. जर ते पुरेसे स्थितिस्थापकत्व असणारे नसते आणि जर त्यांच्या जवळ दीर्घ आत्मविश्वास नसता तर त्यांनी जे केले ते ते करू शकले नसते. आपल्या दृष्टिकोनाची निवड ही त्या प्रत्येकाची निवड होती. अनेक अडथळे, विघ्ने ओलांडून त्यांनी आपल्या निवडीचे काम केले. इतर कोणीही त्यांच्यासाठी ती निवड करू शकले नसते.

१९९७ सालापासून जग बरंच बदललं आहे हे खरं आहे. इतकी सारी सर्वसाधारण माणसे पूर्वी एवढे असाधारण काम करून जग बदलू शकली नसती. आज आपण सर्वांनी स्वतःला मी चाकोरीबाहेर जाऊन जग बदलू शकलो आणि मी स्वतःला जगात हवा असलेला बदल घडवी शकलो तर! माझ्या विचारात आणि दृष्टिकोनात बदल केल्यास मला माझी स्वप्नपूर्ती करता येईल का? माझा दृष्टिकोन मला पुढे जायला मदत करील की मागे ओढेल? असे प्रश्न करायला हवेत. व्हिक्टर फ्रँकलचा सल्ला आठवा. असे म्हणतात, 'इच्छा तेथे मार्ग असतो.' त्यात भर घालून मी म्हणेन की, 'जेथे लक्ष तेथे इच्छा' व्हिक्टर फ्रँकलने संदर्भ दिलेली इच्छाशक्ती तुमच्यात आहे का? तुमच्या समोरही काही ध्येय, विशेषतः असे ध्येय जे आपली इच्छाशक्ती 'अर्थात' परावर्तित करण्याचे काम करू शकेल, आहे का? या संदर्भात व्यवसायाची जागा अर्थपूर्ण बनवण्यासाठी, माझा समाज अर्थपूर्ण करण्यासाठी, भोवतालचे वातावरण अधिक दयार्द्र, अधिक औदार्य असलेले करण्यासाठी मी काय करू शकतो?

जीवनात ओतलेला 'अर्थ' हे माणसाला माणूस बनवते; परंतु जोवर आपण स्वतःला बरे करत नाही तोवर आपल्याला आपले व्यावसायिक जग, आपला समाजदेखील सुधारता येणार नाही. या पुस्तकात सर्वत्र सांगितल्याप्रमाणे आपल्यापैकी प्रत्येकजण आपल्या आंतरिक पिंजऱ्याची किल्ली स्वतःच्या हातात धरून असतो. परिणामी, आपल्या प्रत्येकाजवळ क्षमता आणि अधिकार असतात. ते वापरायचे ठरवले तर आपण आपल्या बंदिवासातून मुक्त होऊन आपल्या विचारांच्या बेड्या तोडू शकतो. जेव्हा आपल्या स्वतःच्या जीवनातील अर्थाचा उगम आपल्या लक्षात येईल, तेव्हा आपली स्थितिस्थापकता वाढवण्यासाठी, आपले सर्वांगीण आरोग्य सुधारण्यासाठी, आपली क्षमता वाढवण्यासाठी आणि जीवनाशी उत्कटतेने निगडित होण्यासाठी तसेच जीवनाचा प्रत्येक पैलू तेजःपुंज करण्यासाठी असीमित मार्ग आणि संधी आपल्या समोर उभ्या ठाकतील. दुसऱ्या शब्दांत सांगायचे तर 'अर्था'स जीवनाच्या, वैयक्तिक, व्यावसायिक, सामाजिक अशा संपूर्ण जीवनाचा पाया घालून आपण आपले जग सर्वांसाठी अधिक मनोहर बनवू शकतो.

अंतर्मुख होताना

अर्थक्षण

अर्थाचा पाया घालून, एक आदर्श समाज निर्माण केला आहे अशी कल्पना करा. तो कसा बरे दिसेल? आपण राहात असलेल्या समाजाहून त्यात वेगळं काय

असेल? आता आपला समाज आपण कल्पिलेल्या आदर्श समाजासारखा बनवण्यासाठी आपण काय काय करू शकतो याचा विचार करा. आपल्या कुटुंबीयांना, मित्र-मैत्रिणींना आणि सहकाऱ्यांना अर्थाचा गाभा असणाऱ्या समाज निर्मितीसाठी तुम्ही कसे गुंतवाल?

? अर्थ प्रश्न

* भविष्यातील समाजाला देण्यासाठी तुम्ही आज कोणती चांगली कृत्ये केलीत?
* तुमचे काम इतरांचे आयुष्य सुधारण्यास कशा तऱ्हेने मदत करते? भविष्यात तुमचे काम इतरांचे आयुष्य अधिक चांगले बनवण्यासाठी तुम्ही काय करू शकाल?
* समाजासाठी योगदान देण्याच्या कामी, तुमचा दृष्टिकोन तुम्हाला पुढे जाण्यास मदत करतो की मागे खेचतो?

अर्थाला होकार

मी, माझे विचार, उच्चार आणि आचार माझ्या जगासाठी सकारात्मक बदल करण्यात खर्च करीन.

१३

व्हिक्टर फ्रँकलचा वारसा पुढे चालू

'विनाशातून तारून नेणारी शक्ती म्हणजे प्रेम. तारक मार्ग हा प्रेमातून जातो आणि प्रेमात असतो. ज्या व्यक्तीजवळ साऱ्या जगात आपले असे म्हणण्यासारखे काहीही उरले नसेल त्यालादेखील, आपल्या प्रिय व्यक्तीच्या चिंतनात काही क्षण का होईना, निर्भय प्रेमाचा आनंद कसा घेता येतो हे मला समजलंय.'

व्हिक्टर फ्रँकलची आणि माझी (अॅलेक्स) ओळख होऊन वीस वर्षं होऊन गेली. आमची पहिली भेट ऑस्ट्रिया देशातील व्हिएन्ना या गावी झाली. हे पुस्तक लिहिण्याचा उद्देश आणि प्रस्ताव मी त्यांच्या समोर मांडला, तेव्हा त्यांनी मला प्रोत्साहन दिले. आपल्या मनमोकळ्या आणि उत्कट शैलीत, पुढे झुकून प्रेमाने माझे दंड धरत ते म्हणाले, 'अॅलेक्स, तुझ्या या पुस्तकाची फार गरज आहे.' व्हिक्टर फ्रँकलना १९९७ साली देवाज्ञा झाली. २०१७ हे त्यांना जाऊन वीस वर्षे होऊन गेल्याचे साल आहे. खरोखर अत्यंत असामान्य असलेला हा माणूस अंधारात उजेड पाजळत साऱ्या मानवजातीला मार्ग दाखवण्याचे काम करत राहिला. मानसोपचारतज्ज्ञ डॉ. जेफ्री झीग यास व्हिक्टर फ्रँकल आणि त्यांचे कुटुंबीय यांना ओळखण्याचे अनुपम भाग्य लाभले. व्हिक्टर फ्रँकलच्या सगळ्यांवर झालेल्या परिणामांचे वर्णन त्यांनी अल्बर्ट कामू याचे 'द फर्स्ट मॅन' या लिखाणातील खालील अवतरण वापरून केले आहे.

'काही माणसे केवळ आपल्या अस्तित्वाने इतरांना मदत करतात; जगाचे दोष निरसन करून त्याची यथार्थता प्रस्थापित करतात' खरोखर व्हिक्टर फ्रँकल अशी व्यक्ती होते की, ज्यांच्या असण्याने जगाची यथार्थता सिद्ध झाली यात शंका नाही. आशा, शक्यता आणि संभाव्यता हा व्हिक्टर फ्रँकलचा वारसा चालूच आहे. त्यांनी मानवता तिच्या बीभत्स स्वरूपात पाहिली. लोक अकल्पनीय, असहनीय तऱ्हेने

वागताना पाहिले. तसेच त्यांनी लोकांना हीन वातावरणातून उन्नत होऊन, अनुकंपा दाखवत, कळकळीने, अकल्पनीय अद्‌भुत रीतीने स्वतःपलीकडे जात निःस्वार्थीपणे वागतानासुद्धा पाहिले.

व्हिक्टर फ्रँकलचा वारसा खरोखरच असामान्य आहे. त्यांचे जीवन आणि जीवितकार्य सखोल परिणाम करणारे आहे. 'आपल्या साऱ्यांना महत्त्वाचे काम करायचे आहे. आपण जे काही करतो ते महत्त्वाचे आहे आणि जीवनात असलेला अर्थ सर्वदूर, सर्व क्षणी दिसून येतो.' हे त्यांचे शब्द आजही ऐकू येतात. या प्रकरणात व्हिक्टर फ्रँकलचा वारसा कोणकोणत्या मार्गाने, कशा रीतीने अजूनही चालू आहे आणि आजही लोकांच्या आणि समाजाच्या जीवनावर परिणाम करत त्यांना बदलण्याचे फ्रँकलचे कार्य कसे चालू आहे त्यावर प्रकाशझोत टाकण्याचे काम करण्याचा आमचा उद्देश आहे. त्यांचे जीवन आणि त्यांची असीमित सुजाणता यातून व्हिक्टर फ्रँकलची स्मृती कायम राहो!

जीवने बदलली

व्हिक्टर फ्रँकलने लोगोथेरपी आणि अस्तित्वाबद्दलचे विश्लेषण ही उपचार पद्धती सुरू केली. हेतू असा होता की, प्रत्येकाला - अगदी फाशीची सजा झालेला कैदी, छळछावणीतून तावून-सुलाखून बाहेर पडलेला माणूस, एखाद्या मोठ्या कंपनीचा मुख्य व्यवस्थापक, बसचा वाहनचालक, तत्त्वज्ञानाचा प्रोफेसर कुणीही असो - साऱ्यांना नैराश्याच्या पिंजऱ्यातून बाहेर पडण्याचे दार सापडावे आणि ते उघडता यावे. त्यांनी सुचवलेली वैचारिक चौकट, आपण कसं असावं आणि काय करावं हे समजावून सांगण्यासाठी दाखवलेला हा अभिनव मार्ग आहे. अत्यंत अरिष्टमय परिस्थितीतदेखील अर्थ शोधण्यासाठी सुचवलेला हा शिस्तबद्ध मार्ग त्यांच्या वैयक्तिक अनुभवातून साकारलेला आहे.

या संदर्भात व्हिक्टर फ्रँकलच्या प्रभावाची मोजदाद करणे अशक्य आहे. तो प्रभाव एका व्यक्तीच्या एका आयुष्याच्या पलीकडे जाऊन वेगवेगळ्या मार्गाने वेगवेगळ्या स्तरावर प्रकट होतो. आमच्यासारख्या ज्यांना व्हिक्टर फ्रँकलचा सहवास घेण्याचे भाग्य मिळाले, त्यांना या सखोल बदल करणाऱ्या परिणामकारक अनुभवाची प्रचिती आलेली आहे. त्यांच्या व्यक्तिमत्त्वाचा प्रभाव आजही जगभरातील लोकांना त्यांच्या विचारवंत लिखाणाद्वारे जाणवत आहे. व्हिक्टर फ्रँकलचे 'मॅन्स सर्च फॉर मीनिंग' हे पुस्तक वाचून प्रभावित न झालेला माणूस सापडणे विरळा! 'या पुस्तकाने माझे जीवन बदलून टाकले' असे उद्‌गार समाजातल्या प्रत्येक स्तरातील माणसाकडून ऐकू येतात. अमेरिकेच्या लायब्ररी ऑफ काँग्रेसने हे पुस्तक सर्वांत परिणामकारक पुस्तकातील, पहिल्या दहा क्रमांकांतील पुस्तक म्हणून नावाजले आहे. या मताशी

आम्ही अर्थातच सहमत आहोत; परंतु डॉक्टर फ्रँकलचा प्रभाव अमेरिकेबाहेरही झाला आहे हे सर्वश्रुत आहे.

डॉक्टर फ्रँकलच्या लिखाणाने; जगभरातील अनेक शिक्षक, विद्यार्थी, पोप पॉलसह अनेक मोठमोठे धार्मिक नेते, मुत्सद्दी, तत्त्वज्ञानी, मानसोपचारतज्ज्ञ, मनोवैज्ञानिक आणि जीवनातील अर्थाच्या शोधात असणारे लाखो इतर असे सारे प्रभावित झाले आहेत. या साऱ्यांच्या हृदयाला व्हिक्टर फ्रँकल यांचं जीवितकार्य स्पर्शून गेलं आहे. सर्वांच्या मनावर त्यांनी कायमचा ठसा उमटवला आहे. असे असूनसुद्धा ते सदैव विनम्र असायचे. व्हिक्टर फ्रँकलमध्ये त्यांच्या समकालीन लोकांत असलेली स्वतःचा उदोउदो करून घेण्याची प्रवृत्ती मुळीच नव्हती.

ज्यांचे जीवन संघर्षमय आयुष्यात बद्ध झाले आहे अशा लोकांसाठी व्हिक्टर फ्रँकल हा एक प्रेरणादायक स्त्रोत होता. याचं उदाहरणच द्यायचं झालं तर जेरी लाँग नावाच्या युवकाकडे बघावं लागेल. टेक्सासमधला हा तरुण वयाच्या सतराव्या वर्षी मोटारसायकलच्या अपघातात सापडून संपूर्णपणे पांगळा झाला होता. त्याचे दोन्ही हात-पाय निकामी झाले होते. तो फक्त पेन्सिलएवढी सळी तोंडात धरून तिच्या साहाय्याने टंकलेखन करू शकायचा. तरीसुद्धा तो मानसोपचारतज्ज्ञ व्हायची स्वप्ने बघत होता, कारण जेरीला लोक आवडायचे नि त्यांना मदत करायची त्याला इच्छा होती. कॉलेजच्या पहिल्या वर्षात असताना त्याने फ्रँकलचे 'मॅन्स सर्च फॉर मीनिंग' हे पुस्तक वाचले. ते वाचल्यानंतर त्याने फ्रँकलना लिहिले, 'तुम्ही आणि तुमच्या मित्रांनी सोसलेल्या हालअपेष्टांपेक्षा माझे दुःख खूपच कमी आहे.' दरवेळी फ्रँकलचे पुस्तक वाचताना जेरीला एक नवीन मर्मदृष्टी गवसायची. जेरी म्हणतो, 'मी दुःख भोगलंय; पण मला माहीत आहे की, त्या दुःखाशिवाय आज माझी जी वाढ झाली आहे ती झाली नसती. 'फ्रँकलना प्रत्यक्ष भेटण्याचा योग आला, तेव्हा जेरीने त्यांना सांगितलं, 'अपघातामुळे माझी पाठ मोडली; पण त्याने मला मोडले नाही.'

एवढे मोठे अपंगत्व असूनसुद्धा जेरी लाँग शेवटी मानसोपचारतज्ज्ञ व्हायचे आपले स्वप्न पुरे करू शकला. १९९० साली त्याने आपल्या विषयात पीएच.डी. देखील मिळवली. डॉक्टर जेरी लाँग ज्युनिअर, २००४ साली वारला. तो असामान्य आणि प्रेरणादायक होता. डॉक्टर फ्रँकल यांनी म्हटल्याप्रमाणे तो मनुष्यातील चैतन्याच्या शक्तीचा मूर्तिमंत अवतार होता. जेरी लाँगने लिहिले आहे;

एकदा मोठ्या जमावासमोर भाषण दिल्यानंतर मला विचारण्यात आले की, आपल्याला चालता येत नाही याबद्दल तुला दुःख होते का? मी उत्तर दिले, ''प्रोफेसर व्हिक्टर फ्रँकल यांना शेवटी दिसत नसे, मला अजिबात चालता येत नाही आणि अनेक लोक जीवनातील आव्हानांशी सामना करू शकत

नाहीत. आपल्याला केवळ डोळे, पाय, मेंदू याचीच गरज असते असे नाही. खरी गरज असते ती आत्म्याला असलेल्या पंखांची आणि ते पंख असले तर आपण सारे मिळून उंच भरारी घेऊ शकतो हे लक्षात ठेवणे महत्त्वाचे आहे.''

डॉक्टर फ्रँकल यांनी केलेल्या कार्याचा संदर्भ अनेक ठिकाणी आढळतो. स्टीफन कोव्ही, 'सेव्हन हॅबिट्स ऑफ हायली सक्सेसफुल पीपल' नावाच्या पुस्तकाचा लेखक आणि या पुस्तकाला प्रस्तावना लिहिणारा लेखक याच्यावर फ्रँकलच्या दृष्टिकोनाचा मोठाच परिणाम झाला होता. 'फर्स्ट थिंग्ज फर्स्ट : टू लिव्ह टू लव्ह, टू लर्न, टू लिव्ह अ लिगसी' या आपल्या पुस्तकात स्टीव्हन कोव्ही आणि त्याचे सहकारी फ्रँकलच्या छावणीतील अनुभवांचे संदर्भ देतात आणि त्यांच्या 'मॅन्स सर्च फॉर मीनिंग' या पुस्तकातील खालील उतारा उद्धृत करतात.

'छावणीतील अनुभवांतून वाचलेल्या माणसांच्या जीवनामुळे मला कळलेले सर्वांत महत्त्वाचे वास्तव असे आहे की, भविष्यातील स्वप्ने पाहता येणे, आपलं काही महत्त्वाचं कार्य राहिलं आहे आणि ते आपल्याला करायचं आहे ही श्रद्धा जगण्यासाठी अत्यावश्यक असते.'

ज्ञानक्षेत्राचा विस्तार

त्यांच्या क्षेत्रातील अनेक प्रमुख नेत्यांप्रमाणे फ्रँकलनी स्वतःला किंवा स्वतःच्या विचारांना प्रसिद्धी देण्याचा प्रयत्न केला नाही. तरीदेखील त्यांचे निष्ठावान अनुयायी त्यांचा वारसा आणि त्यांची विचारधारा पुढे नेत आहेत. त्यांनी शिकवलेले सिद्धान्त 'व्हिएन्ना मनोविज्ञान क्षेत्रातील तिसरी सिद्धान्त प्रणाली' म्हणून संबोधले जातात. (पहिली सिद्धान्त प्रणाली होती सिग्मंड फ्राइड नावाच्या मनोवैज्ञानिकाने शिकवलेली आणि दुसरी होती ॲडलर नावाच्या मनोवैज्ञानिकाने शिकवलेली सिद्धान्त प्रणाली.) (आधीच्या प्रकरणातील याबाबतचे संदर्भ पाहा). फ्रँकलच्या सिद्धान्त प्रणालीचे दोन प्रमुख भाग आहेत. एक आहे लोगोथेरपी आणि दुसरा आहे अर्थ केंद्रित उपचार पद्धती आणि अस्तित्वाबाबतचे विश्लेषण; अर्थाचे शास्त्र यामागील तत्त्वज्ञानाचा पाया. मनोविज्ञानशास्त्र आणि तत्त्वज्ञान या दोन्ही विषयांत असलेले फ्रँकलचे प्रावीण्य आणि त्यांचा आयुष्यातील असामान्य अनुभव या साऱ्यांमुळे अर्थाच्या शास्त्राचे कार्य चालवण्यात पुढाकार घेण्यासाठी ते सर्वांत सुयोग्य होते.

१९९२ साली व्हिएन्नामध्ये 'व्हिक्टर फ्रँकल इन्स्टिट्यूट' या संस्थेची स्थापना करण्यात आली. आज ती संस्था जगभरातील लोगोथेरपीचे प्रशिक्षण व संशोधन करणाऱ्या संस्थांच्या महाजालाचे केंद्रस्थान बनली आहे. या साऱ्या संस्थांनी व्हिक्टर

फ्रँकलचे आयुष्यभराचे कार्य, त्यांचे तत्त्वज्ञान, त्यांची लोगोथेरपी नावाची उपचार पद्धती आणि अस्तित्वाबाबतची विश्लेषण पद्धती याची प्रगती व प्रचार करण्याचे ध्येय समोर ठेवले आहे. जगभरातील चाळीस देशांत असलेल्या जवळजवळ शंभर संस्था त्यांचे कार्य पुढे चालवत आहेत. त्या संस्था 'इंटरनॅशनल (आंतरदेशीय) असोसिएशन ऑफ लोगोथेरपी अँड (आणि) एक्सिन्सटेंशियल ॲनालिसिस (अस्तित्वाबद्दलचे विश्लेषण)' करणाऱ्या व्हिएन्नातील व्हिक्टर फ्रँकल इन्स्टिट्यूटकडून मान्यताप्राप्त असलेल्या आहेत. व्हिएनातील व्हिक्टर फ्रँकल इन्स्टिट्यूट, लोगोथेरपी उपचार पद्धती करणाऱ्या विविध क्षेत्रांतील उपचारकांना (उदाहरणार्थ– डॉक्टर्स, मानसोपचारतज्ज्ञ, मनोवैज्ञानिक, सल्लागार, प्रशिक्षक) वैयक्तिक प्रमाणपत्र व मान्यता देण्याचे कामदेखील करते.

ही संस्था अनेक महाविद्यालयांतील उपक्रमांस आणि संशोधन कार्यास मदत करते. त्याचप्रमाणे व्हिएन्ना शहरातील 'व्हिक्टर फ्रँकल निधी' अनेक विद्यार्थ्यांना त्यांनी केलेल्या 'अर्थाचे शास्त्र' संबंधित, मानवतावादी, कामाबद्दल बक्षिसे देणे, शिष्यवृत्त्या देणे इत्यादी कार्य करते. शिवाय व्हिक्टर फ्रँकलच्या वैयक्तिक ऐतिहासिक कागदपत्रसंग्रह आणि जगातील सर्वांत मोठ्या, लोगोथेरपी आणि अस्तित्वाबाबतच्या विश्लेषणाविषयीचे ग्रंथ आणि संशोधन पत्रे उपलब्ध करून देण्याचे काम करते.

या संस्थेने काटेकोरपणे निवडलेल्या उपक्रमांच्या विषयसूचीत व्हिएन्ना शहरात, 'द्वैवार्षिक आंतरराष्ट्रीय संमेलन' भरवायचे ठरवलेले आहे. त्यांचा मुख्य भर 'लोगोथेरपीचे भविष्य' या विषयावर असणार आहे. सांगायला आनंद वाटतो की, २०१६ साली भरलेल्या संमेलनात ॲलेक्सची वक्ता म्हणून निवड झाली होती. लोगोथेरपी या उपचार पद्धतीचा वापर करणारे आणि त्याला पाठिंबा देणारे अनेक लोक या संमेलनाला उपस्थित होते. त्यात व्हिक्टर फ्रँकलच्या सौभाग्यवती डॉक्टर एलेनार (एली) फ्रँकल यादेखील होत्या. ॲलेक्स पॅटाकोस यांना एली फ्रँकलसह अनेक प्रमुख व्यक्तींबरोबर रंगमंच सुशोभित करण्याचे भाग्य लाभले.

'द व्हिक्टर फ्रँकल इन्स्टिट्यूट' संस्थेचा प्रभाव जगभर वाढत आहे. याची कारणे आहेत; वेगवेगळ्या सामाजिक प्रचारमाध्यमांची वाढ, तसेच नवनवीन वैचारिक देवघेव करणाऱ्या तांत्रिक साधनांत होत असलेली वाढ. या साऱ्यांमुळे संस्थेचे काम अधिकाधिक लोकांपर्यंत पोहोचण्यास मदत होते. लोगोथेरपी शिक्षण क्षेत्रातील तज्ज्ञ आणि उपचारक वापरत असलेल्या साहित्यात तसेच सर्वसाधारण सामाजिक साहित्यात अर्थकेंद्रित, मानवतावादी, मानसोपचार आणि अस्तित्वाबद्दलचे विश्लेषण तसेच व्हिक्टर फ्रँकलचे जीवितकार्य आणि त्यांचा वारसा या साऱ्याला मिळत असलेले यश विशेष उल्लेखनीय आहे.

व्हिक्टर फ्रँकलच्या उपचार पद्धतीची व्यापक उपयोजना

मानसोपचार पद्धतीत अधिक माणुसकी आणणे आणि मानवजातीच्या जास्तीतजास्त कल्याणासाठी तिचा वापर करणे हे व्हिक्टर फ्रँकलचे मानसोपचारासाठी केलेले प्रमुख आणि अत्यंत विशाल असे योगदान आहे. त्याकडे केवळ मनोवैज्ञानिकांचेच नव्हे तर इतर अनेक मानवताभिमुख शाखांतील तज्ज्ञांचे लक्ष वेधत आहे. 'जीवनातील अर्थाचा शोध' हे प्रत्येक वयोगटातील अनेकांचे लक्ष्य असल्याने आम्हाला त्यांच्या उपचार पद्धतीची उपयोजना करण्यासाठी, ते विविध प्रकारे वापरण्यासाठी अनेक मार्ग खुले होत असल्याचे आढळून येत आहे. फ्रँकलनी केलेले कार्य ज्ञानक्षेत्राच्या (७) अनेक शाखा-उपशाखांना छेदून जाते. विशेषतः अस्तित्वाबाबतच्या विश्लेषण संबंधांत मानसशास्त्र आणि मानसोपचार पद्धती हे डॉक्टर फ्रँकलच्या तत्त्वज्ञानावर अधिकाधिक विसंबून राहत असल्याचे दिसत आहे. तसेच ज्याला हल्ली 'सकारात्मक मनोविज्ञान - दोन किंवा सकारात्मक मनोविज्ञानाची दुसरी लाट' म्हणून संबोधले जाते, ती उपचार पद्धती वापरणाऱ्यांनीही 'अर्थाचे शास्त्र' या विषयाच्या उपयोजनेसाठी आपली दारे खुली केली आहेत. विशेषतः लोगोथेरपी आणि अस्तित्वाबाबतचे विश्लेषण तसेच फ्रँकलची शिकवण आणि त्यांची सुजाणता या साऱ्या विषयांना सकारात्मक मनोविज्ञान शाखेत विशेष स्थान मिळू लागले आहे. मानसशास्त्रज्ञ आणि संशोधक, वैयक्तिक अर्थ शोधण्यासाठी निर्माण केलेल्या आंतरराष्ट्रीय जालाचे संस्थापक आणि आमचे मित्र आणि सहकारी डॉक्टर पॉल टी. पी. वांग हे या उपयोजनेसाठी झटणारे विचारप्रवर्तक नेते आहेत (८).

उपचार पद्धतीखेरीज फ्रँकलच्या अर्थकेंद्रित संकल्पना, खेळाडू संघास प्रशिक्षण देणारे गुरू इत्यादी क्षेत्रांत मान्यता पावत आहेत. तेथे समान हितसंबंध असतात तसेच जिंकण्यासाठी आवश्यक असलेले ताणतणावदेखील! तेथे उपचाराची, त्याचप्रमाणे प्रशिक्षणाचीही गरज असते. अस्तित्वाबाबतची शिकवण आणि उपचार दोन्हींचा मेळ करणे जरुरीचे असते. 'आंतरराष्ट्रीय खेळाडू प्रशिक्षक संघ' संस्थेने या विचारपद्धतीस अनुमोदन दिले आहे. फ्रँकलची शिकवण वापरत, मनुष्याच्या जीवनातील अर्थ शोधण्याच्या तळमळीचा उपयोग करण्यास अधिकाधिक वाव देणाऱ्या या साऱ्या महत्त्वाच्या घटना आहेत.

'अर्थाचा शोध' हा या पुस्तकात वारंवार आढळून येणारा विषय आहे. अर्थ हा प्रत्येक कामाचा गाभा असायला हवा हे विविध क्षेत्रांतील नोकरी देणारे तसेच कर्मचारी आणि इतर कामकरी साऱ्यांना कळून येत आहे. त्याचा फायदा नेहमीच्या मोजमाप करता येणाऱ्या, भांडवलावर मिळणाऱ्या नफ्यापेक्षा कितीतरी पटीने अधिक असतो. वैज्ञानिक, संशोधक, जागतिक 'अर्थाचे शास्त्र' शिकवणाऱ्या संस्थांतील संशोधक साऱ्यांनी हे सिद्ध करून दाखवले आहे की, अर्थ हा लोकांच्या

संस्थेशी निगडित राहण्याची, त्यांच्या स्थितिस्थापकत्वाशी, आरोग्य आणि समाधानाशी, उत्पादनक्षमतेशी आणि संशोधन क्षमतेशी निगडित असतो. हे सारे गुण प्रत्येक संस्थेतील वातावरण निर्मितीसाठीदेखील अत्यावश्यक असतात. प्रत्येक कामात, व्यवसायात आणि व्यावसायिक जागी माणुसकी आणणे, ते अर्थ गर्भित करणे जरुरीचे असते. हे सूत्र व्हिक्टर फ्रँकल (आणि आम्हीदेखील) प्रतिपादन करतात. ते अनुसरल्याने अर्थाच्या तळमळीची साऱ्यांची असलेली इच्छा अधोरेखित तर होतेच, शिवाय त्यापासून वर नोंदलेले व्यावहारिक फायदेदेखील होतात. त्यातील सूत्रे अर्थाचे शास्त्र यशस्वीपणे अमलात आणण्यासाठी मार्गदर्शन करतात.

बाराव्या प्रकरणात प्रकरणात आम्ही, व्यावसायिक तसेच सामाजिक जागी अर्थ निर्माण करण्यासाठी सरकारी कामकाजाच्या जागा या कशा महत्त्वाच्या संधी आहेत ते सांगितले आहे. सरकारी संस्था सामाजिक ध्येयधोरण तसेच कृती योजना ठरवितात. 'सरकार, संशोधन आणि कामकाज हा विरोधाभास आहे' किंवा 'सरकारी कामासाठी हे बरं आहे' यांसारखी वक्तव्ये हे केवळ सरकारी कर्मचाऱ्यांवर झाडलेले शेरे नसून आपल्या प्रत्येकाच्या नागरिकत्वाचे प्रतिबिंब आहे. व्यावसायिक जागी केलेला अर्थाचा शोध, यात सरकारी जागादेखील सामावलेल्या असतात. इतकेच नव्हे तर आज ती जागा मध्यवर्ती असायला हवी. तेथे अर्थाचा शोध प्रतिबिंबित व्हायला हवा. सरकारी कामकाज हे पवित्र काम आहे, या संकल्पनेस महत्त्व द्यायला हवे. सरकारी काम - यात राजकारणाचादेखील समावेश होतो - सन्माननीय आहे आणि असायला हवे.

या अनुषंगाने आज समाजातील सर्व संस्थांप्रमाणेच सरकारी संस्थादेखील कामात आणि कामाच्या जागेत अर्थ भरण्याच्या बाबतीत अधिक जागरूक होत आहेत. अकराव्या प्रकरणात आम्ही 'अॅकॅडमी ऑफ मॅनेजमेंट' (एओएम) या संस्थेने, 'संस्था अर्थपूर्ण बनविणे' हा विषय त्यांच्या २०१६ सालच्या वार्षिक संमेलनाचा प्रमुख विषय ठेवल्याचे नमूद केले होते. ए ओ एम संस्थेशी निगडित असलेल्या विविध संस्थांत सरकारी, तसेच विनाफायदा काम करणाऱ्या संस्थादेखील आहेत. त्यांना हा वार्षिक संमेलनाचा विषय नक्कीच फायद्याचा होईल. आम्हाला आशा आहे की, त्या संस्था हा विषय पुढे चालवतील आणि वाढवतील. व्हिक्टर फ्रँकलचे कार्य, त्यांची तत्त्वप्रणाली सरकारी कामकाजात कशी उपयोगी होईल याची प्रस्तावना करण्याची संधी आम्हाला अमेरिकन सोसायटी ऑफ पब्लिक अॅडमिनिस्ट्रेशन (ए एस पी ए) या संस्थेबरोबर काम करताना मिळाली होती. ए एस पी ए ही सर्वांत मोठी आणि लक्षणीय तसेच उच्चश्रेणीय संस्था असून तिचे ध्येय सरकारी कामकाजातील गुणवत्ता वाढवणे हे आहे. तिचे प्रकाशनासह विविध उपक्रमांद्वारे व्यावसायिक गुणवत्ता वाढविण्याचे काम अमेरिकेपुरतेच मर्यादित नसून

जागतिक स्तरावर चालू आहे.

सर्व प्रकारच्या संस्था आणि व्यावसायिक जागा यांची अर्थपूर्णतेवर, व्हिक्टर फ्रँकलच्या आणि आमच्या कार्यावर भर देण्याबाबत आढळून येत असलेली वाढती जिज्ञासा स्पष्ट दिसत आहे. 'प्रिझनर्स ऑफ अवर थॉट्स' या आमच्या पुस्तकाचा उल्लेख संगणकावरील, 'न्यू वर्ल्ड एन्सायक्लोपीडिया'तील, व्हिक्टर फ्रँकलच्या लिगसी (वारसा) या विभागात केला होता. 'व्हिक्टर फ्रँकलच्या कार्याचा आणि त्यांच्या योगदानाचा, आरोग्य आणि समाधान तसेच चांगले सरकार आणि उत्तम व्यवसाय, यावर होणारा परिणाम फार गहन आहे' हे आम्ही वर्तवलेले भविष्य याचा तेथे उल्लेख केला आहे.

सर्वसामान्य संस्कृती

व्हिक्टर फ्रँकलचे नाव आणि त्यांच्या कल्पनांनी सर्वसामान्य संस्कृतीतदेखील आता प्रवेश केला आहे. दूरदर्शन, आकाशवाणी, मासिके, वर्तमानपत्रे आणि चित्रपट या साऱ्यांत आता त्यांचे नाव झळकू लागले आहे. सायकॉलॉजी टुडे आणि इंडियातील 'कम्प्लीट वेलबीइंग' सारख्या प्रकाशनातदेखील ते दिसत आहे. २०१५ साली व्हिक्टर फ्रँकलचे प्रचंड खप असलेले पुस्तक, 'मॅन्स सर्च फॉर मीनिंग' या पुस्तकावर आधारित चित्रपट करणार असल्याचे जाहीर करण्यात आले. प्रसिद्ध चित्रपटकथा लेखक, 'अॅडम गिबगॉट' याला या पुस्तकावर आधारित चित्रपटासाठी कथानक लिहिण्याचा मान मिळाला आहे. आमची मैत्रीण - 'मेरी सिमीलुका' - ही चित्रपटाची निर्माती असणार आहे. फ्रँकलच्या इस्टेटीचे प्रतिनिधित्वदेखील मेरी करते. एमी अवॉर्ड मिळवणारी पत्रकार - 'गिझेल फर्नांडेझ' - पुस्तकावर आधारित चित्रपट बनवण्याचे हक्क मिळवण्याचे काम करत आहे. गिबगॉटच्या म्हणण्यानुसार, चित्रपटात माणसातील सर्वोच्च तसेच नीच गुणधर्म दाखवत, वाईटातूनदेखील उत्तम कसे निर्माण होऊ शकते हे दर्शवण्याचा प्रयत्न केला जाणार आहे.

एन.बी.सी. या अमेरिकेतील दूरदर्शनवरील 'टू नाइट शो' नावाच्या कार्यक्रमाचा यजमान - 'जिमी फॅलन' - याला २०१५ साली घरात पडून अपघात झाला. त्या अपघातात त्याचे एक बोट जवळजवळ पूर्णपणे जाण्याचा संभव निर्माण झाला (१५). त्यासाठी सहा तास ऑपरेशन करावे लागले आणि न्यू यॉर्कमधील बेलव्ह्यू नावाच्या दवाखान्यातील अतिगंभीर उपचार केंद्रात त्याला ठेवण्यात आले. दूरदर्शन केंद्रावर कामासाठी परत आल्यानंतर त्याने प्रेक्षकांपुढे आपल्यावर आलेल्या संकटाचे वर्णन केले. 'या संकटातून जाताना मी हतबल होऊन बसलो होतो.' तो म्हणाला. त्याच्या डॉक्टरने त्याला जीवनाचा अर्थ विशद करणारी पुस्तके, विशेषतः फ्रँकलचे - 'मॅन्स सर्च फॉर मीनिंग' - हे पुस्तक वाचण्याचा सल्ला दिला. आपल्याला ते

पुस्तक अतिशयच आवडल्याचे फॅलनने प्रेक्षकांना सांगितले. त्याने पुस्तकातील फ्रँकलची अवतरणातील उद्धृते अधोरेखित करून, आपल्या साऱ्या मित्रांना ई-मेलने पाठवून 'हे पुस्तक तुम्ही वाचलेच पाहिजे, मला जीवनातील अर्थ कळला' असे संदेश पाठवले. शिवाय त्याने आपल्याला या पुस्तकातून व्हिक्टर फ्रँकलने दिलेली कोणती मर्मदृष्टी मिळाली ते पुढील शब्दांत साऱ्यांना सांगितले. 'माझ्या जीवनाचा हा अर्थ आहे.' मी दूरदर्शनवर काम करणारा माणूस आहे आणि त्यामुळे हे माध्यम वापरून मला दवाखान्यातील अतिगंभीर उपचार केंद्रात असलेल्या, इतर कुठेही असलेल्या, दुःख अनुभवत असलेल्या माझ्या साऱ्या प्रेक्षकांशी बोलायचं आहे. तुम्हा साऱ्यांना हसवण्याचं, तुमचा वेळ छानपैकी घालवण्यासाठी मदत करण्याचं माझं काम आहे. ते माझं कार्य आहे. त्यासाठी देवाने मला इथे पाठवलंय. मला सर्वदूर प्रेमाचा प्रसार करायचा आहे.' (१७)

कालातीत संदेश

पूर्वी सांगितल्याप्रमाणे व्हिक्टर फ्रँकलची स्मृती अखंड आहे, तसेच त्यांचा प्रेरणादायक संदेशदेखील अक्षय आहे. त्यांची स्मृती चिरकाल टिकावी या उद्देशाने आम्ही पुढील ३ उपक्रमांचे वर्णन करत आहोत.

व्हिक्टर आणि मी

'व्हिक्टर अँड आय' नावाच्या दिलखेचक आणि सुंदर माहितीपटात व्हिक्टर फ्रँकलच्या नातवाने, अलेक्झांडर वेसली याने आपल्या प्रसिद्ध आजोबांचे अनुपम तसेच वैयक्तिक दर्शन घडवले आहे. त्यात त्याने आपल्या आजोबांना, 'अर्थाच्या शोधातील अग्रेसर' म्हणून संबोधले आहे. हा माहितीपट फ्रँकलचे जगभरातील अनेक मित्र आणि सहकारी यांच्याबरोबर घेतलेल्या मुलाखतींवर आधारित आहे. अलेक्झांडरने निर्मिलेल्या माहितीपटाचा एक उद्देश होता - फ्रँकलचे सिद्धान्त त्यांच्या आयुष्याशी कसे निगडित होते हे दाखविण्याचा. या माहितीपटात त्यांचे नातेवाईक, मित्र-मैत्रिणी, सहकारी, विद्यार्थी आणि अनेक क्षेत्रांतील ओळखीची माणसे यांच्या डोळ्यांना दिसलेले व्हिक्टर फ्रँकल दाखवले आहेत. त्यात आपण एक उमदा खेळाडू, विनोदी, गंभीर, भावनाप्रधान, प्रेरणादायक अशा अनेक रूपांत फ्रँकलना बघतो आणि प्रत्येक रूपात एक मर्मज्ञ आणि मानवताभिमुख व्यक्तिमत्त्व आपल्याला दिसून येते. (१९)

व्हिक्टर फ्रँकल संग्रहालय

२६ मार्च २०१५ या दिवशी व्हिक्टर फ्रँकल यांचा ११० वा जन्मदिवस

होता. त्या दिवशी ऑस्ट्रियातील व्हिएन्ना शहरात व्हिक्टर फ्रँकल संग्रहालयाचे उद्‌घाटन करण्यात आले (२०). हा उपक्रम 'व्हिक्टर फ्रँकल केंद्र' या संस्थेने व्हिक्टर फ्रँकल इन्स्टिट्यूट आणि तत्सम काम करणाऱ्या ऑस्ट्रियातील संस्था यांच्या सहकार्याने केला. हे संग्रहालय प्रायोगिक, परस्पर देवाणघेवाण करणारे, सर्वेंद्रियस्पर्शी असून विविध माध्यमांतून संग्रहालयास भेट देणाऱ्यास फ्रँकलच्या आयुष्याची, त्यांच्या तत्त्वज्ञानाची, सिद्धान्तांची आणि विज्ञान व मानसोपचार याकडे पाहण्याच्या त्यांच्या दृष्टीची ओळख करून देते. संग्रहालयास भेट देणाऱ्यास, 'अर्थास' मध्यवर्ती ठेवणाऱ्या फ्रँकलच्या शिक्षण पद्धतीत डुंबून जाऊन, स्वतःच्या जीवनातील अस्तित्वाबाबतच्या प्रश्नांचे उत्तर शोधण्यास प्रेरणा मिळते. ग्रंथालयाचा उद्देश व्हिक्टर फ्रँकलच्या जीवनभरातील कार्याचा संदेश टिकवणे, तो समाजातील सर्व स्तरांतील लोकांपर्यंत पोहोचवणे आणि लोगोथेरपी व अस्तित्वाबाबतचे विश्लेषण या संकल्पना वैद्यकीय, मनोविज्ञान, तत्त्वज्ञान, शिक्षण क्षेत्र, अर्थशास्त्र अशा विविध क्षेत्रांत गुंफणे हा आहे. येथे उपलब्ध असलेल्या चर्चासत्र, व्याख्याने, साहित्य, माहितीपट अशा अनेक उपक्रमांतून विविध क्षेत्रांतील व्यावसायिक मंडळी तसेच विद्यार्थी आणि सर्वसामान्य जनता यांना फ्रँकल यांच्या कार्याची सखोल ओळख करून घेता येते.

जबाबदारीचा पुतळा

जबाबदारीविना वापरलेले स्वातंत्र्य हे निरंकुश घोड्यासारखे अहेतुक बनण्याचा संभव असतो, अशी सावधानतेची सूचना व्हिक्टर फ्रँकल नेहमी करत असत. त्यांनी अमेरिकेतील आपले वास्तव्य आनंदाने उपभोगले. त्यातील बऱ्याच गोष्टी त्यांना भावल्या; परंतु स्वातंत्र्याबाबत सर्वसाधारण समाजात असलेल्या कल्पनांवर टीका करण्यास ते कचरत नसत. स्वातंत्र्य म्हणजे आपल्याला हवं ते करण्यास मिळालेली परवानगी या कल्पनेस ते विरोध करत. जबाबदारीविना स्वातंत्र्य हा विरोधाभास आहे असे त्यांना वाटे. म्हणूनच ते म्हणायचे, 'अमेरिकेच्या पूर्व किनाऱ्यावर न्यू यॉर्कमध्ये असलेला स्वातंत्र्यदेवीचा पुतळा याला पश्चिम किनाऱ्यावर कुठेतरी जबाबदारी-देवीच्या पुतळ्याची याची जोड हवी.'

> *'स्वातंत्र्य म्हणजे सर्व असे नाही. ते अर्धसत्य आहे. जबाबदारी ही त्याची सकारात्मक बाजू आहे. जबाबदारीशिवाय जगलेले स्वातंत्र्य अहेतुक जीवनात विलीन होण्याचा धोका आहे. म्हणूनच मी पूर्व किनाऱ्यावरील स्वातंत्र्यदेवीच्या पुतळ्यास पश्चिम किनाऱ्यावर जबाबदारीदेवीच्या पुतळ्याची जोड द्यावी अशी शिफारस करतो.'*

जबाबदारीचे प्रतीक असणाऱ्या पुतळ्याची डॉक्टर फ्रँकल यांनी केलेली शिफारस या कल्पनेचे आम्हाला नेहमीच आकर्षण वाटत आले आहे. असे स्मारक खरोखरच उपयुक्त आहे. त्याचा उपयोग केवळ स्वातंत्र्यदेवीच्या पुतळ्याला जोडी बनून राहणे एवढ्यापुरता सीमित नाही. असे स्मारक स्वातंत्र्य आणि गणराज्य पद्धती टिकविण्यासाठी आपल्याला काय करण्याची गरज आहे त्याची आठवण करून देते. शिवाय फ्रँकलचे कार्य आणि त्यांचा वारसा सन्मानित करण्याचा तो असाधारण आणि अप्रतिम मार्ग असेल. फ्रँकलने मानवजातीसाठी केलेल्या योगदानाचे ते अर्थपूर्ण आणि चिरकाल टिकणारे प्रतीक असेल.

फ्रँकलने शिफारस केलेल्या पुतळ्याची उभारणी करण्यासाठी एक विनाफायदा काम करणारी संस्था अस्तित्वात आली आहे. हा पुतळा ३०० फूट उंचीचे राष्ट्रीय स्मारक असून तेथे वॉशिंग्टनमधील नॅशनल मॉलसारखे अनेक समारंभ साजरे करण्यासाठी जागा असेल. २०२० सालापर्यंत (२२) अमेरिकेच्या पश्चिम किनाऱ्यावर कुठेतरी तो उभारला जाईल. शिल्पकार गॅरी ली प्राइस याने स्मारकासाठी, 'एकमेकांत बांधलेले, आकाशाकडे दृष्टी असलेले दोन हात' असा नमुना तयार केला आहे. हा नमुना स्वतंत्र खासगी निधी जमा करण्यासाठी वापरला जातो. स्मारकाची किंमत साधारणपणे ३०० ते ४०० मिलियन डॉलर्स असेल, असा अंदाज आहे. आमच्या, 'प्रिझनर्स ऑफ अवर थॉट्स' या पुस्तकास प्रस्तावना लिहिणारे स्वर्गीय स्टीफन आर. कोव्ही हे जबाबदारीच्या स्मारकाची संकल्पना प्रत्यक्षात आणण्यासाठी लागणारा निधी गोळा करण्यासाठी व्हिक्टर फ्रँकलने जमवलेल्या कमिटीचे सभासद होते.

प्रेरणा जागून उठतेय

व्हिक्टर फ्रँकलचा आत्मा जागृत आहे. फ्रँकलची कालातीत सुजाणता आणि त्यांनी वर्णिलेली मानवाची अर्थ शोधण्याची तळमळ याचा प्रभाव जगभर दिसून येतो. नवीन माध्यमे, पसरत जाणारे सामाजिक महाजाल यातून सर्व स्तरांवरील अधिकाधिक लोकांना फ्रँकलच्या सुजाणतेचा फायदा घेण्याच्या संधी उपलब्ध होत आहेत. त्यातूनच वैयक्तिक, व्यावसायिक तसेच सामाजिक जीवनात अधिक काहीतरी करून ते अर्थपूर्ण करण्यासाठी चाललेली साऱ्यांची धडपड दिसून येत आहे. 'काळ बदलत आहे' या बॉब डिलनने म्हटलेल्या गाण्याचे पडसाद उमटत आहेत. अर्थासाठी चाललेली ही धडपड, नव्हे चळवळ ही एकविसाव्या शतकातील नवीन चाल आहे. नवीन सुधारक जग हे गुंतागुंतीचे, अस्थिरता, असुरक्षितता आणि असमानता वाढवणारे वाटत आहे. बरीच विपुलता असूनदेखील आपले मोल केले जात नाही, आपला पुरेसा उपयोग केला जात नाही या भावनेने आपण वेढले जात आहोत. अर्थासाठी फोडलेल्या टाहोचा आवाज स्पष्टपणे ऐकू येतो आहे. बॉब

डिलन, खरंच काळ बदलतो आहे आणि ते बरोबरच आहे. प्रचंड खप असलेल्या इटालियन कादंबरीत 'द लेपर्ड (गेट्टोपारडो)' यामध्ये एक ओळ आहे, 'जर तुम्हाला सारे काही आहे तसेच असायला हवे असेल तर काहीतरी बदलायला हवे.'

आयुष्याच्या शेवटच्या क्षणापर्यंत अर्थपूर्ण जीवन जगून फ्रँकलनी आपल्याला त्यांचे अस्तित्वाबद्दलचे तत्त्वज्ञान आणि त्यांचा जगून दाखवलेला उपचारिक मार्ग हा कृतिशील मार्ग होता हे सिद्ध केले. त्यांच्या दीर्घ आयुष्यात त्यांना नाझी छावणीसारखे भयंकर अनुभव तसेच सन्माननीय आणि सन्मानित वैचारिक नेता असे गौरवपूर्ण अनुभव असे नाना प्रकारचे अनुभव आले. त्यांतून त्यांनी मानवात असलेली असीमित संभाव्यता उजेडात आणली. त्यांचे जीवन आपल्याला दाखवून देते की, स्वातंत्र्याची किल्ली मग ती खऱ्याखुऱ्या पिंजऱ्याची असो की कल्पित पिंजऱ्याची; आपल्या स्वतःच्या हातात असते, आपल्या हृदयात असते; आपल्या आटोक्यात असते. फ्रँकलनी आपल्याला शिकवलं की, अर्थ आयुष्यातील प्रत्येक अनुभवात, प्रत्येक क्षणात सर्वदूर असतो. चैतन्यासारखाच तो निर्माण करता येत नाही. तसाच त्याचा नाशही करता येत नाही. तो केवळ शोधला जाण्याची वाट पाहत असतो. त्याचे फक्त हस्तांतरण करता येते.

बाकी सारे समान असताना, एकविसाव्या शतकात जे प्रगतिपुस्तक तयार केले जाईल त्यात केवळ जगण्यासाठी पैसा मिळवण्यापेक्षा, अर्थपूर्ण जगलेले जीवन यावर भर दिलेला असेल. जसजशी आपल्या अस्तित्वाच्या सीमितपणाची जाणीव वाढेल, तसतसे मिळालेले आयुष्य अर्थपूर्ण जगण्याचे महत्त्व अधिकाधिक प्रमाणात साऱ्यांना कळू लागेल. आपला वारसा काय व कसा असावा याबाबत ते जागरूक होतील आणि ही जागृती त्यांना अर्थपूर्णतेच्या मार्गावर आणून ठेवेल. सरतेशेवटी प्राचीन ग्रीक तत्त्वज्ञान्यांनी म्हटल्याप्रमाणे जीवन हे केवळ सुखाच्या शोधासाठी नसून अर्थाच्या शोधास्तव असते. जीवनात आणि व्यवसायात केलेला अर्थाचा शोध ही वैयक्तिक तसेच सामाजिक जबाबदारी आहे. या पुस्तकात तुम्हाला हाच संदेश वेळोवेळी दिलेला आढळून येईल.

अर्थाचा शोध वास्तवतेत आणण्यासाठी अर्थपूर्ण जीवन जगण्याचा निश्चय करणे आवश्यक आहे. जीवनात अर्थाचे महत्त्व काय आहे, तो शोधण्यासाठी आपण काय करायला हवे आणि कशा प्रकारे जगून तो साकार करता येतो, हे समजून घेण्याची आवश्यकता आहे. हा व्हिक्टर फ्रँकलने दिलेल्या शिकवणुकीतील मुख्य गाभा आहे. हाच संदेश जगाला देण्यासाठी त्यांनी आयुष्यभर प्रयत्न केले. हाच त्यांचा वारसा आहे. स्टीव्हन कोव्ही यांनी प्रस्तावनेत लिहिलेल्या प्रभावी शब्दांची आठवण करा. 'काही शिकल्यानंतर त्याचा वापर न करणे हे काही न शिकल्यासारखेच आहे.' आपल्या आयुष्यात अर्थ आणण्यासाठी त्याबद्दल शिकणे, त्याला समजून

घेणे आणि त्याचा वापर करणे या साऱ्यांची आवश्यकता आहे. सर्वांत महत्त्वाचे म्हणजे असे प्रामाणिक, कृतिशील ज्ञान तेव्हाच मिळू शकते जेव्हा आपण आपल्या विचारांच्या पिंजऱ्यात अडकून राहण्यास नकार देतो.

अंतर्मुख होताना

व्हिक्टर फ्रँकलचे जीवन आणि त्यांचा वारसा याबद्दल विचार करा. लोगोथेरपी उपचार पद्धतीबद्दल आणि अस्तित्वाबद्दलच्या त्यांच्या विश्लेषणाबद्दल तुम्ही काय शिकलात? जीवनातील आव्हानांशी सामना करताना तुम्हाला त्याचा आज आणि भविष्यात कसा उपयोग होऊ शकेल? कोणत्या कल्पना, धडे आणि लोगोथेरपी उपचार पद्धतीतील सिद्धान्त तुम्हाला सर्वांत महत्त्वाचे आणि अर्थपूर्ण वाटतात? हे धडे आपण आत्मसात केले आहेत आणि जीवनात आणि व्यवसायामध्ये ते प्रामाणिकपणे आचरणात आणण्याचा निश्चय केला आहे हे तुम्ही कशा प्रकारे सिद्ध करू शकाल?

? अर्थ प्रश्न

* फ्रँकलनी वर्णन केलेल्या, 'अर्थाची तळमळ' यातील मूल्य आणि साध्य तुमच्या जीवनात आणि व्यवसायात कशा प्रकारे प्रतिबिंबित होते?
* फ्रँकलनी दिलेला अर्थाचा प्रेरणादायक संदेश तुम्ही इतरांना कोणत्या प्रकारे सांगू शकता आणि सांगाल?
* फ्रँकलनी दिलेल्या शिकवणीचा वापर करून तुम्ही आपले कुटुंबीय, मित्र-मैत्रिणी आणि सहकारी यांना त्यांच्या जीवनातील अर्थ शोधण्यासाठी कशा प्रकारे मदत करू शकाल?

अर्थाला होकार

फ्रँकलचे जीवन आणि त्यांचा वारसा यातील संदेश लक्षात घेऊन मी माझ्या आयुष्यात, व्यवसायात आणि समाजात अर्थाचा मागोवा घेत राहीन.

स्वार्थातून परमार्थाकडे...

लेखक
चार्ल्स हॅन्डी

अनुवाद
प्रशांत तळणीकर

एकीकडे जगातील एकतृतीयांश कामगार बेकार आहेत, तर त्याचवेळी दुसरीकडे जगाच्या एकूण व्यापाराच्या दोनतृतीयांश व्यापार फक्त ५०० कंपन्यांच्या हातांत आहे आणि या कंपन्या फक्त त्यांच्या गुंतवणूकदारांनाच उत्तरं देण्यास बांधील आहेत. या विषमता आणि अनिश्चिततेच्या पार्श्वभूमीवर, बाजारपेठ अभिमुख भांडवलशाहीच्या मूल्यांपेक्षा अधिक चिरंतन आणि समृद्ध मूल्यं असणारं भविष्य निर्माण करण्याची गरज चार्ल्स हॅन्डी अतिशय कळकळीनं मांडतात.

द हंग्री स्पिरीट हे एक प्रेरणादायी पुस्तक आहे. या पुस्तकात लेखकाच्या व्यक्तिगत विचारांची तीव्रता तर जाणवतेच, पण काही वेळा ते आपल्याही विचारांना चालना देतं आणि मुख्यत: त्यात आशावाद ठासून भरलेला आहे. हे पुस्तक जिथे कुठे वाचलं जाईल, तिथे मतभेद आणि वादविवाद नक्कीच उफाळून येतील.

''पुन्हा एकदा चार्ल्स हॅन्डी : **द हंग्री स्पिरीट** म्हणजे आयुष्यभराच्या अनुभवांचं सार आहे. भांडवलशाही समाजामध्ये कशी तग धरायची, याची ही एक व्यक्तिगत पद्धत आहे. हॅन्डी यांची शैली गोष्टीरूपानं विचार मांडण्याची असल्यामुळे पुस्तक खूपच वाचनीय झालं आहे आणि त्यांची विद्वत्ता प्रत्येक पानावर दिसून येते. हे एक महत्त्वपूर्ण पुस्तक आहे.'' : पीपल मॅनेजमेंट.

''**द हंग्री स्पिरीट** हा उद्योग-व्यापार संबंधित तसंच सामाजिक समस्यांचा एक विस्तृत शोध आहे. या समस्यांचं हे एक चतुर, विद्वत्तापूर्ण आणि विवेकी विश्लेषण आहे.'' : मॉडर्न मॅनेजमेंट.

''चार्ल्स हॅन्डी हे ब्रिटनचे एकमेव जागतिक दर्जाचे व्यवस्थापन गुरू आहेत.'' : डायरेक्टर मासिक.

चार्ल्स हॅन्डी हे एक लेखक आणि नभोवाणी तसेच दूरचित्रवाणीवरचे नामांकित वक्ते आहेत. जगभर त्यांच्या पुस्तकांच्या दहा लाखांहून जास्त प्रती खपल्या आहेत.